നിളയും
മലയാള സാഹിത്യവും

nilayum malayala sahithyavum
study
•
t r ajayan
•
first edition
october 2019
•
typesetting & published
chintha publishers, thiruvananthapuram
•
cover
vinod mangoes

Distribution
DESHABHIMANI BOOKHOUSE
H O Thiruvananthapuram 695035
phone: 0471-2303026, 6063026
Email: chinthapublishers@gmail.com
Website: www.chinthapublishers.com

Branch
Head Office Kunnukuzhi • Statue Thiruvananthapuram • KSRTC Bus Station Alappuzha • KSRTC Bus Station Ernakulam • Machingal Lane Thrissur • IG Road Kozhikode • Mavoor Road Kozhikode • NGO Union Building Kannur • Central Bus Terminal Complex Thavakkara Kannur

CO - 2868 / 5137
ISBN - 978-93-89410-31-0

നിളയും
മലയാള സാഹിത്യവും
(പഠനം)

ടി ആർ അജയൻ

ചിന്ത പബ്ലിഷേഴ്സ്
തിരുവനന്തപുരം-695 035

ടി ആർ അജയൻ

1945 നവംബർ 16 ന് തൃശൂർ ജില്ലയിലെ തളിക്കുളത്ത് ജനനം. പിതാവ് സ്വാതന്ത്ര്യസമരസേനാനിയും അവിഭക്ത കമ്യൂണിസ്റ്റ് പാർട്ടിയുടെ തൃശൂർ ജില്ലാസെക്രട്ടറിയുമായിരുന്ന ടി കെ രാമൻ. അമ്മ: ഇ ആർ കുഞ്ഞിപ്പെണ്ണ്. തളിക്കുളം ഹൈസ്കൂൾ, ആലുവ യു സി കോളേജ്, തൃശൂർ എഞ്ചിനീയറിങ് കോളേജ് എന്നിവിടങ്ങളിൽ വിദ്യാഭ്യാസം. കേരള പൊതുമരാമത്ത് വകുപ്പിൽ 30 കൊല്ലത്തെ സേവനശേഷം എക്സിക്യൂട്ടീവ് എഞ്ചിനീയർ ആയി വിരമിച്ചു.

കേരള ഗസറ്റഡ് ഓഫീസേഴ്സ് അസോസിയേഷൻ സംസ്ഥാന വൈസ്പ്രസിഡന്റ്, കേരള ഗ്രാജുവേറ്റ് എഞ്ചിനീയേഴ്സ് അസോസിയേഷൻ സംസ്ഥാന പ്രസിഡന്റ്, ആലോചനാ സാഹിത്യവേദി പ്രസിഡന്റ്, കേരളസ്റ്റേറ്റ് ഹൗസിങ് ബോർഡ് ടെക്നിക്കൽ മെമ്പർ, പാലക്കാട് ജില്ലാ സ്പോർട്സ് കൗൺസിൽ പ്രസിഡന്റ് എന്നീ നിലകളിൽ പ്രവർത്തിച്ചിട്ടുണ്ട്.

ഇപ്പോൾ മലയാളം കമ്യൂണിക്കേഷൻസ് (കൈരളി, പീപ്പിൾ, വി, കൈരളി അറേബ്യ ചാനലുകൾ) ഡയറക്ടർ, പുരോഗമന കലാസാഹിത്യ സംഘം സംസ്ഥാന ട്രഷറർ, ഒ വി വിജയൻ സ്മാരക സമിതി സെക്രട്ടറി, പാലക്കാട് ജില്ലാ പബ്ലിക് ലൈബ്രറി സെക്രട്ടറി, പാലക്കാട് ഇൻഡോർ സ്റ്റേഡിയം സൊസൈറ്റി സെക്രട്ടറി, സ്വരലയ പാലക്കാട് ചാപ്റ്റർ സെക്രട്ടറി, പാലക്കാട് സ്മാൾ ഹൈഡ്രോ ഇലക്ട്രിക്ക് പ്രോജക്ട് കമ്പനി ഡയറക്ടർ, പാലക്കാട് ജില്ലാ ടൂറിസം പ്രൊമോഷൻ കൗൺസിൽ നിർവ്വാഹക സമിതി അംഗം എന്നീ ചുമതലകൾ നിർവ്വഹിക്കുന്നു.

ഭാര്യ	: പി വി ഭാഗ്യലക്ഷ്മി
മക്കൾ	: സുഷിത അജയ്, ജോഗേഷ് അജയ്
കൊച്ചുമക്കൾ	: നീരജ് വിശ്വജിത്ത്
	അഭയ് ജോഗേഷ്, ആർദ്ര ജോഗേഷ്
വിലാസം	: കിനാവ്, കുണ്ടൂർ മഠം റോഡ്
	തേനൂർ പോസ്റ്റ്, പറളി
	പാലക്കാട് - 678 612
ഫോൺ	: 9847720009, 9447153000
ഇ-മെയിൽ	: tr.ajayan@gmail.com

ഉള്ളടക്കം

പ്രസാധകക്കുറിപ്പ്

'നിള' മലയാളിയുടെ കലാസാഹിത്യ സാംസ്കാരിക മണ്ഡലങ്ങളിൽ ചെലുത്തിയ സ്വാധീനം വളരെ വലുതാണ്. കവിതകളിലും കഥകളിലും നോവലുകളിലും ചലച്ചിത്രങ്ങളിലും ഒരു സാംസ്കാരിക ഭൂമികയായി പ്രത്യക്ഷപ്പെട്ട നദിയാണ് നിള. കഥ/കവിത/നോവൽ സാഹിത്യരൂപങ്ങളിൽ നിളയുൾപ്പെടുന്ന വള്ളുവനാടൻ പ്രദേശം ഗ്രാമീണതയുടെയും നന്മയുടെയും നിഷ്കളങ്കതയുടെയും പ്രതിരൂപമായിട്ടാണ് അവതരിപ്പിക്കപ്പെട്ടത്. നവോത്ഥാനാനന്തര സാഹിത്യജീവിതത്തിന്റെ ഉൾത്തുടിപ്പുകൾ കൂടിയായിരുന്നു അവ. കലാസാഹിത്യ സാംസ്കാരിക മണ്ഡലങ്ങളിൽ ലബ്ധ പ്രതിഷ്ഠരായ അനേകം വ്യക്തികളുടെ, പ്രതിഭകളുടെ ജന്മഭൂമി നിളാതീരമായിരുന്നുവെന്നത് ആ പ്രദേശത്തിനു സവിശേഷമായ സ്ഥാനം നല്കുന്നു.

നിളയും മലയാളസാഹിത്യവും എന്ന ഈ കൃതി നിളാതീരത്തെ കേന്ദ്രീകരിച്ചുള്ള സാഹിത്യപ്രതിഭകളുടെ രചനകളെയും അവരുടെ ധൈഷണികമായ സംഭാവനകളെയും പരിചയപ്പെടുത്തുന്നു. പാലക്കാടു മുതൽ പൊന്നാനി വരെയുള്ള ഈ നദിക്കരയിൽ ജനിച്ചുജീവിച്ച് മണ്ണടിഞ്ഞുപോയ അനവധി സാഹിത്യപ്രതിഭകളെ ചൂണ്ടിക്കാണിക്കുന്ന ഈ ഗ്രന്ഥം പ്രാദേശിക സംസ്കാരപഠനത്തിന്റെ അനന്ത സാദ്ധ്യതകളിലേക്കുള്ള ചൂണ്ടുപലക കൂടിയാണ്. വേറിട്ട ഒരു പഠനഗ്രന്ഥം എന്ന നിലയിൽ ഏറെ പ്രസക്തമായ *നിളയും മലയാളസാഹിത്യവും* വായനാ സമൂഹത്തിനു സമർപ്പിക്കുന്നു.

ചിന്ത പബ്ലിഷേഴ്സ്

മുന്നുര

പ്രശസ്ത എഴുത്തുകാരനും മാധ്യമപ്രവർത്തകനുമായ പ്രിയ സുഹൃത്ത് ശ്രീ. ടി കെ കൊച്ചുനാരായണൻ പാലക്കാട്, മലപ്പുറം, തൃശൂർ ജില്ലകളിൽ ഭൂമിശാസ്ത്രപരമായി വ്യാപിച്ചുകിടന്നിരുന്ന, ഇപ്പോൾ നിലനില്ക്കാത്ത 'വള്ളുവനാട്' എന്നറിയപ്പെട്ടിരുന്ന പ്രദേശത്തിന്റെ ആത്മാവിനെ പിടിച്ചെടുക്കുന്നതിനും പ്രാദേശികചരിത്രം സത്യസന്ധമായി രേഖപ്പെടുത്തുന്നതിനും ഉദ്ദേശിച്ചുകൊണ്ടുള്ള 50 എപ്പിസോഡുകളുള്ള ഒരു ടെലിവിഷൻ പരമ്പര സാക്ഷാൽക്കരിക്കുകയുണ്ടായി. വള്ളുവനാടിന്റെ സാംസ്കാരിക, സാമൂഹിക, രാഷ്ട്രീയ, കലാശൈലികളെ കേരള ചരിത്രപഠനത്തിന്റെ പുനർവായനയ്ക്കു പ്രേരണയാവുന്ന തരത്തിൽ പരാവർത്തനം ചെയ്യാനുള്ള കഠിനശ്രമമായിരുന്നു ആ പരിപാടി. ഈ പദ്ധതിയുടെ ഭാഗമായി നിളയും മലയാളസാഹിത്യവും എന്ന വിഷയത്തെ ആസ്പദമാക്കി 24 മിനിറ്റ് നീണ്ടുനില്ക്കുന്ന ഒരു ചെറിയ പ്രഭാഷണം നിർവ്വഹിക്കണമെന്ന് ശ്രീ. കൊച്ചുനാരായണൻ എന്നോട് ആവശ്യപ്പെട്ടിരുന്നു. ആ പ്രഭാഷണത്തെ ഒരുപാട് സുഹൃത്തുക്കളുടെ സഹായത്തോടെ വികസിപ്പിച്ചെടുത്തതാണ് ഈ പുസ്തകം.

നിള എന്നെ ഏറെ സ്വാധീനിച്ച നദിയാണ്. ഔദ്യോഗിക ജീവിതത്തിനിടയിലും സാംസ്കാരിക പ്രവർത്തനത്തിനിടയിലും ഒട്ടേറെ തവണ കൂട്ടിമുട്ടാൻ ഇടനല്കിയ ജലപ്രവാഹം. ഈ നദിക്കു കുറുകെ 19 പാലങ്ങൾ നിർമ്മിക്കാൻ കഴിഞ്ഞത് എന്റെ ജീവിതത്തിന്റെ പുണ്യം. പാലക്കാട് ജില്ലയിൽ നിള ഒഴുകുന്ന എല്ലാ പ്രദേശത്തും എഞ്ചിനീയർ എന്ന നിലയിൽ സേവനം അനുഷ്ഠിക്കാൻ കഴിഞ്ഞത് മറ്റൊരു പുണ്യം. നിളയുടെ സന്തതികളായ ഒട്ടുമിക്ക സാഹിത്യകാരന്മാരുമായി സൗഹൃദം സ്ഥാപിക്കാൻ കഴിഞ്ഞതും ആലോചനയിലൂടെയും ജില്ലാ പബ്ലിക്

ലൈബ്രറിയിലൂടെയും ഒ വി വിജയൻ സ്മാരകസമിതിയിലൂടെയും അവരുടെ കൃതികളെക്കുറിച്ച് ചർച്ചകളും സെമിനാറുകളും സംഘടിപ്പിക്കാൻ കഴിഞ്ഞതും അതിലേറെ ധന്യം. നിളയുടെ തീരത്തെ വളക്കൂറുള്ള മണ്ണിൽപ്പിറന്ന വൈവിദ്ധ്യമാർന്ന കലാപരിപാടികൾ സ്വരലയയിലൂടെ സാധാരണക്കാർക്ക് കൂടി അനുഭവവേദ്യമാക്കാൻ കഴിഞ്ഞതും ചാരിതാർത്ഥ്യജനകം. അങ്ങനെ നിള എനിക്ക് ഒരു വികാരമായി മാറിയിരുന്നു.

നിളയുടെ സന്തതികൾ മലയാളസാഹിത്യത്തിന് നല്കിയ സംഭാവനകളെ അന്വേഷിക്കുമ്പോൾ കേരളത്തിലെ ഒരു നദിക്കും അവകാശപ്പെടാനില്ലാത്തവിധം സാംസ്കാരിക പൈതൃകവും പാരമ്പര്യവും ഈ നദിക്കുണ്ട് എന്ന് മനസ്സിലാക്കാൻ കഴിയും. സാഹിത്യലോകത്തിന്റെ എല്ലാ മേഖലകളിലും ഈടുറ്റ വൈജാത്യവും വൈവിദ്ധ്യവുമായ സംഭാവനകൾ നല്കിയ എത്രയെത്ര കവികളും കഥാകാരന്മാരും നിരൂപകന്മാരും ജീവിച്ച പ്രദേശമാണ് നിളാതീരം. അവരെ കണ്ടെത്താനും അവരിലേക്കെത്താനും അവരെ അറിയാനും ഉള്ള ഒരു എളിയ ശ്രമം ആണ് *നിളയും മലയാളസാഹിത്യവും* എന്ന ഈ കൃതി. ഒരു സംഘാടകനെന്ന നിലയിൽ എനിക്ക് ലഭിച്ച വിശാലമായ സുഹൃദ്ബന്ധങ്ങളുടെ പൊട്ടാത്ത ചങ്ങല ഇതിന്റെ രചനയിൽ എന്നെ ഏറെ സഹായിച്ചിട്ടുണ്ടെന്ന് നന്ദിപുരസ്സരം കുറിക്കുന്നു. കൃതിയിൽ പരാമർശിക്കാത്ത ഒട്ടേറെ സാഹിത്യരചയിതാക്കൾ ഈ മേഖലയിൽ പുതിയ തലമുറയിൽ ഉണ്ടെന്നറിയാം. വിട്ടുപോയവരോട് ക്ഷമാപണം.

ഈ കൃതിയുടെ രചനയിൽ എന്നെ ഏറെ സഹായിച്ച ആത്മമിത്രം ശ്രീ. വിജു നായരങ്ങാടിയാണ് തിരക്കുകൾ മാറ്റിവെച്ച് അവതാരിക എഴുതിയിരിക്കുന്നത്. മറ്റൊരു അടുത്ത സുഹൃത്തായ ഡോക്ടർ പി ആർ ജയശീലൻ പിന്നുര എഴുതിയിരിക്കുന്നു. രണ്ടുപേർക്കും ഹൃദയം നിറഞ്ഞ നന്ദി.

പുസ്തകം പ്രസിദ്ധീകരിക്കാൻ സന്മനസ്സ് കാണിച്ച ചിന്ത പബ്ലിഷേഴ്സിനുള്ള സീമാതീതമായ കൃതജ്ഞത രേഖപ്പെടുത്തുന്നു.

തികഞ്ഞ ആദരവോടെ ഗൗരവതരമായ വായനയ്ക്കും ചർച്ചകൾക്കും നിർദ്ദേശങ്ങൾക്കുമായി ഈ കൃതി സഹൃദയസമക്ഷം സമർപ്പിക്കുന്നു.

സ്നേഹാദരങ്ങളോടെ

ടി ആർ അജയൻ

നിളയും സാംസ്കാരിക പ്രത്യക്ഷങ്ങളും

വിജു നായരങ്ങാടി

ലോകത്ത് ഏതു സാംസ്കാരികധാരയേയും ഒരു നദി സ്പർശിച്ചിട്ടുണ്ട്. നദീ സ്പർശനമില്ലാതെ ജീവിതം ആർദ്രമധുരമാവുന്നില്ല എന്നു പറയുമ്പോലെ കവിതയും സംസ്കാരവും ആർദ്രമാവുന്നില്ല. ദുരിതപൂർണ്ണവും ദുരന്തപർവ്വങ്ങൾ നിറഞ്ഞതുമായ ജീവിതങ്ങളെ മാത്രമേ സാമൂഹ്യാർത്ഥത്തിൽ നാം നിരന്തരമായി കണ്ടുമുട്ടിയിട്ടുള്ളൂ. അത് സാർവ്വകാലികവും സാർവ്വജനന്യവുമാണ്. ഒറ്റയൊറ്റയായി മനുഷ്യജീവിതത്തെ എടുത്തു പരിശോധിക്കുമ്പോൾ ഒരുപക്ഷേ, ഭൗതികമായി വിജയിച്ച മനുഷ്യരെ നാം കണ്ടുമുട്ടും. എന്നാൽ ഒന്നിച്ച് ഒരു സമൂഹമെന്ന അർത്ഥത്തിൽ ജീവിതത്തെ കണക്കിലെടുത്താൽ അവിടെ കണ്ണീരിന്റെ നനവും ലവണവും പുരണ്ടിരിക്കും. നദി ആ അർത്ഥത്തിൽക്കൂടിയാണ് കവിതയെയും സംസ്കാരത്തെയും സ്പർശിക്കുന്നത്.

മലയാള കവിത നിളാനദീതീരത്ത് രൂപപ്പെട്ടു. നിളയും മലയാള സാഹിത്യവും എന്ന കേന്ദ്രബിന്ദുവിൽനിന്ന് ശ്രീ. ടി ആർ അജയൻ നിളാനദീതീരത്തുനിന്ന് കവിതയുടെയും സാഹിത്യകാരന്മാരുടെയും ജീവചരിത്ര സ്വഭാവികളായ കുറിപ്പുകൾ രേഖപ്പെടുത്തുമ്പോൾ, ഈ നദീതീരം സാംസ്കാരിക കേരളത്തെ വളർത്തിയെടുത്ത രീതിയെ കുറിച്ച് ഓർക്കാൻ നാം ബാദ്ധ്യസ്ഥരാകുന്നു. തമിഴ്നാട്ടിലെ ആനമുടിയിൽനിന്ന് ആരംഭിച്ച് പൊന്നാനി അഴിമുഖത്ത് കടലിൽ ചേരുന്ന നിള ഭാരതപ്പുഴ എന്ന പേരിൽ എത്തുമ്പോഴേക്കും ഗായത്രിപ്പുഴ എന്ന, കണ്ണാടിപ്പുഴ എന്ന, തൂതപ്പുഴ എന്ന, തിരൂർപ്പുഴ എന്ന സമൃദ്ധ കൈവഴികളെ തന്നോട് ചേർത്താണ് ഒഴുകി നിറയുന്നത്. ഈ നീണ്ട യാത്രയിൽ തഴുകി തടം നനച്ചുപോയത് മണ്ണിനെ മാത്രമല്ല; സംസ്കാരത്തിന്റെ കേദാരങ്ങളെക്കൂടിയാണെന്ന ഓർമ്മയിൽനിന്നാണ് ഈ ഗ്രന്ഥം രൂപപ്പെടുന്നത്.

12 നിളയും മലയാള സാഹിത്യവും

ടി ആർ അജയൻ

കേരളീയ ജീവിതത്തെയും അതിന്റെ ആന്തര ഗരിമകളേയും കവിതയടക്കമുള്ള പ്രഖ്യാത കലകളെയും ഈ നദീ സാന്നിദ്ധ്യം കൊണ്ടു സ്പർശവും സ്നിഗ്ദ്ധവും മുഗ്ദ്ധവും ഉർവ്വരവുമാക്കിത്തീർത്തു എന്ന് ഉറപ്പിച്ചു പറയുകയാണ് ശ്രീ. ടി ആർ അജയൻ ചെയ്തിരിക്കുന്നത്. കലകളെ അതിന്റെ ആവിഷ്കാര രഥ്യകളിൽ എന്നും സ്വാധീനിച്ചുപോന്നത് കലകൾ പെരുമാറി വന്ന ഭൂപ്രകൃതി തന്നെയാണ്. മലനാട്, ഇടനാട്, തീരപ്രദേശം എന്ന ഒരു ഭൂപ്രകൃതി വിഭജനം മലയാളനാടിന് പണ്ടേയുള്ളതാണ്. ഈ ഭൂപ്രകൃതിയെത്തന്നെ പിന്നീട് ജീവിത സംസ്കാരത്തിന്റെ വ്യത്യസ്തതകൾക്കനുസരിച്ച് തിരുവിതാംകൂർ എന്നും കൊച്ചി എന്നും മലബാർ എന്നും അവയുടെ ഉൾപ്പിരിവുകൾ ഉൾക്കൊണ്ടുകൊണ്ട് വിഭജിച്ചിട്ടുമുണ്ട്. ഈ ഉൾപ്പിരിവുകളെ ഉദ്ദേശിച്ചാണ് മലബാറിനെ വടക്കെ മലബാർ എന്നും തെക്കെ മലബാർ, മദ്ധ്യ മലബാർ എന്നും വിഭജിച്ചു നിർത്തിയത്. മദ്ധ്യ മലബാറിനെത്തന്നെ വള്ളുവനാട്, ഏറനാട് എന്നിങ്ങനെ വിഭജിച്ചു മനസ്സിലാക്കിയതാണ് കേരള ചരിത്രത്തിന്റെ പ്രത്യേകതകളിലൊന്ന്. ഈ വിഭജനങ്ങളെല്ലാംതന്നെ ഭൂപ്രകൃതിയുടെ വിന്യാസം അതല്ലെങ്കിൽ സംസ്കാര പ്രകൃതിയുടെ ബന്ധവിന്യാസങ്ങളിലുള്ള വ്യത്യാസങ്ങൾ എന്നിവയാൽ ഊന്നിക്കൊണ്ടായിരുന്നു. എന്നാൽ ഭൂപ്രകൃതിയെ കണക്കിലെടുത്താൽ കവിതയടക്കമുള്ള കലാപ്രതിഭാസങ്ങളിൽ ഗണ്യമായ സ്വാധീനത ചെലുത്താൻ കഴിഞ്ഞിട്ടുള്ളത് നദികൾക്കാണ്. വിശേഷിച്ച് നിളാനദിക്ക് തന്നെ.

നദി എന്ന ശബ്ദത്തിന് ശ്രീകണ്ഠേശ്വരം നല്കുന്ന അർത്ഥം അവ്യക്തമായി നദിക്കുന്നത്, ശബ്ദിക്കുന്നത് എന്നാണ്. ഒരുപക്ഷേ, കവിതയും കഥയും മറ്റു കലാരൂപങ്ങളും നോക്കി ജീവിതത്തെ ഉൾക്കൊണ്ടുകൊണ്ട് ചെയ്യുന്ന പ്രക്രിയയും അവ്യക്തമായി നദിയുടേതുതന്നെ. പക്ഷേ, ആ അവ്യക്തതകളിൽനിന്ന് നിർദ്ധരിച്ചെടുക്കുന്ന ജീവിതാർത്ഥങ്ങളിലൂടെയാണ് ഓരോ കാലഘട്ടത്തിലെയും ജനത തങ്ങളുടെ ജീവിതത്തെയും അതിന്റെ സാംസ്കാരികാർത്ഥങ്ങളെയും ജൈവത്തിയമാക്കിത്തീർത്തത്. ആ അർത്ഥത്തിൽ പേരാറാണ് മലയാളത്തിന്റെ നദി. മഹാനദികളെന്ന് കേരളത്തിലെ നദികളെ വിളിക്കുക വയ്യ. ഗംഗപോലെയോ, ഗോദാവരി പോലെയോ, ബ്രഹ്മപുത്രപോലെയോ, മഹാനദികളല്ലാ പേരാറും പെരിയാറും. മഹാനദികൾ ഇരുകരകൾ മുട്ടി നിറഞ്ഞും ജ്വലിച്ചും കര തകർത്തും മുന്നൂറ്റി അറുപത്തഞ്ചു ദിവസവും മുന്നോട്ടു പോകുന്നു. അവയുടെ കരകളിൽ കേവലം ജനങ്ങളായ ജനപദങ്ങൾ തന്നെ രൂപംകൊള്ളുന്നു. അവ സംഘർഷങ്ങളും സമന്വയങ്ങളും യുദ്ധങ്ങളും കലാപങ്ങളും വളർച്ചകളും തളർച്ചകളും നേരിടുന്നു. തലമുറകളോളം ആ പ്രക്രിയ തുടരുന്നു. എന്നാൽ നദികൾ, നമ്മുടെ നദികളുടെ കരകൾ പ്രത്യേകിച്ചും, ഒരു വർഷത്തിൽ രണ്ടേ രണ്ട് ഋതുക്കളെ മാത്രം കണ്ടുമുട്ടുന്നു. വേനലും വർഷവും. ഈ രണ്ടു ഋതുക്കളിലൂടെ അസ്പഷ്ടമായി മാത്രം കടന്നുപോകുന്ന മറ്റു ഋതുക്കളുടെ സാന്നിദ്ധ്യ

ത്തിലൂടെയുമാണ് നമ്മുടെ നദികളും കടന്നുപോകുന്നത്. ഈ വർഷത്തിൽ നിറഞ്ഞും വേനലിൽ എന്തെന്നില്ലാതെ മെലിഞ്ഞും ജീവിതത്തെ നേർക്കുന്നു. ഭൂപ്രകൃതിപരമായി കേരളത്തിന്റെ കിടപ്പ് ഒരിത്തിരി ചെരിഞ്ഞതിനാൽ അവയുടെ ഉത്ഭവസ്ഥാനത്തുനിന്ന് ഒരു കുടന്ന വെള്ളം ഒഴുക്കിവിട്ടാൽ കഴിയുന്നത്ര വേഗം അത് സാഗരോന്മുഖിയായി കുതിച്ച് ഇങ്ങ് പടിഞ്ഞാറ് കടലിലെത്തി ഒടുങ്ങും. അങ്ങനെ നമ്മുടെ നദികൾക്ക് ഒഴുക്കിന്റെ മഹാസാന്നിദ്ധ്യമാവാനല്ല; മറിച്ച് ക്ഷിപ്രസാന്നിദ്ധ്യമാവാനാണ് യോഗമുള്ളത്.

പേരാറിനെ പേരാർ എന്നല്ല നാം വ്യവഹരിച്ചത്. നിളാനദിയെന്നും ഭാരതപ്പുഴയെന്നുമാണ്. യുഗദീർഘങ്ങളായ സംസ്കാരങ്ങളൊന്നും ഈ നദിക്കരയിൽ വിളഞ്ഞിട്ടില്ല. എന്നാൽ കാലാന്തരങ്ങളോളം അണയാത്ത നാളം പോലെ കലയുടെയും അനുബന്ധ സംസ്കാരങ്ങളുടെയും വളർച്ചയ്ക്കും ആ വളർച്ചയ്ക്ക് കൂട്ടിരുന്നവർക്കും ഈ നദി വെള്ളവും വളവും നല്കിപ്പോന്നു.

മലയാളഭാഷയുടെ തന്നെ വളർച്ചയിലും രൂപപ്പെടലിലും പേരാറിന്റെയും പെരിയാറിന്റെയും നെയ്യാർ തൊട്ടുള്ള തെക്കൻ കേരളത്തിലെ മറ്റ് ആറുകളുടെയും സജീവ സാന്നിദ്ധ്യം ഇനിയും വേണ്ടത്ര ചർച്ച ചെയ്യപ്പെട്ടിട്ടില്ല. നിരണം കവികൾ എന്നറിയപ്പെട്ട കണ്ണശ്ശപ്പണിക്കന്മാരുടെ കാവ്യസാധനകൾ കേവലം കാവ്യസാധനകളായല്ല; മറിച്ച് മലയാളത്തിന്റെ പാട്ടുസാഹിത്യം നാട്ടുഭാഷയോട് ചേർന്നുനിന്നതിന്റെയും നാട്ടുഭാഷയുടെ സാംസ്കാരിക വിശേഷങ്ങളോടും സൗന്ദര്യത്തോടും മലയാളം ഇടപെട്ടതിന്റെയും തെളിവാണ്. ഒരു കാലഘട്ടത്തിന്റെ ഭാഷാസ്വത്വത്തിലേക്ക് നാട്ടുഭാഷകളുടെ കൈവഴികൾ കടന്നുകയറി നിയന്ത്രണം ഏറ്റെടുത്തിട്ടുണ്ടെങ്കിൽ അവിടെ ഒരു നദീസാന്നിദ്ധ്യം ഉണ്ടായിരിക്കും. തുഞ്ചത്ത് രാമാനുജൻ എഴുത്തച്ഛൻ തിരൂർപ്പുഴയുടെ സാംസ്കാരിക സന്തതി ആകുന്നത് അങ്ങനെയാണ്.

നിളയും മലയാള സാഹിത്യവും എന്ന ടി ആർ അജയന്റെ പരിശ്രമം ഈ വഴിയിലൊരു അന്വേഷണത്തിനുള്ള ദത്തശേഖരണമാണ്. നിളാനദി ഒരു സാംസ്കാരിക സ്ഥാനമായി വികസിക്കുന്നത് പാലക്കാട് എത്തുന്നതോടുകൂടിയാണ്. എഴുത്തച്ഛൻ തിരൂർപ്പുഴയുടെ കരയിൽ ജനിച്ച് ജീവിക്കുകയും നെടിയിരുപ്പ് സ്വരൂപവുമായുള്ള നിത്യസംഘർഷത്തിന്റെ ഫലമായി നാടുകടത്തപ്പെടുകയും ചെയ്തു എന്ന് പരക്കെ വിശ്വസിക്കപ്പെടുന്നു. തമിഴ്നാട്ടിലെ തഞ്ചാവൂരും പരിസരങ്ങളിലുമുള്ള ആ ദിനങ്ങളുടെ സ്വാധീനതയിൽ അത്തരത്തിലൊരു വിദ്യാകേന്ദ്രം അദ്ദേഹം പില്ക്കാലത്ത് സ്ഥാപിച്ചത് ചിറ്റൂർ പുഴയുടെ തീരത്തായിരുന്നു. ഒരു പുഴയുടെ രണ്ടു പ്രധാന പോഷകനദികളുടെ കരയിൽ തന്റെ സാംസ്കാരിക ജീവിതം ജീവിച്ചുതീർത്ത എഴുത്തച്ഛനിൽ തുടങ്ങി മഹാന്മാരായ എഴുത്തുകാരുടെയും കലാകാരന്മാരുടെയും കൃത്യമായ സംഭാവനകളെ ഗുളികച്ചെപ്പിലെന്നവണ്ണമാണ് ശ്രീ. ടി ആർ അജയൻ സമാഹരിച്ചിട്ടുള്ളത്.

എഴുത്തച്ഛനോളം വലിയ കുലപർവ്വതങ്ങളോടൊപ്പം ഓരോ തലമുറയിലും തങ്ങളാലാവുംവിധമുള്ള സാംസ്കാരിക വെളിച്ചം പ്രസരിപ്പിച്ച ഓരോരുത്തരെയും അദ്ദേഹം കണ്ടെത്തി ഗ്രന്ഥത്തിന്റെ ഭാഗമാക്കിയിട്ടുണ്ട്.

അനേകായിരം കലാകാരന്മാരും കവികളും സാഹിത്യപ്രവർത്തകരും സാംസ്കാരിക പ്രവർത്തകരും പാലക്കാടു മുതൽ പൊന്നാനി വരെയുള്ള ഈ നദിക്കരയിൽ ജനിച്ചു ജീവിച്ച് മണ്ണടിഞ്ഞുപോയി. എഴുത്തച്ഛൻ, നമ്പ്യാർ, പൂന്താനം, മേല്പത്തൂർ, വള്ളത്തോൾ, കുറ്റിപ്പുറത്ത് കേശവൻ നായർ, ഇടശ്ശേരി, എം ഗോവിന്ദൻ, ഉറൂബ്, കടവനാട്, കുട്ടികൃഷ്ണൻ, അക്കിത്തം, എം ടി, കുട്ടികൃഷ്ണമാരാർ തുടങ്ങിയ മഹാന്മാർക്കൊപ്പം അനേകായിരങ്ങൾ തന്നെ ഉണ്ടെന്ന് ഓർക്കണം. അവരെ മുഴുവനായും കണ്ടെത്തി രേഖപ്പെടുത്തൽ ഒരു വലിയ ഗവേഷണ പദ്ധതിയുടെ ഭാഗമാകേണ്ടതാണ്. അനേകം സാംസ്കാരിക സ്ഥാപനങ്ങളുടെ ചുമതലകൾ ഉള്ള പാലക്കാടിന്റെ സാംസ്കാരിക രംഗത്ത് കണ്ണുചിമ്മിമിഴിക്കാൻ സമയമില്ലാതെ പ്രവർത്തിക്കുന്ന ശ്രീ. ടി ആർ അജയനെ പോലെ ഒരാൾ ഈ ദൗത്യം ഏറ്റെടുക്കുന്നതിന്റെയും വിജയിപ്പിക്കുന്നതിന്റെയും കൗതുകം ചെറുതല്ല. ഒരു മുഴുവൻസമയം ഗവേഷക സംഘം ഏറ്റെടുക്കേണ്ട ഈ മഹത്തായ കർമ്മം മാറ്റിവെക്കാൻ സമയമില്ലാത്ത ഒരാൾ ഏറ്റെടുക്കുന്നതിന്റെ കാരണം ഈ വിഷയത്തിൽ അദ്ദേഹത്തിനുള്ള അർപ്പണം മാത്രമാണ്. കാലത്തിന്റെ വിസ്മൃതിചക്രത്തിൽപ്പെട്ട് എവിടെയും അടയാളപ്പെടാതെ പോയവരെ കണ്ടെത്താൻ ഈ മനുഷ്യനെ പ്രേരിപ്പിച്ചതെന്താവും എന്നുകൂടി ആലോചിക്കേണ്ടതുണ്ട്. തന്റെ പ്രവർത്തന മണ്ഡലങ്ങളിൽ അദ്ദേഹം ഇന്നും കൂടെ കൂട്ടിയത് ഇതിൽ കാമ്പുള്ളവരെയും അതാതു രംഗങ്ങളിൽ അടയാളപ്പെടാൻ അർഹതയുള്ളവരെയുമായിരുന്നു. അത്തരം ഒരാൾ ശ്രദ്ധയിൽ പെട്ടാൽ മറ്റെന്തു തടസ്സവും അയാളെ പിന്തുണയ്ക്കുന്നതിൽ ശ്രീ. ടി ആർ അജയന് ബാധകമായിരുന്നില്ല. ഈ കലികാലത്ത് കണികാണാത്ത ആ നന്മ മനസ്സിൽ നിറഞ്ഞുനില്ക്കുന്നതുകൊണ്ടാണ് അദ്ദേഹം ഇത്തരം ഒരു പദ്ധതി മനസ്സിൽ ആവിഷ്കരിക്കുന്നതും ദത്തശേഖരണം നടത്തി പുസ്തകരൂപത്തിൽ അവതരിപ്പിക്കുന്നതും. ഈ പുസ്തകത്തിലൂടെ കടന്നുപോകുമ്പോൾ ജനിച്ചു ജീവിച്ച് പ്രവർത്തിച്ച കാലത്ത് സ്വന്തം ജീവിതവും കൂടെ നിന്നവന്റെ ജീവിതവും ഹോമിച്ച്, കവിതയ്ക്കും കലാപ്രവർത്തനങ്ങൾക്കും ഊർജ്ജം പകർന്ന്, ചത്ത് മണ്ണടിഞ്ഞതിന്റെ പിറ്റേന്ന് സമൂഹം മറന്നുപോയ നൂറുകണക്കിന് ആളുകളെ നിങ്ങൾ കണ്ടുമുട്ടും.

ഇതൊരു അടിസ്ഥാന ഗ്രന്ഥമാണ്. ഇതിൽ ഉൾപ്പെട്ടിട്ടുള്ള അനേകങ്ങളെക്കുറിച്ചുള്ള വിശദപഠനമല്ല ഈ ഗ്രന്ഥലക്ഷ്യം. മറിച്ച് ഒരു ചൂണ്ടുപലകയാവുകയെന്നതാണ്. വരാനിരിക്കുന്ന തലമുറയ്ക്ക് അവരുടെ പഠനാവശ്യങ്ങൾക്ക്, ഓർമ്മ വറ്റാത്ത ഒരു മനുഷ്യൻ, ഓർമ്മകൾ വറ്റി

പ്പോകരുതെന്ന് ശാഠ്യമുള്ള ഒരാൾ, മറവിയിൽ മുങ്ങുന്നവയെ തിരിച്ചു പിടിച്ച് കല്ലിൽ കൊത്തിവെക്കും പോലെ ചെയ്യുന്ന ഉദകം.

നദിയിലാണ് ഉദകം. നിളയിലാണ് ഈ നാട്ടുജീവിതം തങ്ങളുടെ പിതാമഹന്മാർക്ക് എന്നും ചാത്തമൂട്ടിപ്പോന്നത്. ശ്രാദ്ധപിണ്ഡമൂട്ടിയതിന്റെ മതാതീത 'വിവക്ഷ പിതാമഹാ' ഞാനും എന്റെ പിന്നാലെ വരുന്നവരും താങ്കളെ, താങ്കളുടെ പിന്നിൽ ഒഴിഞ്ഞുപോയവരെ മറന്നിട്ടില്ലല്ലോ, മറക്കുകയുമില്ലല്ലോ എന്ന നെഞ്ചുപൊട്ടിയ വാഗ്ദാനമാണ്.

നിളയും മലയാള സാഹിത്യവും എന്ന ഈ കൃതി ആ അർത്ഥത്തിൽ അക്ഷരശ്രാദ്ധമാണ്. മരിച്ചു മണ്ണടിഞ്ഞതിനുശേഷം എന്നും പൂവും നീരും കിട്ടുന്ന മഹാരഥന്മാർക്കൊപ്പം ഒരിക്കൽ പോലും ആരും ഒരുവട്ടം സ്മരിച്ചിട്ടില്ലാത്തവരെക്കൂടി കൂട്ടിയിരുത്തി ശ്രീ. ടി ആർ അജയൻ നടത്തുന്ന അക്ഷരശ്രാദ്ധം. ജീവിച്ചിരിക്കുന്നവർക്ക് നടത്തുന്ന സ്നേഹാഞ്ജലി.

നനഞ്ഞ ചന്ദനത്തിന്റെ ഗന്ധം പരത്തുന്നുണ്ട് ഈ പുസ്തകം. നന്ദി.

നിളയും മലയാള സാഹിത്യവും

മലയാള സാംസ്കാരിക സാഹിത്യ മണ്ഡലത്തിന് ഏറെ ബൃഹത്തായ സംഭാവനകൾ നല്കിയ ഒരു മേഖലയാണ് നിളയുടെ തീരങ്ങളും പരിസരങ്ങളും. സ്വയം കൊട്ടിഘോഷിക്കാൻ ഒട്ടും അറിയാത്ത ഒരു ജനതയാണ് എന്നും പാലക്കാട്ടുകാർ. അതുകൊണ്ടുതന്നെ അർഹിക്കുന്ന അംഗീകാരങ്ങൾ നമ്മുടെ കലാകാരന്മാർക്കും സാഹിത്യകാരന്മാർക്കും ലഭിച്ചിട്ടില്ല എന്ന് മനസ്സിലാക്കാൻ പാഴൂർ പടിവരെയൊന്നും പോകേണ്ടതില്ല. എന്നിട്ടും സാംസ്കാരിക ലോകത്തിലെ ഉത്തുംഗശൃംഗങ്ങളിലേക്ക് തങ്ങളുടെ കനപ്പെട്ട സംഭാവനകൾ മാത്രംകൊണ്ട് അനായാസം നടന്നുകയറിയ നിരവധി പുണ്യജന്മങ്ങൾ നിളാ തീരത്തുണ്ടായിരുന്നു. ഇപ്പോഴും ഉണ്ട്.

ജീവിതത്തിന് ഭാവനയെന്നതുപോലെ സാംസ്കാരിക സാഫല്യത്തിന് ഒരു നദി വേണം. ഉന്നതസംസ്കാരങ്ങൾ നേടിയ നാടുകൾക്കെല്ലാം അവയുടെ സാംസ്കാരിക സ്രോതസ്സുകൾ നദികളായിരുന്നിട്ടുണ്ട്. നൈലും തെംസും വോൾഗയും യൂഫ്രട്ടീസും ടൈഗ്രീസും മിസ്സിസിപ്പിയും കാവേരിയും സിന്ധുവും ഗംഗയുമെല്ലാം വളർത്തിക്കൊണ്ടുവന്ന മഹാനദീതട സംസ്കാരങ്ങളെക്കുറിച്ചു നമുക്കറിയാം. അതുപോലെതന്നെ മലയാണ്മയുടെ തനതായൊരു സംസ്കാരത്തെ വളർത്തി വലുതാക്കിയ മഹാനദിയാണ് നിളാനദി എന്ന ഭാരതപ്പുഴ. മലയാളിക്ക് ഈ പുഴ വെറുമൊരു പുഴയല്ല. തനിമയുടെയും പാരമ്പര്യത്തിന്റെയും സാംസ്കാരിക വികാസത്തിന്റെയും സംസ്കൃതിയുടെയും ഒരു മഹാപ്രവാഹമാണ്. ഗ്രാമഹൃദയങ്ങളുടെ ജൈവസങ്കല്പമായി ജീവിതത്തിന്റെ സർഗ്ഗശക്തിയെ അനശ്വരമാക്കിക്കൊണ്ട്, അനുസ്യൂതമായി ഒഴുകുന്ന ജൈവപ്രവാഹം.

തുഞ്ചത്ത് രാമാനുജൻ എഴുത്തച്ഛൻ

അമരാവതിപ്പുഴ, കൽപ്പാത്തിപ്പുഴ, ഗായത്രിപ്പുഴ, തൂതപ്പുഴ എന്നീ പോഷകനദികൾ ചേർന്നാണ് 4400 ചതുരശ്ര കിലോമീറ്റർ കേരളത്തിലും 1768 ചതുരശ്ര കിലോമീറ്റർ തമിഴ്നാട്ടിലും വ്യാപിച്ചുകിടക്കുന്ന വൃഷ്ടി പ്രദേശങ്ങളിൽനിന്ന് ജലം സ്വരൂപിക്കുന്ന നിള രൂപംകൊള്ളുന്നത്. ഈ പുഴയുടെ പാർശ്വതീരങ്ങളിലാണ് പാലക്കാടിന്റെ നഗരങ്ങളും ഗ്രാമങ്ങളും ജനജീവിതവും സംസ്കാരങ്ങളും കലകളും എല്ലാം ഉണർന്നെഴുന്നേറ്റത്. ഈ മഹാപ്രവാഹത്തിന്റെ കളകളാരവം ശ്രവിച്ചുകൊണ്ടും അത് നല്കിയ അനുഭൂതി ഉൾക്കൊണ്ടുമാണ് പാലക്കാട്ടുകാരായ സാഹിത്യകാരന്മാർ തങ്ങളുടെ രചനകൾ നടത്തിയത്. അതിന്റെ ഊർജ്ജം ഉൾക്കൊണ്ടുകൊണ്ടാണ് അവർ സ്ഥാനം ഉറപ്പിച്ചത്. നിള അവർക്കു അവരുടെ രചനകൾക്ക് കൂട്ടായി നിന്നതു മഹിതമായ ഒരു സാംസ്കാരിക ത്തനിമയുടെ ബലഭദ്രത നല്കിയാണ്.

ഈ പുഴ മലയാളത്തിന്റെ അമ്മയാകുന്നു. അച്ഛനോ തുഞ്ചത്ത് രാമാനുജൻ എഴുത്തച്ഛനും. നിളയും മലയാളസാഹിത്യവും എന്ന വിഷയം ആലോചിക്കുമ്പോൾ ഭാരതപ്പുഴയുടെ തീരത്ത് വളർന്ന് വികാസം പ്രാപിച്ച മലയാള സാഹിത്യത്തോടൊപ്പം സഞ്ചരിക്കുമ്പോൾ ഭാഷാപിതാവായ എഴുത്തച്ഛൻ എന്ന നാഴികക്കല്ലിൽ നിന്നല്ലാതെ തുടങ്ങാൻ കഴിയുകയില്ല.

*അദ്ധ്യാത്മരാമായണം കിളിപ്പാട്ടി*ലൂടെ, *മഹാഭാരത*ത്തിലൂടെ, ഹരിനാമ കീർത്തനത്തിലൂടെ, ദേവീ മാഹാത്മ്യത്തിലൂടെ, കേരളോല്പത്തിയിലൂടെ, ഗണപതിസ്തവത്തിലൂടെ, ഹരിഹരസുതത്തിലൂടെ മലയാളത്തിന്റെ കിളിമകളുടെ നാദം എഴുത്തച്ഛൻ സാധാരണക്കാരിലെത്തിച്ചു.

"ഭോഗങ്ങളെല്ലാം ക്ഷണപ്രഭാ ചഞ്ചലം
വേഗേന നഷ്ടമാമായുസ്സുമോർക്ക നീ
വന്ഹി സന്തപ്ത ലോഹസ്ഥാം ബിന്ദുനാ
സന്നിഭം മർത്ത്യജന്മം ക്ഷണാഭംഗുരം" എന്നും
"പക്ഷികളൊക്കെപ്പലവഴി വന്നൊരു
വൃക്ഷത്തെയാശ്രയിച്ചൊട്ടുനേരം വസി-
ച്ചൊക്കെയൊരോവഴിപിന്നെപ്പറന്നുപോം
ദുഃഖിക്കുമാറില്ലതിനാരുമേ

പർണ്ണങ്ങൾവായുവശത്താലുണങ്ങിയാൽ
വന്നൊരിടത്ത് കൂടുംചിലവായുനാ
പിന്നെയും തങ്ങളിൽ വേറാമതുപോലെ
വന്നുകൂടീടുമൊരേടത്തുജന്തുക്കൾ
കർമ്മവശത്താലിതെന്നറിമാനവ!
കർമ്മക്ഷയം വരുംനേരം പിരികയും" എന്നും മനുഷ്യജീവിതത്തിന്റെ അസ്ഥിരതയെക്കുറിച്ച് എഴുത്തച്ഛൻ നമ്മെ ഓർമ്മിപ്പിച്ചു.

എഴുത്തച്ഛൻ പിറന്നുവീണിടം എന്ന് വിശ്വസിക്കപ്പെടുന്ന തട്ടാരം പത്ത് ഭവനം ഇപ്പോഴും തൃക്കണ്ടിയൂർ ക്ഷേത്രപരിസരത്തുണ്ട്. മനസ്സിന്റെ കയ്പുകളൊക്കെയും മധുരമാക്കിയ പഴയ നാട്ടെഴുത്തച്ഛന്റെ നാരായം തിരൂർ തുഞ്ചൻ പറമ്പിലെ ക്ഷേത്രത്തിൽ പ്രതിഷ്ഠിച്ചിട്ടുണ്ട്. മലയാളിക്ക് തന്റെ ഭാഷയുടെ ജന്മഭൂമിയാണിത്. തുഞ്ചത്താചാര്യന്റെ കിളിപ്പാട്ടിൽ മുങ്ങിക്കുളിച്ചാൽ ഉൾക്കണ്ണുതെളിയും. ഈ തീരദേശങ്ങളുടെ അക്ഷരസ്മൃതിയിലൂടെ പ്രകാശപൂർണ്ണമായ ഒരു വഴിത്താരയും വെളിവാകും. ആ വഴിയിലൂടെ യാത്ര ചെയ്താൽ ചിറ്റൂരിലെ ശോകനാശിനീ തീരത്തുള്ള എഴുത്തച്ഛന്റെ സമാധി സ്ഥലമായ തുഞ്ചൻ മഠത്തിലെത്താം.

"എഴുത്തച്ഛനിൽനിന്ന് പുതിയ കാലത്തിലേക്ക് തിരിച്ചറിവിന്റെ ഒരു പുഴ ഒഴുകുന്നുണ്ട്. അതിന്റെ പൊരുൾ ഒരിക്കലും വറ്റാത്ത മനുഷ്യസ്നേഹമാണ്" എന്ന് ആലങ്കോട് ലീലാകൃഷ്ണൻ പറയുന്നുണ്ട്. ആ പുഴയോടൊപ്പം സഞ്ചരിച്ചാൽ നമുക്ക് പൂന്താനത്തെ കാണാം. ഏതാണ്ട് എഴുത്തച്ഛന്റെ സമകാലീനൻ തന്നെയായിരുന്ന പൂന്താനം ജനിച്ചത് തൂതപ്പുഴയുടെ തീരദേശം ആയ അങ്ങാടിപ്പുറത്താണ്. അതിഗഹനമെന്നു കരുതപ്പെട്ടിരുന്ന വേദാന്തചിന്തകളെ സാധാരണക്കാർക്ക് മനസ്സിലാവുന്ന വിധത്തിൽ അതീവ ലളിതമായി മലയാളത്തിൽ അവതരിപ്പിക്കുകയാണ് *ജ്ഞാനപ്പാന*യിലൂടെ പൂന്താനം ചെയ്തത്. ഭക്തിയും തത്ത്വചിന്തയും ജീവിതനിരൂപണവുമെല്ലാം സംയോജിപ്പിച്ചുകൊണ്ടും ഗഹനതയെ ലാളിത്യംകൊണ്ടു ഗോപനം ചെയ്തുകൊണ്ടും പൂന്താനം രചിച്ച കാവ്യങ്ങൾ മലയാളികളുടെ ജീവശ്വാസത്തിന്റെ ഭാഗമായിത്തീർന്നു.

"കൂടെയല്ലാ ജനിക്കുന്ന നേരത്തും
കൂടെയല്ലാ മരിക്കുന്ന നേരത്തും
മദ്ധ്യേയിങ്ങനെ കാണുന്ന നേരത്തു
മത്സരിക്കുന്നതെന്തിനു നാം വൃഥാ"

വിജയികൾക്ക് മാത്രമേ നിലനില്ക്കാൻ കഴിയുകയുള്ളൂ എന്ന് നാം ഉറച്ചുവിശ്വസിക്കുന്ന, ചുറ്റുപാടുമുള്ള ഓരോ ചലനവും പ്രവർത്തനവും മനോഭാവവും ലോകം മത്സരാധിഷ്ഠിതമാണെന്നു നമ്മെ ഓർമ്മപ്പെടുത്തിക്കൊണ്ടിരിക്കുന്ന ഈ വർത്തമാന കാലഘട്ടത്തിൽ പൂന്താനത്തിന്റെ ഈ വിലാപം ഏറെ ശ്രദ്ധ ആകർഷിക്കേണ്ടതാണ്. ലോകത്തെ അതിന്റെ

സമഗ്രതയിൽ കണ്ടുകൊണ്ടുള്ള കവിയുടെ വിശ്വദർശനത്തിൽ നിന്നാണ് അദ്ദേഹത്തിന്റെ തത്ത്വചിന്ത ആരംഭിക്കുന്നത്.

"ഇന്നലെയോളമെന്തെന്നറിഞ്ഞീലാ
ഇനി നാളെയുമെന്തെന്നറിഞ്ഞീലാ
ഇന്നിക്കണ്ടതടിക്കു വിനാശവു
മിന്നനേരമെന്നേതുമറിഞ്ഞീലാ" എന്നദ്ദേഹം പറയുമ്പോൾ ഇന്നലെകളെക്കുറിച്ചുള്ള വ്യസനങ്ങളിൽനിന്നും നാളെയെക്കുറിച്ചുള്ള ഉൽക്കണ്ഠകളിൽനിന്നും ആയുസ്സിനെക്കുറിച്ചുള്ള വിചാരങ്ങളിൽനിന്നും മുക്തിനേടിയ ഉന്മേഷമാണ് പങ്കുവെക്കുന്നത്. അതുകൊണ്ടാണ് മാളിക മുകളിലേറിയ മന്നനും മാറാപ്പു ചുമക്കുന്ന മനുഷ്യനും സമാസമമാണെന്ന് പൂന്താനം നമ്മെ ഓർമ്മിപ്പിച്ചത്.

"സ്ഥാനമാനങ്ങൾ ചൊല്ലിക്കലഹിച്ചു
നാണംകെട്ടു നടക്കുന്നിതു ചിലർ" എന്ന് കാണിച്ചുകൊണ്ട് ചത്തുപോകുന്ന നേരത്ത് വസ്ത്രം പോലും കൂടെക്കൊണ്ടുപോകാൻ കഴിയില്ലെങ്കിലും

"എണ്ണിയെണ്ണി കുറയുന്നിതായുസ്സും
മണ്ടിമണ്ടിക്കരേറുന്നു മോഹവും" എന്ന മനസ്സിന്റെ ദുർബ്ബലാവസ്ഥ തീർത്തും അപലനീയമാണെന്ന് അദ്ദേഹം നമ്മെ ഓർമ്മിപ്പിക്കുന്നു.

മനുഷ്യനിലേക്ക് വഴിതുറക്കുന്ന ഈ ദർശനം ഭാരതപ്പുഴയുടെ സമ്പത്താണ്; മലയാളത്തിന്റെ ചിന്തയാണ്. മത്സരത്തിന്റേതു മാത്രമായ ഈ കാലഘട്ടത്തിൽ ഈ ദർശനങ്ങൾ ഏറെ പ്രാധാന്യം അർഹിക്കുന്നു.

പണ്ഡിതശ്രേഷ്ഠനും കവിയും സാഹിത്യകാരനുമായിരുന്ന മേല്പത്തൂർ നാരായണഭട്ടതിരി നിളയുടെ തീരത്ത് തിരുനാവായയിലാണ് ഭൂജാതനായത്. ഒരു വ്യാകരണജ്ഞനുമായിരുന്ന അദ്ദേഹത്തിന്റെ ഏറ്റവും പ്രധാനമായ ശാസ്ത്രീയകൃതി പാണിനിയുടെ *വ്യാകരണസിദ്ധാന്തങ്ങൾ* പ്രതിപാദിച്ച് എഴുതിയ *പ്രക്രിയസർവ്വസ്വം* ആണ്. *നാരായണീയ*ത്തിന്റെ കർത്താവ് എന്ന നിലയിലാണ് മേല്പത്തൂർ പ്രസിദ്ധനായത്. 1586 ൽ എഴുതപ്പെട്ട *നാരായണീയം* ഭക്തിസാന്ദ്രമായ ഒരു സംസ്കൃതകൃതിയാണ്. പ്രാർത്ഥനാരൂപത്തിൽ എഴുതിയിട്ടുള്ള *നാരായണീയ*ത്തിൽ 1034 ശ്ലോകങ്ങൾ ആണ് ഉള്ളത്. *ഭാഗവതപുരാണ*ത്തിലെ 14,000 ശ്ലോകങ്ങളുടെ ചുരുക്കരൂപം *നാരായണീയം* നല്കുന്നു.

"സാന്ദ്രാനന്ദാവബോധാത്മകമനുപമിതം കാലദേശാവധിഭ്യാം
നിർമുക്തം നിത്യമുക്തം നിഗമശതസഹസ്രേണ നിർഭാസ്യമാനം
അസ്പഷ്ടം ദൃഷ്ടമാത്രേ പുനരുരു പുരുഷാർത്ഥാത്മകം ബ്രഹ്മതത്ത്വം
തത്താവദ്ഭാതിസാക്ഷാൽ ഗുരുപവനപുരേഹന്ത! ഭാഗ്യംജനാനാം."
തുടങ്ങിയ പ്രശസ്ത ശ്ലോകങ്ങൾ ലക്ഷക്കണക്കായ കൃഷ്ണഭക്തരുടെ കണ്ഠങ്ങളിലൂടെ നിരന്തരം പ്രവഹിച്ചുകൊണ്ടേയിരിക്കുന്നു.

അപാണിനീയ പ്രമാണ്യസാധനം, ധാതുകാവ്യം, മാനമേയോദയം, തന്ത്രവാർത്തിക നിബന്ധനം, ശ്രീപാദസപ്തതി, മാടരാജപ്രശസ്തി, ശൈലാബ്ധീശ്വരപ്രശസ്തി, ഗുരുവായൂർപുരേശ സ്തോത്രം, പാഞ്ചാലീ സ്വയംവരം, പാർവ്വതീസ്വയംവരം, കിരാതംപ്രബന്ധം, സ്യമന്തകം പ്രബന്ധം, ഭഗവത്ദൂത്പ്രബന്ധം, രാജസൂയംപ്രബന്ധം എന്നിവയാണ് മറ്റു കൃതികൾ.

ദൈവങ്ങളുടെ ദിവ്യപരിവേഷങ്ങളും മനുഷ്യരുടെ പൊയ്മുഖങ്ങളും അഴിച്ചുമാറ്റി പരിഹസിച്ചു ചിരിക്കുന്ന, മലയാളത്തിലെ ഏറ്റവും ജനകീയ കവിയും കലാകാരനുമായിരുന്ന കുഞ്ചൻനമ്പ്യാർ ഈ നദിക്കരയിലെ ലക്കിടിയിലുള്ള കലക്കത്ത് ഭവനത്തിലാണ് പിറന്നത്. “തിരുവില്വാമല മലഞ്ചെരുവുകളിൽ കളഭവും കരിയും കലക്കിയ ജലസമൃദ്ധിയുമായി പുഴ പൊട്ടിച്ചിരിക്കുമ്പോഴും ചിരികൾക്കിടയിൽ നമുക്കീ ചിന്തയുടെ മുഴക്കം കേൾക്കാം. പൊട്ടിച്ചിരിയുടെ തീരമാണിത്. കിള്ളിക്കുറിശ്ശിമംഗ ലത്ത് കോമാളിവേഷം കെട്ടിയ ഒരാൾ ജീവിതത്തെ നോക്കി ചിരിച്ചുതു ള്ളുന്നത് കാണാം” എന്ന് ആലങ്കോട് ലീലാകൃഷ്ണൻ പറയുന്നത് അതി നാലാണ്.

ഭാഷയിലെ വാമൊഴിവഴക്കങ്ങൾ സുലഭമായി നമ്പ്യാർ കവിതയിൽ ഉപയോഗിച്ചു.

“ഭടജനങ്ങടെനടുവിലുള്ളൊരു
പടയണിക്കിഹചേരുവാൻ
വടിവിയന്നൊരുചാരുകേരള
ഭാഷതന്നെചിതം വരൂ” എന്നതായിരുന്നു അദ്ദേഹത്തിന്റെ മതം.

അഭിജാതമായി അന്തഃപുരങ്ങളിൽ കഴിഞ്ഞിരുന്ന മലയാളകവി

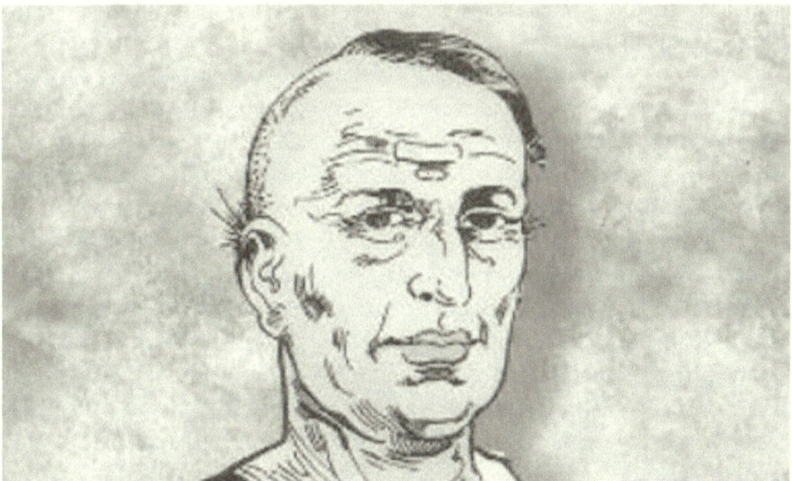

കുഞ്ചൻ നമ്പ്യാർ

തയെ തെരുവിലെ തുള്ളൽത്തട്ടിൽ കയറ്റി ചിലമ്പ് തുള്ളിച്ചു ലോകനീതിയെ കളിയാക്കാൻ പഠിപ്പിച്ച നമ്പ്യാരുടെ ചിരി മലയാളത്തിന്റെ ആത്മാവിൽ നിന്നുള്ള ചിരിയാണ്.

സമൂഹവിമർശനം, നിശിതമായ ഫലിതപരിഹാസങ്ങൾ, കേരളീയത, സാധാരണക്കാരന്റെ ഭാഷ, ലോകോക്തികൾ എന്നിവയെല്ലാം നമ്പ്യാരുടെ കൃതികളുടെ ലക്ഷണങ്ങളായി നിരൂപകർ എടുത്തുപറയുന്നു.

സ്യമന്തകം, കിരാതം വഞ്ചിപ്പാട്ട്, കാർത്തവീര്യാർജ്ജുനവിജയം, രുഗ്മിണീ സ്വയംവരം തുടങ്ങിയ ഓട്ടൻതുള്ളലുകളിലൂടെയും *കല്യാണ സൗഗന്ധികം, പൗണ്ഡ്രകവധം, ഹനുമദുത്ഭവം, ധ്രുവചരിതം* എന്നീ ശീതങ്കൻതുള്ളലുകളിലൂടെയും *സഭാപ്രവേശം, പുളിന്ദീമോക്ഷം, ദക്ഷയാഗം, കീചകവധം* തുടങ്ങിയ പറയൻ തുള്ളലുകളിലൂടെയും *പഞ്ചതന്ത്രം കിളിപ്പാട്ട്, ശ്രീകൃഷ്ണചരിതം മണിപ്രവാളം, രുഗ്മിണീസ്വയംവരം പത്തുവൃത്തം, ശീലാവതി നാലുവൃത്തം, ശിവപുരാണം, നളചരിതം കിളിപ്പാട്ട്, വിഷ്ണുഗീത* എന്നീ തുള്ളലേതര കൃതികളിലൂടെയും നമ്പ്യാർ നേടിയെടുത്ത ജനപ്രീതി അദ്ദേഹത്തെ മലയാളത്തിന്റെ ജനകീയ കവിയാക്കി. നമ്പ്യാരുടെ കാലദർശനത്തെ അപഗ്രഥിക്കുന്ന ഒരു പ്രബന്ധത്തിൽ മലയാളത്തിലെ പ്രസിദ്ധനിരൂപകനായ കെ പി അപ്പൻ നമ്പ്യാരെ ഉന്നതജ്ഞാനിയായ കോമിക്ജീനിയസ്, ജ്ഞാനിയായ വിദൂഷകൻ എന്നൊക്കെ വിശേഷിപ്പിക്കുന്നു:

ദേവന്മാരേയും പുരാണകഥാപാത്രങ്ങളേയും സമകാലികതയുടെ ഹൃദ്യമായ കളങ്കത്തിലേക്കു കൂട്ടിക്കൊണ്ടുവരുകവഴി പുരാണകഥകളിലെ കാലത്തെയും സമകാലിക ചരിത്രകാലത്തേയും പരസ്പരം കലർത്തുകയാണ് നമ്പ്യാർ ചെയ്തത്. മനുഷ്യവർഷവും ദേവവർഷവും കൂടിക്കലരുമ്പോൾ ഒരു ദേവവർഷം. അനേകം മനുഷ്യവർഷങ്ങൾ ചേർന്നതാണെന്ന കാലഗണന കീഴ്മേൽ മറിയുന്നു. ദേവവർഷവും മനുഷ്യവർഷവും ഒരേ പ്രവാഹപാതയിൽ എന്നവണ്ണം ചലിക്കുന്ന അനുഭവം ഉണ്ടാകുന്നു. വായനയുടെ സർഗ്ഗാത്മകമായ വേളയിൽ രണ്ടിന്റേയും ഏകകാലികമായ നിലനില്പ് സ്പർശിച്ചറിയുന്ന നല്ല വായനക്കാരൻ ഒരേ ഘട്ടത്തിൽ രണ്ടു കാലങ്ങളിൽ ജീവിക്കുന്നു. ഈ സങ്കീർണ്ണമായ കാലദർശനം അവതരിപ്പിക്കാനുള്ള ഉപാധി ആയിരുന്നു നമ്പ്യാർക്ക് പുരാണങ്ങളും സമകാലിക ജീവിതവും. ഉപാധികൾക്കപ്പുറത്തേക്കു പോയി കറുപ്പും വെളുപ്പും പോലെ സുവ്യക്തമായി തെളിയുന്ന ഈ കാലദർശനത്തിൽ എത്താൻ കഴിയാതിരുന്നതുകൊണ്ടാണ് നമ്പ്യാർ എന്ന ഉന്നതജ്ഞാനിയായ കോമിക് ജീനിയസ്സിന്റെ സംസ്കാരലോപത്തെക്കുറിച്ച് പലരും പരാതി പറഞ്ഞത്. സമൂഹത്തിലെ തിന്മകളെ തന്റെ ഫലിതം കലർന്ന ശൈലിയിൽ നമ്പ്യാർ വിമർശിക്കുന്നത് പലയിടത്തും കാണാം.

"രാജ്യകാര്യങ്ങളെ ക്ലേശിക്കയെന്നൊരു
വ്യാജംനടിച്ചു സമസ്ത സാധുക്കളെ
തേജോവധം ചെയ്തു വിത്തമാർജ്ജിച്ചുകൊ
ണ്ടാജീവനാന്തം കഴിക്കുന്നിതുചിലർ"എന്ന *ഹരിണീസ്വയംവര*ത്തിലെ വിമർശനം ഭരണാധികാരികളേയും ഉദ്യോഗസ്ഥവൃന്ദത്തേയും ആയിരിക്കണം ലക്ഷ്യമാക്കിയത്.

"വൈദ്യംപഠിക്കണം ദ്രവ്യമുണ്ടാക്കുവാൻ
കാരസ്കരഘൃതം ഗുൽഗുലുതിക്തകം
ചേരുന്ന നെയ്കളുമെണ്ണപ്പൊടികളും
സാരമായുള്ള ഗുളികയും കൊണ്ടുചെ
ന്നോരോരോവിധം പണം കൈക്കലാക്കീടുന്നു" എന്ന് ധനമോഹികളായ വൈദ്യന്മാരെ വിമർശിക്കുന്ന *ധ്രുവചരിത*ത്തിലെ ഭാഗം പ്രസിദ്ധമാണ്.

ഉദ്യോഗസ്ഥന്മാരെ സ്വാധീനിക്കാൻ ചിലപ്പോഴൊക്കെ, അവരുടെ കൊച്ചമ്മമാരോട് അടുത്തുകൂടുകയായിരുന്നു വഴി എന്ന അവസ്ഥ നമ്പ്യാർ *ഹരിണീസ്വയംവര*ത്തിൽ സൂചിപ്പിക്കുന്നതിങ്ങനെയാണ്:

"സർവ്വാധികാരിയെക്കണ്ടാൽ നമുക്കിന്നു
കാര്യങ്ങൾ സാധിക്ക വൈഷമ്യമായ്വരും.
നാണിയെക്കണ്ടാലെളുപ്പമാമെന്നൊരു
നാണിയം നാട്ടിൽ നടത്താതിരിക്കണം"

കാര്യമായൊരു ജോലിയും ചെയ്യാതെ, ഊണും ഉറക്കവും, പരദൂഷണവും മറ്റുമായി നടക്കുന്നവരെ നമ്പ്യാർ പാത്രചരിതത്തിൽ വരച്ചു കാട്ടുന്നതിങ്ങനെയാണ്:

"ഉണ്ണണമെന്നുമുറങ്ങണമെന്നും,
പെണ്ണുങ്ങളോടു രസിക്കണമെന്നും
കണ്ണിൽക്കണ്ട ജനങ്ങളെയെല്ലാം
എണ്ണിക്കൊണ്ടു ദുഷിക്കണമെന്നും
ഇത്തൊഴിലല്ലാതിപ്പരിഷയ്ക്കൊരു
വസ്തുവിചാരമൊരിക്കലുമില്ല."

അന്ധവിശ്വാസങ്ങൾക്കും അനാചാരങ്ങൾക്കുമെതിരെ പൊരുതിയ സാമൂഹിക പരിഷ്കർത്താവും ഗ്രന്ഥകാരനുമായ ബ്രഹ്മാനന്ദശിവയോഗി (ഗോവിന്ദൻകുട്ടിമേനോൻ) പേരാറിന്റെ തീരത്തുള്ള കൊല്ലങ്കോട് കാരാട്ട് തറവാട്ടിൽ ജനിക്കുകയും സാമൂഹ്യ പരിവർത്തനത്തിനുവേണ്ടി നിരന്തരം പോരാടുകയും ചെയ്ത നവോത്ഥാനനായകനാണ്. ബ്രഹ്മസമാജവുമായി ചേർന്ന് പ്രവർത്തിച്ചുനേടിയ പുതിയ അറിവുകളെ സ്വാംശീകരിച്ച് ബ്രഹ്മാനന്ദശിവയോഗി ആനന്ദമഹാസഭ സ്ഥാപിച്ചു. സ്ത്രീകളുടെ വിദ്യാഭ്യാസത്തിനും വിഗ്രഹാരാധനയ്ക്കെതിരായും ജാതി സമ്പ്രദായത്തിനെതിരായും ശക്തിയായി ഒരു ആത്മീയ ജീവിതവീക്ഷണം ആണ് ആനന്ദമതം. ആനന്ദലബ്ധിയാണ് ഇതിന്റെ ലക്ഷ്യം. വേദോപനിഷത്തുകളെയും *ഭഗവദ്ഗീത* തുടങ്ങിയ മതഗ്രന്ഥങ്ങളെയും അപഗ്രഥിച്ച് ആന

ന്ദലബ്ധിക്കുതകുന്നവയെ സ്വീകരിച്ച് ക്രോഡീകരിച്ചാണ് ഇതിന്റെ ദർശനം തയ്യാറാക്കിയത്. ആനന്ദമതത്തിലെ മുഖ്യധാര അഹിംസയാണ്. 'കൊല്ലാ തുറുമ്പിനെക്കൂടി' എന്നാണ് ആനന്ദദർശനം പ്രഖ്യാപിക്കുന്നത്. ദേവാലയങ്ങളിലും മറ്റും ദൈവപ്രീതിക്കുവേണ്ടി നടത്തുന്ന ജന്തുബലിയെ അത് എതിർക്കുന്നു. ആലോചന, പൗരുഷം, ജ്ഞാനം മുതലായവയുടെ മഹത്ത്വത്തെ അത് പ്രകീർത്തിക്കുന്നു. ജീവിത സാക്ഷാൽക്കാരത്തിന് അവ അത്യന്താപേക്ഷിതമാണെന്നു വാദിക്കുന്നു. മനുഷ്യരിൽ ത്യാജ്യ ഗ്രാഹ്യവിവേചനശക്തി വളർത്തേണ്ട ആവശ്യകതയെ അത് ഊന്നിപ്പറഞ്ഞിരിക്കുന്നു. ഭക്തിയോഗത്തെയോ കർമ്മയോഗത്തെയോ ആനന്ദമതം അംഗീകരിക്കുന്നില്ല. മറിച്ച്, രാജയോഗത്തെ അംഗീകരിക്കുകയും ചെയ്യുന്നു. പുനർജ്ജന്മത്തെയോ മുജ്ജന്മത്തെയോ ആനന്ദദർശനം അംഗീകരിക്കുന്നില്ല.

സ്വർഗ്ഗനരകങ്ങളും പരിഗണനാർഹങ്ങളല്ല. മനസ്സിന്റെ ശാന്തി സ്വർഗ്ഗവാസവും അശാന്തി നരകവുമാണ്. വേറെ സ്വർഗ്ഗനരകങ്ങളില്ല എന്ന് വാദിച്ചയാളാണ് ശിവയോഗി. യാഗം, വ്രതം, തീർത്ഥാടനം, ഭിക്ഷാടനം, വിഗ്രഹാരാധന തുടങ്ങിയ കർമ്മങ്ങൾ അനുഷ്ഠിക്കുന്നത് അജ്ഞത മൂലമാണെന്നും സ്വർഗ്ഗപ്രാപ്തിയോ മുക്തിയോ മരണാനന്തരമല്ല, ജീവിതകാലത്തുതന്നെ നമുക്കുണ്ടാക്കാമെന്നും അദ്ദേഹം യുക്തിപൂർവ്വം വാദിച്ചു. മനുഷ്യസമുദായത്തെ ഹിന്ദുക്കൾ, മുഹമ്മദർ, ക്രൈസ്തവർ എന്നിങ്ങനെ മതത്തിന്റെ അടിസ്ഥാനത്തിൽ വേർതിരിച്ചു നിർത്തുന്നതു ശരിയല്ല, പ്രാണികളെ കൊന്നുതിന്നാതെയും ബലിഅർപ്പിക്കാതെയും ജീവിക്കുക തുടങ്ങിയ ആശയങ്ങളും അദ്ദേഹം പ്രചരിപ്പിച്ചു. ഇതിനായി ആലത്തൂരിൽ സിദ്ധാശ്രമം സ്ഥാപിച്ചു. വിഗ്രഹാരാധനയോട് ശക്തമായ എതിർപ്പുണ്ടായിരുന്ന ശിവയോഗി അതിനെ യുക്തിയുക്തം എതിർത്ത്, രാജയോഗത്തിലേക്ക് എല്ലാവരുടെയും ശ്രദ്ധയെ ക്ഷണിച്ചു. *വിഗ്രഹാരാധനാഖണ്ഡനം* എന്ന ഗ്രന്ഥത്തിൽ അദ്ദേഹം എഴുതി: "കുട്ടികൾക്ക് ചെറിയ കുപ്പായം വേണം, വലിയ കുപ്പായം പറ്റുകയില്ല. അപ്രകാരം അല്പബുദ്ധികൾക്ക് വിഗ്രഹാരാധന വേണം, അല്ലാതെ അവർക്ക് ബ്രഹ്മധ്യാനത്തിന് കഴിയുകയില്ല എന്ന് ചിലർ വാദിക്കുന്നു. ഇത് കുട്ടികൾക്ക് കാണാൻ ഒരു ചെറിയ സൂര്യൻ വേണം, വലിയ സൂര്യന്റെ വെളിച്ചം നോക്കിയാൽ കാണുകയില്ല എന്ന് പറയുന്നതുപോലെ അസംബന്ധമാകുന്നു."

ശിവയോഗരഹസ്യം, സ്ത്രീവിദ്യാപോഷിണി, സിദ്ധാനുഭൂതി, മോക്ഷപ്രദീപം, ആനന്ദ കല്പദ്രുമം, ആനന്ദസൂത്രം, രാജയോഗപരസ്യം, വിഗ്രഹാരാധനാ ഖണ്ഡനം, ആനന്ദവിമാനം, ആനന്ദമത പരസ്യം, ആനന്ദക്കുമ്മി, ആനന്ദഗാനം, ആനന്ദദർശം, ആനന്ദദർശാംശം എന്നിവയാണ് അദ്ദേഹത്തിന്റെ പ്രധാന കൃതികൾ.

ചെറുതുരുത്തി, കേരളകലാമണ്ഡലം കൊണ്ട് പ്രശസ്തമായ സ്ഥലമാണ്. ഒപ്പം ഈ കലാക്ഷേത്രത്തെ തന്റെ സ്വപ്നങ്ങളിൽനിന്ന് കണ്ടെ

വള്ളത്തോൾ

ടുത്ത് വളർത്തി വലുതാക്കിയ, മലയാള ദേശത്തെ മുഴുവൻ നെഞ്ചേറ്റി നടന്ന വള്ളത്തോൾ നാരായണമേനോന്റെയും. സമത്വാധിഷ്ഠിതമായ സാമൂഹ്യ വ്യവസ്ഥയെയും സ്വാതന്ത്ര്യത്തെയും കവിതകളിലൂടെ സ്വപ്നംകണ്ട വള്ളത്തോൾ മലയാളം കണ്ട മഹാകവികളുടെ മുൻനിരയിൽനിന്ന സത്യസന്ധനായ ഒരു കലോപാസകനായിരുന്നു. ആധുനിക മലയാള കവിത്രയത്തിൽ കാവ്യശൈലിയിലെ ശബ്ദസൗന്ദര്യംകൊണ്ടും, സർഗ്ഗാത്മകതകൊണ്ടും അനുഗൃഹീതനായ മഹാകവി വള്ളത്തോൾ നാരായണമേനോൻ, തികഞ്ഞ മനുഷ്യസ്നേഹിയും, മതസൗഹാർദ്ദത്തിന്റെ വക്താവും ആയിരുന്നു. "കാഞ്ചനക്കൂടിന്റെ അഴികൾ കൊത്തിമുറിച്ച പഞ്ചവർണ്ണക്കിളി"യെന്നാണ് പ്രൊഫ. എം ലീലാവതി അദ്ദേഹത്തെ വിശേഷിപ്പിച്ചത്.

"വള്ളത്തോൾ എക്കാലത്തും നിർമ്മയമായും നിസ്തന്ദ്രമായ അഭിമാനത്തോടെയും ഉയർത്തിപ്പിടിച്ചത് മലയാളത്തിന്റെ തല ആയിരുന്നു" വെന്ന് പ്രൊഫ. ഒ എൻ വി അനുസ്മരിക്കുന്നു.

മലയാളഭാഷയെ ലോകത്തിനു മുമ്പിൽ ധൈര്യമായി അവതരിപ്പിക്കുകയും മലയാളത്തിന്റെ തനത് കലയായ കഥകളിയെ പരിപോഷിപ്പിക്കുകയും ലോകജനതയ്ക്കു മുമ്പിൽ സമർപ്പിക്കുകയും അതുവഴി മലയാളവും കഥകളിയും അന്താരാഷ്ട്ര പ്രസിദ്ധി നേടുകയും ചെയ്തു.

അച്ഛനും മകളും, ഇന്ത്യയുടെ കരച്ചിൽ, ഋതുവിലാസം, എന്റെ ഗുരുനാഥൻ, ഓണപ്പുടവ, കാവ്യാമൃതം, കൊച്ചുസീത, ചിത്രയോഗം, ദിവാസ്വപ്നം, പത്മദളം, പരലോകം, ബന്ധനസ്ഥനായ അനിരുദ്ധൻ, ബാപ്പുജി, മഗ്ദലനമറിയം, വിലാസലതിക, ശിഷ്യനും മകനും, സാഹിത്യമഞ്ജരി (11 ഭാഗങ്ങൾ) എന്നീ കൃതികൾ മുഴുവൻ മലയാളികളും നെഞ്ചോട് ചേർത്തവയായിരുന്നു.

വള്ളത്തോൾ കവിതയുടെ ചരിത്രഭൂമിക ഇന്ത്യയിലെ ദേശീയ പ്രസ്ഥാനത്തിന്റെ കാലമാണ്. സ്വാതന്ത്ര്യസമരത്തെ പ്രചോദിപ്പിച്ച കുറെ കാവ്യങ്ങൾ വള്ളത്തോൾ രചിച്ചിട്ടുണ്ട്. ദേശീയ പതാകയുടെ മഹത്ത്വം വാഴ്ത്തുന്നതും ഖാദിവസ്ത്രങ്ങളുടെ പരിപാവനത വെളിപ്പെടുത്തുന്നതും മാത്രമല്ല, മാതൃഭാഷ, ജന്മദേശം, ദേശീയ മൂല്യങ്ങൾ തുടങ്ങിയവയെ പ്രകീർത്തിക്കുന്ന ഒട്ടേറെ രചനകൾ അദ്ദേഹത്തിൽനിന്ന്

കൈരളിക്കു ലഭിച്ചിട്ടുണ്ട്. അതിനാലാണ് അദ്ദേഹത്തെ നാം ദേശീയകവി എന്നു സ്നേഹപൂർവ്വം വിളിച്ചത്.

കൈവിട്ടുപോയ ഒരു സുവർണ്ണയുഗത്തെക്കുറിച്ചും കൈവരാനാശിക്കുന്ന ഒരു നൂതന ധീരസുന്ദര ലോകത്തെപ്പറ്റിയും ഓർത്തോർത്ത് അസ്വസ്ഥമാകുന്ന ഒരു കാല്പനിക മനസ്സിന്റെ ഉടമയായിരുന്നു വള്ളത്തോൾ. എന്നാൽ കാല്പനികകാന്തിയുടെ വിലോല ദളങ്ങൾ വിടരുന്നത് ക്ലാസിസത്തിന്റെ കരുത്തുറ്റ ഞെട്ടിന്മേലാണെന്ന സവിശേഷതയും നമുക്ക് കാണാൻ കഴിയും. എഴുത്തച്ഛന്റെ ദൗത്യത്തിന്റെ പാരമ്പര്യമേറ്റെടുത്ത് മലയാള ഭാഷയെ സ്വതന്ത്രവും സ്വയംപൂർണ്ണവുമായ ഒരു ഭാഷയാക്കി മാറ്റുന്നതിലും വള്ളത്തോൾ വലിയ പങ്കുവഹിച്ചിരുന്നു.

"മിണ്ടിത്തുടങ്ങാൻ ശ്രമിക്കുന്ന പിഞ്ചിളം
ചുണ്ടിന്മേലമ്മിഞ്ഞപ്പാലോടൊപ്പം
അമ്മയെന്നുള്ള രണ്ടക്ഷരമല്ലയോ
സമ്മേളിച്ചീടുന്നതൊന്നാമതായ് ?
മറ്റുള്ളഭാഷകൾ കേവലം ധാത്രിമാർ
മർത്ത്യനുപെറ്റമ്മ തൻ ഭാഷതാൻ
വാത്സല്യദുഗ്ദ്ധം നുകർന്നുവളർന്നാലേ
പൈതങ്ങൾ പൂർണ്ണവളർച്ചനേടൂ" എന്നും
"ഭാരതമെന്നപേർ കേട്ടാലഭിമാന-
പൂരിതമാകണമന്തഃരംഗം
കേരളമെന്നു കേട്ടാലോ തിളയ്ക്കണം
ചോര നമുക്ക് ഞരമ്പുകളിൽ" എന്നും അദ്ദേഹം നമ്മെ ഓർമ്മപ്പെടുത്തിക്കൊണ്ടേയിരിക്കുന്നു.

"ധ്വസ്തഭുവനമാം ദൗഷ്ട്യമേ! നിൻതല
യെത്രപരത്തിയുയർത്തിയാലും
ഇക്കർമ്മഭൂമിതൻ പിഞ്ചുകാല്പോരുമേ
ചിക്കെന്നതൊക്കെച്ചവിട്ടിത്താഴ്ത്താൻ" എന്ന് 'കർമ്മഭൂമിയുടെ പിഞ്ചുകാലിലും'

"ഭൂതകാലത്തിൽ പ്രഭാവതന്തുക്കളാൽ
ഭൂതിമത്തായൊരു ഭാവിയെ നെയ്ക നാം" എന്ന് 'ഖാദിവസനങ്ങൾ കൈക്കൊള്ളിനേവരും' എന്ന കവിതയിലും

"ബ്രഹ്മർഷിമാർമുഖ്യനെ മുക്കുവത്തി
പെറ്റൊരു പുണ്യക്ഷിതിമണ്ഡലത്തിൽ
അഹോ! മനുഷ്യന്നു മനുഷ്യനോടു
സാമീപ്യസമ്പർക്കമധർമ്മമായി" എന്ന് 'തോണിയാത്ര'യിലും
"തന്മേനികാട്ടാൻതടവറ്റമൂലം
താരങ്ങളെ! നിങ്ങൾ ചിരിച്ചിടുന്നൂ
ദരിദ്രർ തൻ ജീവനഭംഗ ദുഃഖം
ഗണിക്കുമോ തുംഗപദസ്ഥർ നിങ്ങൾ" എന്ന് 'കാറുകകർഷകനിലും'

മരിക്കസാധാരണമീവിശപ്പിൻ
ദഹിക്കലോ നമ്മുടെ നാട്ടിൽമാത്രം
ഐക്യക്ഷയത്താലടിമശ്ശവങ്ങള-
ടിഞ്ഞുകൂടും ചുടുകാട്ടിൽ മാത്രം" എന്ന് 'മാപ്പിലും'
"സാധുക്കളീക്കൂട്ടർ വിശപ്പടക്കാൻ
നട്ടെല്ലുപൊട്ടുമ്പടിവേലചെയ്‌വൂ
അതിന്മഹത്താം ഫലമോ, പണക്കാർ-
ക്കഹോ! നരൻതൻ സമസൃഷ്ടിമൈത്രി" എന്ന് 'തിരൂർ പൊന്നാനിപ്പുഴ'യിലും
"പാവങ്ങൾ തൻ പ്രാണമരുത്തു വേണം
പാപപ്രഭുക്കൾക്കിഹ പങ്കവീശാൻ" എന്ന് 'വെടികൊണ്ട പക്ഷി' യിലും

അദ്ദേഹം പാടുമ്പോൾ സാമ്പ്രദായികവും സാമ്പത്തികവുമായ ഉച്ചനീചത്വങ്ങൾക്കെതിരായ പോരാളിയുടെ ശക്തമായ ശബ്ദം നാം ശ്രവിക്കുന്നു.

അദ്ദേഹത്തോടൊപ്പം ഈ കളരിയിൽ സാഹിത്യസപര്യ നടത്തിയവരാണ് കുറ്റിപ്പുറത്ത് കേശവൻ നായർ, വള്ളത്തോൾ ഗോപാലമേനോൻ, കിട്ടുണ്ണി നായർ എന്നിവർ. ഗ്രാമീണ ഭംഗികളും, കർഷകന്റെ വിഹ്വലതകളും, കൃഷിയുടെ മാഹാത്മ്യവും അനിവാര്യതയും നമ്മെ ബോദ്ധ്യപ്പെടുത്തുന്ന നിരവധി കവിതകൾ രചിച്ച കുറ്റിപ്പുറത്ത് കേശവൻ നായർ നാടൻ കൃഷിക്കാർ നാളികേര പാകത്തിലുള്ളവരാണെന്നു നമുക്ക് കാണിച്ചു തന്നു. *കാവ്യോപഹാരം, നവ്യോപഹാരം, പ്രപഞ്ചം, ഓണം കഴിഞ്ഞു* എന്നീ കാവ്യസമാഹാരങ്ങളിലൂടെ മലയാളത്തിൽ സ്ഥിരപ്രതിഷ്ഠ നേടുകയുംചെയ്തു.

വള്ളത്തോൾക്കൂട്ടായ്മയിലെ ഭാഗമായിരുന്ന, കേരളത്തിലെ പ്രമുഖ സാഹിത്യ വിമർശകനും ഭാഷാശാസ്ത്രജ്ഞനുമായിരുന്ന കുട്ടികൃഷ്ണമാരാർ നിളയുടെ കരയിൽ തൃപ്പങ്ങോട്ടാണ് ജനിച്ചത്. വിമർശനത്തെ സർഗ്ഗാത്മക കലയാക്കി മാരാർ മാറ്റിയെടുത്തു. സംസ്കൃതപാരമ്പര്യത്തിൽ സാഹിത്യശിക്ഷണം നേടിയ മാരാർ, വിമർശനത്തിൽ തനതായ ശൈലിയും മാർഗ്ഗവും കണ്ടെത്തി. കാവ്യമർമ്മങ്ങളെ തൊട്ടുണർത്തി, കൃതിയുടെ ആത്മാവിലേക്ക് കലാകുശലതയോടെ കടന്നു ചെല്ലാനാണ് അദ്ദേഹം ശ്രമിച്ചത്. സാഹിത്യ സൗന്ദര്യശാസ്ത്രത്തിന്റെ മൗലികതത്ത്വങ്ങളായിരുന്നു അദ്ദേഹത്തിന്റെ രചനയുടെ ആധാരം. കൃതികളുടെ കാവ്യാത്മകമായ അന്തസ്സത്ത കണ്ടെത്താനുള്ള സൂക്ഷ്മബോധം, വിട്ടുവീഴ്ചയില്ലാത്ത അഭിപ്രായദാർഢ്യം, ശക്തിയും മൂർച്ചയും ഒത്തിണങ്ങിയ ഭാഷ, പഴമയെയും പുതുമയെയും ഇണക്കിച്ചേർക്കാനുള്ള വൈഭവം എന്നീ സവിശേഷതകളെല്ലാം മാരാരുടെ വിമർശന ലേഖനങ്ങളുടെ പ്രത്യേകതകളായിരുന്നു. ഒരു വിധികർത്താവ് എന്നതിലുപരി സ്വന്തം പക്ഷത്തിനുവേണ്ടി വാദിക്കുന്ന അഭിഭാഷകനാ

യിരിക്കണം വിമർശകൻ എന്ന് മാരാർ വാദിച്ചു. ഭാരതീയ സൗന്ദര്യ ശാസ്ത്രസിദ്ധാന്തങ്ങളിൽ മഹിമഭട്ടന്റെ അനുമാനത്തോട് ആയിരുന്നു അദ്ദേഹത്തിനു പ്രതിപത്തി. ഇത് അദ്ദേഹത്തിന്റെ *ഭാരതപര്യടനം* എന്ന കൃതിയിൽ ഉടനീളം പ്രകടമാണ്. *മലയാള ശൈലി* എന്ന പുസ്തകം എന്താണ് മലയാളം എന്ന് മലയാളിയെ പഠിപ്പിച്ചുവെങ്കിൽ *ഭാരതപര്യടനം* എന്ന ഇതിഹാസപഠനം മഹാഭാരതത്തെ എപ്രകാരം വായിക്കണമെന്ന് കാട്ടിത്തന്നു. *രാജാങ്കണം* എന്ന നിരൂപണകൃതി ഏറെ പ്രകീർത്തിക്കപ്പെട്ട പുസ്തകമാണ്. *കല ജീവിതംതന്നെ, മലയാളശൈലി, സാഹിത്യഭൂഷണം, രാജാങ്കണം, ഭാരതപര്യടനം, പതിനഞ്ചുപന്യാസങ്ങൾ, ഋഷിപ്രസാദം, സാഹിത്യസല്ലാപം, സാഹിത്യവിദ്യ, കൈവിളക്ക്, ചർച്ചായോഗം, ദന്തഗോപുരം, വൃത്തശില്പം, ഭാഷാപരിചയം, ഹാസ്യസാഹിത്യം* എന്നിവ പ്രധാനകൃതികൾ. *ഭാരതപര്യടനത്തിനു മദ്രാസ് ഭരണകൂടത്തിന്റെ പുരസ്കാരവും കല ജീവിതംതന്നെ* എന്ന പുസ്തകത്തിന് കേരളസാഹിത്യ അക്കാദമിയുടെയും കേന്ദ്രസാഹിത്യ അക്കാദമിയുടെയും പുരസ്കാരങ്ങളും ലഭിച്ചു.

പി കുഞ്ഞിരാമൻ നായർ

ജന്മംകൊണ്ട് നിളാദേശക്കാരനല്ലെങ്കിലും നിളയുടെ അഴകുകൾ മുഴുവൻ കവിതയിലേക്ക് ആവാഹിച്ചെടുത്ത കവിയായിരുന്നു പി കുഞ്ഞിരാമൻ നായർ. അദ്ദേഹത്തെപ്പോലെ നിളയുടെ ലാവണ്യമത്രയും സ്വന്തമാക്കിയ ഒരു കവി മലയാളത്തിൽ വേറെ ഇല്ല.

“മനസ്സിനെ എന്നെന്നേക്കുമായി മോഹിപ്പിക്കുന്ന അത്ഭുതലാവണ്യമാണ് നിളാതീരത്തെ പ്രകൃതിക്ക്. എണ്ണിയാൽ തീരാത്ത കലകളും കലാകാരന്മാരും ഇവിടെ പിറന്നു. അങ്ങനെ സൗന്ദര്യത്തിന്റെ ഗൂഢവിസ്മയം നെഞ്ചേറ്റി കിടക്കുകയാണ് നിളാതീരഭൂമികൾ. അവസാനിക്കാത്ത ഈ കലാകേളിക്ക് നടുവിലൂടെയാണ് അവധൂതജന്മവുമായി പി കുഞ്ഞിരാമൻ നായർ കാവ്യകന്യകയെ തേടിയലഞ്ഞത്.” എന്ന് ആലങ്കോട് ലീലാകൃഷ്ണൻ പറയുന്നത് എത്രയോ സത്യം.

“അക്കരെനിന്നൊന്നു കുക്കീ കായ്കറി തൻ കാവല്ക്കാരൻ
ആറ്റുവഞ്ചിക്കാടിനുള്ളിൽ പോയ്മറഞ്ഞു തോണിക്കാരൻ
ചിണ്ടിപൂണ്ട പാഴ്ക്കുളത്തിൽ രണ്ടു താണ്ടാർമൊട്ടുപോലെ”
എന്നദ്ദേഹം വിലപിച്ചുകൊണ്ടേയിരുന്നു..

‘ദിക്കും പക്കും ദിവസവും നേരവും ദൂരവുമറിയാതെ അനന്ത

വിഹായസ്സിൽ കിഴക്കേതാണെന്ന് അന്വേഷിച്ച് അലഞ്ഞുകൊണ്ടേയിരിക്കുന്ന വിഷുപ്പക്ഷിയെപ്പോലെയായിരുന്നു പി. അജ്ഞേയമായ സത്യത്തെയും അജ്ഞാതമായ ലക്ഷ്യത്തെയും പ്രത്യക്ഷയാകാത്ത ദേവിയെയും തേടിയുള്ള ജീവിതം. നിരന്തരമായ വിരഹത്തിന്റെ, നിതാന്തമായ അന്വേഷണത്തിന്റെ ചിരന്തനമായ ദുഃഖത്തിന്റെ കവിതകളാണ് എന്നും അദ്ദേഹം എഴുതിയത്. ബിംബാവലികളുടെ ഒടുങ്ങാത്ത ഘോഷയാത്രയാണ് കുഞ്ഞിരാമൻ നായരുടെ കവിതക"ളെന്നു പ്രൊഫ. എം ലീലാവതി സാക്ഷ്യപ്പെടുത്തുന്നു. കേരളീയത അതിന്റെ ഒരു ബാഹ്യ സ്വഭാവമല്ല, രക്തവും മാംസവും ചേതനയും തന്നെയാണെന്ന് അവർ കൂട്ടിച്ചേർക്കുന്നുണ്ട്.

"നേർന്ന പൊന്നിൻകുല തെങ്ങിന്നല്കുവാൻ
നേന്ത്രയ്ക്കു തങ്കനിറംകൊടുക്കാൻ
കുഞ്ഞിക്കവുങ്ങിനെ കിങ്ങിണി കെട്ടിക്കാൻ
ഇഞ്ചിക്കിഴങ്ങിന്ന് ചൊടിയുറപ്പിക്കാൻ
കത്തിയും താടിയുമൊപ്പിച്ചുമാറുന്ന
പച്ചമുളകിലെരിവുചേരാൻ" എന്നദ്ദേഹത്തിനു പാടാൻ കഴിയുന്നത് അതുകൊണ്ടാണ്.

ഉൽക്കണ്ഠാനിർഭരമായ കാത്തിരിപ്പ്, ജ്വാലത്തായ പ്രത്യാശ, തീക്ഷ്ണമായ ആശങ്കകൾ, ഉന്നിദ്രമായ അനുശയം, മൂർച്ഛയേറിയ ആത്മോപാലംഭം, ഭാവശബളാഭ എന്നിവ നിരന്തരം പി കവിതകളിൽ പ്രത്യക്ഷപ്പെടുന്നുണ്ട്.

"യാത്രപറയാതൊരു നോക്ക് കാണാതെ
പൂത്തുതളിർത്ത വസന്തം തിരിച്ചുപോയ്"
"വാനിലെത്താരം പിച്ചകപ്പൂവിൽ
മാനസസ്പന്ദമോരുമോ"
"എവമെന്തിനിണങ്ങി നാം തമ്മിൽ
വേർപിരിയുവാൻ മാത്രമായ്"
"എന്നെന്നേക്കുമായി പിണങ്ങിപ്പോയെങ്കിലും പൊൻവെളിച്ചമേ!
നിളതൻ വെൺമണൽത്തട്ടിലവളെ കാത്തിരുന്നു ഞാൻ"
"ചെറ്റിടകൊണ്ട് നിശ്ശേഷമായ് പാരിടം
പൊട്ടിത്തകർന്നൂ മണിവീണപോലവേ
കാഞ്ചനക്കൈവിരൽ കാതിൻ തന്ത്രിയിൽ
ജീവൻപകർന്നവളെങ്ങുപോയെങ്ങുപോയ്
പൂർണ്ണിമകൊണ്ടീയുലകിന്റെ ചുറ്റിനു
പുഞ്ചിരിനല്കിയോളെങ്ങുപോയെങ്ങുപോയ്
പാരിനെപ്പുത്തൻപുലരിയിൽപ്പൊന്മണി
മാലചാർത്തിപ്പവളെങ്ങുപോയെങ്ങുപോയ്"

ഇങ്ങനെ എത്രയെത്ര വീടില്ലാത്ത വിഷുപ്പക്ഷി അലഞ്ഞുതേടുമ്പോഴുള്ള പാട്ടുകളാണ് അദ്ദേഹം നമുക്ക് സമ്മാനിച്ചത്.

"കഞ്ഞിവെള്ളം കുടിക്കാതെ പൈതങ്ങൾ പിടയുമ്പോഴും
പെരുത്ത വേതനം തിന്നുവീർക്കുമീ ഞാൻ മരിക്കണം!
പീടികത്തിണ്ണവീടാക്കി സഹോദരി മയങ്ങവേ
കൈക്കോഴയാൽ ബംഗ്ലാവുതീർക്കുമീ ഞാൻ മരിക്കണം!
അവിദ്യ വിദ്യയാലാത്മസംസ്കാരം വിറ്റുതിന്നവർ
പെറ്റമ്മതൻ ശത്രുവായി വളരും ഞാൻ മരിക്കണം! എന്ന് പി പാടുമ്പോൾ വിഷുപ്പക്ഷി ഇന്നിലേക്കു ഞെട്ടിയുണർന്ന് കണ്ണാടിജന്നൽ കൊത്തിത്തകർക്കുന്ന ചിത്രം നാം കാണുന്നു.

വർഷകാല നിളയെപ്പോലെ തട്ടും തടവും നിയന്ത്രണവുമില്ലാതെ കുത്തിയൊലിക്കുന്ന പ്രവാഹമായിരുന്നു പി ക്ക് കവിത. ഏകാകിയും അനാഥനുമായിരുന്ന ആ നിത്യയാത്രക്കാരന് കവിത എന്നും പാഥേയമായി. ഒടുവിൽ തന്നെക്കാളേറെ അദ്ദേഹം സ്നേഹിച്ച നിളയുടെ തീരത്ത് നിത്യസമാധിയാവുകയും ചെയ്തു.

കളിയച്ഛൻ, ഓണസദ്യ, പൂക്കളം, താമരത്തോണി, വസന്തോത്സവം, ചിലമ്പൊലി, രഥോത്സവം (കവിതകൾ), ഇന്ദിര, നിർമ്മല, രാംഭായ്, വീരപ്രതിജ്ഞ (കഥകൾ), രംഗമണ്ഡപം, ഉപാസന, സ്വപ്നസഞ്ചാരി, പൂനിലാവ്, ചന്ദ്രമണ്ഡപം (നാടകങ്ങൾ), കവിയുടെ കാൽപ്പാടുകൾ, എന്നെ തിരയുന്ന ഞാൻ (ആത്മകഥ) എന്നിങ്ങനെ മലയാളിക്ക് മറക്കാനാവാത്ത കൃതികളാണ് അദ്ദേഹം നമുക്ക് സമ്മാനിച്ചത്.

പ്രാചീനതയുടെയും പാരമ്പര്യങ്ങളുടെയും ഗിരിശൃംഗങ്ങളിൽ നിന്നൊഴുകിപ്പരന്ന ഭാരതപ്പുഴ ഇരുപതാം നൂറ്റാണ്ടിന്റെ ആദ്യപകുതിയിൽ തന്നെ ചുവന്ന നക്ഷത്രങ്ങളെ കണികാണാൻ തുടങ്ങി. പുരോഗമന പ്രസ്ഥാനങ്ങൾ ശക്തി പ്രാപിച്ചു. ഒപ്പം ഭാരതപ്പുഴയുടെ നാട്ടുതീരങ്ങളും സാമൂഹിക പരിവർത്തനങ്ങളിലേക്ക് പിടഞ്ഞുണർന്നു. നമ്പൂതിരിയെ മനുഷ്യനാക്കാൻ പുറപ്പെട്ട വി ടി ഭട്ടതിരിപ്പാടായിരുന്നു അതിന്റെ നായകൻ.

വി ടി ഭട്ടതിരിപ്പാട്

സ്വന്തം കാലത്തിന്റെ ചെളിപ്പരപ്പിൽ ഉടലാഴ്ത്തി അഭിരമിച്ച് ആഘോഷിക്കുന്ന പുതുതലമുറയ്ക്ക് ഒരു കർമ്മയോഗിയുടെ താക്കീതായിരുന്നു വി ടിയുടെ ജീവിതം. കേരളത്തിന്റെ സാമൂഹ്യവും സാംസ്കാരികവുമായ നവോത്ഥാന ഘട്ടത്തിനു മുൻപ് ഒരു സമുദായമെന്ന നിലയിൽ നമ്പൂതിരിസമുദായം ഏതവസ്ഥയിലായിരുന്നുവെന്നും നവോത്ഥാനത്തിന്റെ മുഖ്യധാരയിലേക്ക് എങ്ങനെ പ്രവേശിച്ചുവെന്നും പരിശോധിക്കുമ്പോൾ അതിനു നേതൃത്വം നല്കിയ വി ടി ഭട്ടതിരിപ്പാടിന്റെ കഠിനാദ്ധ്വാനവും പ്രവർ

ത്തന വ്യാപ്തിയും എത്രയാണെന്ന് നമുക്ക് ബോദ്ധ്യപ്പെടും. അതുകൊണ്ടാണ് 'വി ടി കമ്യൂണിസത്തിന്റെ അപ്പുറത്തേക്കുള്ള യാത്രയിലെ മാർഗ്ഗദർശക'നാണെന്നു പ്രൊഫ. എം ജി എസ് നാരായണൻ പറഞ്ഞത്. പൂണൂൽ പൊട്ടിക്കാനും മറക്കുട തല്ലിപ്പൊളിക്കാനും, ചേലപ്പുതപ്പ് ചീന്തി എറിയാനും, പ്രേമിക്കുന്നവരെ കല്യാണം കഴിക്കാൻ ആവശ്യമായ സാഹചര്യം സൃഷ്ടിക്കാനും തുടങ്ങിയ സാമൂഹ്യപരിവർത്തന പ്രക്രിയ സാദ്ധ്യമായത് വി ടി വിശ്രമലേശമില്ലാതെ വീടുതോറും കയറിയിറങ്ങിയതിന്റെയും തൊണ്ടകാറി പ്രസംഗിച്ചതിന്റെയും ഉറക്കമിളച്ചിരുന്ന് സാഹിത്യം സൃഷ്ടിച്ചതിന്റെയും പ്രവർത്തകരുടെ വലിയൊരു കൂട്ടായ്മ സൃഷ്ടിച്ചതിന്റെയും പരിണതഫലമാണ്. വിപ്ലവകാരി, സാമൂഹ്യപരിഷ്കർത്താവ്, സാഹിത്യകാരൻ, സ്വാതന്ത്ര്യ സമരസേനാനി, യുക്തിവാദി എന്നെല്ലാം അദ്ദേഹത്തെ വിശേഷിപ്പിക്കുമ്പോഴും അദ്ദേഹം അതിനും എത്രയോ മുകളിലാണെന്നു നമുക്കറിയാം. അന്തരാളത്തിൽ എന്നും ലാവയുടെ പ്രവാഹങ്ങൾ പൊട്ടിത്തെറിയുടെ നിമിഷങ്ങൾ കാത്ത് ചുറ്റിത്തിരിയുന്ന അഗ്നിപർവ്വതമായിരുന്നു വി ടി എന്ന് എം ടി സാക്ഷ്യപ്പെടുത്തുന്നതും അതിനാലാവണം. സാഹിത്യ സൃഷ്ടിയുടെ സ്വതന്ത്രാവസ്ഥ തിരിച്ചറിഞ്ഞുകൊണ്ട് ആശയപ്രചാരം സാധിച്ചെടുക്കാൻ അദ്ദേഹത്തിന്റെ കഥകൾക്കും നാടകത്തിനും മറ്റു സാഹിത്യസൃഷ്ടികൾക്കും കഴിഞ്ഞു. ഇല്ലങ്ങളുടെ അകത്തളങ്ങളിൽ പഴന്തുണിപോലെ അടിയാൻ വിധിക്കപ്പെട്ട അന്തർജ്ജനങ്ങളുടെ ഹൃദയവ്യഥകൾ ആവിഷ്കരിക്കാനും സമൂഹം അറിയാതെ കഴിഞ്ഞിരുന്ന ഒരു വിഭാഗം ജീവിതങ്ങളെ വെളിച്ചത്തിലേക്കു നയിക്കാനും അദ്ദേഹത്തിന്റെ രചനകൾക്ക് കഴിഞ്ഞു.

അടുക്കളയിൽനിന്ന് അരങ്ങത്തേക്ക്, കരിഞ്ചന്ത എന്നീ നാടകങ്ങളിലൂടെയും, *രജനീരംഗം, പോംവഴി, തെരഞ്ഞെടുത്ത കഥകൾ* എന്നീ കഥാസമാഹാരങ്ങളിലൂടെയും *സത്യമെന്നത് ഇവിടെ മനുഷ്യനാകുന്നു, വെടിവട്ടം, കാലത്തിന്റെ സാക്ഷി, എന്റെ മണ്ണ്* തുടങ്ങിയ ലേഖന സമാഹാരങ്ങളിലൂടെയും *കണ്ണീരും കിനാവും, കർമ്മവിപാകം, ജീവിത സ്മരണകൾ* എന്നീ അനുഭവഗ്രന്ഥങ്ങളിലൂടെയും വി ടി, ചിന്തിക്കുന്ന എല്ലാമനുഷ്യരുടെയും മനസ്സിന്റെ ഭാഗമായി.

എം ആർ ബിയും പ്രേംജിയും ചേർന്ന് വി ടിയുടെ ജന്മദേശമായ മേഴത്തൂർ കേന്ദ്രമാക്കി സമുദായ പരിഷ്കരണശ്രമങ്ങളും സാംസ്കാരിക പ്രവർത്തനങ്ങളും ശക്തിപ്പെടുത്തിയ കാലയളവിലാണ് നിളാതീരത്ത് പുരോഗമനപ്രസ്ഥാനങ്ങൾക്ക് സുസജ്ജമായ അരങ്ങൊരുങ്ങിയത്.

വി ടി ഭട്ടതിരിപ്പാടിന്റെ *അടുക്കളയിൽ നിന്ന് അരങ്ങത്തേക്ക്*, പ്രേംജിയുടെ *ഋതുമതി*, കെ ദാമോദരന്റെ *പാട്ടബാക്കി*, ഇടശ്ശേരിയുടെ *കൂട്ടുകൃഷി*, ചെറുകാടിന്റെ *നമ്മളൊന്ന്* ഇവയെല്ലാം ഈ ദശകം നമുക്ക് സമ്മാനിച്ച വർണ്ണ പുഷ്പങ്ങളാണ്.

നിളാതീരത്തെ മനുഷ്യസ്നേഹികളുടെ നവോത്ഥാനത്തിന്റെ ഈ

കൂട്ടായ്മയാണ് കാലത്തിനും ചരിത്രത്തിനും മുൻപേ നടന്നയാൾ എന്ന നിലയിലേക്കും കമ്യൂണിസ്റ്റ് പ്രസ്ഥാനങ്ങളുടെ നേതൃനിരയിലേക്കും ഇ എം എസിനെ ഉയർത്തിയത്.

ഇന്നത്തെ ഇന്ത്യക്കു രൂപംനല്കിയ ഗാന്ധി, നെഹ്റു, ആസാദ്, പട്ടേൽ, അംബേദ്കർ എന്നിങ്ങനെ നീളുന്ന പട്ടികയിലെ ആദ്യനിരയിൽ തന്നെ വരുന്ന സ്വാതന്ത്ര്യ സമരസേനാനിയും സാമൂഹ്യ വിപ്ലവകാരിയും രാഷ്ട്രശില്പിയും ആണ് ഇ എം എസ്. ലോകത്തെ, ജനങ്ങളാൽ തിരഞ്ഞെടുക്കപ്പെട്ട ആദ്യത്തെ കമ്യൂണിസ്റ്റ് മന്ത്രിസഭയുടെ മുഖ്യമന്ത്രി എന്ന നിലയിൽ ഭാരതീയ രാഷ്ട്രവ്യവസ്ഥയ്ക്ക് എന്ന പോലെ കമ്യൂണിസ്റ്റ് സിദ്ധാന്തത്തിനും പ്രയോഗത്തിനും ചില പുതിയ മാനങ്ങൾ നല്കാനും അദ്ദേഹത്തിന് കഴിഞ്ഞു. വിദ്യാഭ്യാസം, സാക്ഷരത, ആരോഗ്യപരിപാലനം, ഭൂപരിഷ്കാരം തുടങ്ങിയ പല മേഖലകളിലെ പുരോഗതിമൂലം കേരളമാതൃക എന്ന പേരിൽ അറിയപ്പെടുന്ന വികസന വ്യവസ്ഥയുടെ സ്രഷ്ടാവും വ്യാഖ്യാതാവുമായിരുന്നു അദ്ദേഹം. സാമൂഹ്യ പരിഷ്കർത്താവായി തുടങ്ങുകയും ദേശീയ പ്രസ്ഥാനത്തിന്റെ ധാരയിൽ മുങ്ങുകയും പിന്നീട് സാർവ്വദേശീയതലത്തിൽ അടിസ്ഥാനവർഗ്ഗത്തിന്റെ വിമോചനപ്രസ്ഥാനവുമായി സന്ധിക്കുകയും ആ രംഗത്ത് അതിന്റെ കുലഗുരുവായിത്തീരുകയും ചെയ്ത കർമ്മത്തിന്റെ ജ്യോതിസ്സുകൊണ്ടു മലയാളമനസ്സിന് ശക്തിയും ഊർജ്ജവും ഓജസ്സും പകർന്ന മഹാനായിരുന്നു ഇ എം എസ്. സാമൂഹ്യപരിവർത്തന രംഗത്തായാലും, രാഷ്ട്രീയ രംഗത്തായാലും, സാംസ്കാരിക രംഗത്തായാലും, സാഹിത്യ രംഗത്തായാലും ദാർശനിക തലത്തിലായാലും എന്നും ജാഗ്രത പുലർത്തി സമകാലിക ജീവിതത്തിന്റെ ദുഷ്കര ഭൂമികളിൽക്കൂടി എങ്ങനെ അടിപതറാതെ യാത്രചെയ്യണമെന്ന് അദ്ദേഹം നമ്മോട് നിരന്തരം പറഞ്ഞുകൊണ്ടേയിരുന്നു.

ഇ എം എസ്

അടിസ്ഥാനപരവും മൗലികവുമായ മാറ്റമാണല്ലോ വിപ്ലവം. അത് ശാസ്ത്രവുമാണ്. പൊതുവെ ഭാരതത്തിന്റെയും വിശേഷിച്ച് കേരളത്തിന്റെയും സർവ്വതല സ്പർശിയായ ജീവിതത്തിൽ ഇത്തരമൊരു വിപ്ലവത്തിന്റെ ധർമ്മവും കർമ്മവും നിർവ്വഹിച്ച ഉദാത്തമായ ജീവിതത്തിന്റെ പര്യായമാണ് സർവ്വാദരണീയ വ്യക്തിത്വത്തിന്റെ ഉജ്ജ്വല പ്രതിരൂപമായ ഇ എം എസ്. ഒരു പുരുഷായുസ്സ് മുഴുവൻ ജനസേവനത്തിനായി ഉഴിഞ്ഞുവെക്കുകയും നാടിന്റെ ചരിത്രഗതി മാറ്റിമറിക്കുകയും ചെയ്ത മഹാപുരുഷൻ. തന്റെ പ്രത്യയശാസ്ത്രത്തിനു വേണ്ടി അദ്ദേഹം ചെലവിട്ട ബുദ്ധിയും ആത്മാവും ഒരതിമാനുഷന്റേതായിരുന്നു.

ജീവൽസാഹിത്യ കാലഘട്ടം മുതൽ പുരോഗമന കലാസാഹിത്യ പ്രസ്ഥാനത്തിന്റെ സാഹിത്യസമീപനങ്ങൾ നിർണ്ണയിക്കുന്നതിൽ നേതൃത്വപരമായ പങ്കും അനല്പമായ സ്വാധീനവും ഇ എം എസ് ചെലുത്തിയിരുന്നു. ശ്രദ്ധേയമായ ഒട്ടേറെ ലേഖനങ്ങളാൽ മാർക്സിയൻ സൗന്ദര്യശാസ്ത്രത്തിന്റെ വികാസത്തിന് അദ്ദേഹം വഴിയൊരുക്കി.

"ചരിത്രം, ധനശാസ്ത്രം, രാഷ്ട്രമീമാംസ, സാമൂഹ്യശാസ്ത്രം, സാഹിത്യം എന്നീ വിഷയങ്ങൾ ചർച്ച ചെയ്യുന്ന പണ്ഡിതസദസ്സിൽ ആത്മവിശ്വാസത്തോടെ കസേരയിട്ട് കടന്നിരിക്കാൻ ഇ എം എസ് അല്ലാതെ മറ്റൊരു രാഷ്ട്രീയനേതാവ് അഖിലേന്ത്യാതലത്തിൽത്തന്നെ എവിടെയുണ്ട്?" എന്ന് തായാട്ട് ശങ്കരൻ ചോദിച്ചത് അതുകൊണ്ടാണ്. ഇംഗ്ലീഷിലുള്ള ഇരുപതിലേറെ പുസ്തകങ്ങൾ, മുപ്പതിലേറെ ലഘുലേഖകൾ, മലയാളത്തിലുള്ള നൂറിലേറെ പുസ്തകങ്ങൾ, ഇരുന്നൂറിലേറെ ലഘുലേഖകൾ എന്നിവ അദ്ദേഹം സാംസ്കാരിക ലോകത്തിനു കൈമാറിയ അമൂല്യനിധികളാണ്.

"മനുഷ്യനുമായി ബന്ധപ്പെട്ട ഒന്നും തനിക്കന്യമല്ലെന്നു" പ്രഖ്യാപിച്ച കാൾ മാർക്സിന്റെ അനുയായി എന്ന നിലയിൽ ഇ എം എസിനും അതൊന്നും അന്യമായിരുന്നില്ല എന്നതാണ് അദ്ദേഹത്തിന്റെ പ്രതിഭയ്ക്കു നവോന്മേഷം നല്കുന്നത് എന്ന് പി ജി പറയുന്നു. "കേരളത്തിന്റെ ചരിത്രത്തിനുമേൽ ഒരുവിഹഗവീക്ഷണം നടത്തിയാൽ നമുക്ക് ഒന്ന് മനസ്സിലാവും. അവതാളത്തിൽ ചാടുമ്പോഴും കേരളം അതിന്റെ ബുദ്ധിക്കു പ്രാമാണ്യം കൊടുത്തു. നാം അതിലൂടെ സ്വതന്ത്രരായി. ആ സ്വാതന്ത്ര്യത്തിന്റെ ഒരു മഹാചാര്യനായി ഇ എം എസ് നമ്പൂതിരിപ്പാട് തന്റെ ചെറിയ ശരീരത്തിനുള്ളിൽനിന്ന് പടർന്നു പൊങ്ങുന്നു. കേരളത്തിന്റെ ധാർഷ്ട്യത്തിനു കേരളം അദ്ദേഹത്തോട് കടപ്പെട്ടിരിക്കുന്നു. അഭിവന്ദ്യ സഖാവേ, അങ്ങില്ലായിരുന്നെങ്കിൽ ഞങ്ങൾ ഇന്നത്തേക്കാൾ എത്രയോ ചെറിയ മനുഷ്യരായിരുന്നിരിക്കും" എന്ന് പറഞ്ഞത് ഒ വി വിജയനാണ്.

"ചരിത്രം അഭിപ്രായങ്ങളുടെ സമന്വയമല്ല; സത്യാന്വേഷണമാണ്. അന്വേഷണത്തിന്റെ സുഖം ഒരിക്കലും യഥാർത്ഥസത്യത്തിൽ നമ്മളാരും എത്തിച്ചേരില്ലെന്നതാണ്. അന്വേഷണം തന്നെ ഒരു കളിയാണ്. ആ കളി

ഏറ്റവും ഭംഗിയായി കളിക്കാനറിയുന്ന ഒരു നേതാവ് ഈ നൂറ്റാണ്ടിൽ ഉണ്ടായിട്ടുള്ളത് ഇ എം എസ് മാത്രമാണ്" എന്ന് എം പി നാരായണ പിള്ള സാക്ഷ്യപ്പെടുത്തുന്നു.

"ചരിത്രവല്ക്കരിക്കുക, എല്ലായ്പ്പോഴും ചരിത്രവല്ക്കരിക്കുക! ഫ്രെഡറിക് ജെയിംസൻ തന്റെ *പൊളിറ്റിക്കൽ അൺകോൺഷ്യസ്* എന്ന ഗ്രന്ഥം തുടങ്ങുന്നത് ഈ മുദ്രാവാക്യത്തോടെയാണ്. ഈ മുദ്രാവാക്യത്തോട് അവഗാഢമായ കൂറ് പുലർത്തിപ്പോന്ന ഏതെങ്കിലും മലയാള സാഹിത്യ വിമർശകനുണ്ടെങ്കിൽ അത് കേരളസാംസ്കാരിക നവോത്ഥാനത്തിന്റെ ഉത്തമ പാരമ്പര്യം പിന്തുടരുന്ന സാമൂഹ്യ വിമർശകനും കമ്യൂണിസ്റ്റാചാര്യനുമായ ഇ എം എസ് നമ്പൂതിരിപ്പാടാണ്" എന്ന് പറഞ്ഞു വെച്ചതു സച്ചിദാനന്ദനാണ്.

"എത്ര സ്വാഭാവികം എന്ന് ആരും പറഞ്ഞുപോകുംവിധമാണ് ഇ എം എസിന്റെ സാഹിത്യ ചിന്തയിൽ മാർക്സിസത്തിലെ ക്ലാസിക്കൽ സംജ്ഞകൾ വന്നു നിരക്കുന്നത്. സൗഹൃദവും നിഷേധവും എന്ന വിപരീതങ്ങളുടെ പ്രവർത്തനം മുമ്പോട്ടു വെക്കുന്ന തെറ്റുതിരുത്തലുകളിൽ വികാസത്തിന്റെ വൈരുദ്ധ്യാത്മകതയാണ് അറിവിന്റെ വാക്കുകൾ പഠിച്ചിട്ടുള്ളവർ കാണേണ്ടത്. ഇത് മലയാളത്തിലെ മാർക്സിയൻ സാഹിത്യദർശനത്തിന്റെ ഭാവികാല വികാസഗതി നിർണ്ണയിക്കപ്പെടാൻ പോകുന്ന പരിവർത്തനദശയുടെ ആരംഭമായിക്കാണണം" എന്ന് എം പി അപ്പൻ പ്രതികരിക്കുന്നു.

"രാഷ്ട്രീയരംഗത്തെ ചിന്തയ്ക്കും ആശയത്തിനും തത്ത്വശാസ്ത്രത്തിനും സാംഗത്യം നശിക്കുകയും അവനവന്റെ താല്ക്കാലിക താല്പര്യത്തിലും ശ്രേഷ്ഠമായ ഒരു മാനദണ്ഡം ഇല്ലാതാവുകയും ചെയ്തുകൊണ്ടിരിക്കുന്ന ഈ ഇരുണ്ടയുഗത്തിൽ ഇ എം എസ് എന്ന മഹാവ്യക്തിയുടെ ജീവിതം ഏതോ വിദൂരവിൺമയ മണ്ഡലത്തിനും അപ്പുറത്തുനിന്നു വന്നുചേരുന്ന ഒരു നക്ഷത്രമയൂഖം പോലെ നമ്മെ വിസ്മയിപ്പിച്ചുകൊണ്ടു പ്രകാശിക്കുന്നു." എന്ന് പ്രതിവദിച്ചത് ഡോക്ടർ സുകുമാർ അഴീക്കോടാണ്. നിള ലോകത്തിനു സംഭാവന ചെയ്ത ഏറ്റവും പ്രമുഖ സമ്പത്തും ഇ എം എസ് തന്നെയാണ്.

മലയാളത്തിലെ ആദ്യത്തെ രാഷ്ട്രീയ നാടകമായ *പാട്ടബാക്കി*യുടെ രചയിതാവായ കെ ദാമോദരൻ മാർക്സിസ്റ്റ് സൈദ്ധാന്തികൻ, തത്ത്വചിന്തകൻ, രാഷ്ട്രീയവിശാരദൻ, കാല സിദ്ധാന്തങ്ങളുടെ വ്യാഖ്യാതാവ്, പ്രയോക്താവ്, പുരോഗമന സാഹിത്യ പ്രസ്ഥാനത്തിന്റെ സമുന്നതനായ നേതാവ് എന്നീ നിലകളിൽ പ്രശസ്തനായ നിളാപുത്രനാണ്. ജന്മിയുടെ ചൂഷണത്തിനു വിധേയരായ കർഷകർ അവരുടെ അവകാശങ്ങൾ നേടിയെടുക്കാൻ നടത്തുന്ന പോരാട്ടങ്ങളുടെ കഥ പ്രമേയമാക്കിയ *പാട്ടബാക്കി* അതിന്റെ ഉള്ളടക്കത്തിലെ യാഥാർത്ഥ്യബോധംകൊണ്ടും രചനാപരമായ ലാളിത്യംകൊണ്ടും പ്രത്യയശാസ്ത്ര ദാർഢ്യംകൊണ്ടും നാടക ചരിത്രത്തിലെ നാഴികക്കല്ലായി മാറി. കർഷകത്തൊഴിലാളികളുടെ

കെ ദാമോജരൻ

സംഘർഷാത്മകമായ ജീവിതം പശ്ചാത്തലമാക്കിയുള്ള *രക്തപാനം* ദാമോദരന്റെ മറ്റൊരു നാടകമാണ്. ഒരുനിരൂപകൻ എന്ന നിലയിൽ ഭാരത തത്ത്വചിന്തയെയും സംസ്കാരത്തെയും സാമൂഹികവും വർഗ്ഗപരവുമായ അടിസ്ഥാനത്തിൽ വ്യഖ്യാനിച്ചു വിലയിരുത്തുന്നതിൽ വലിയ വിജയം കൈവരിച്ച ചിന്തകനായിരുന്നു കെ ദാമോദരൻ. മാർക്സിസത്തിന്റെ അടിത്തറയിൽനിന്ന് സാഹിത്യത്തെ നോക്കിക്കണ്ട് കൃതിയുടെ സ്ഥൂലത്തിൽനിന്ന് സൂക്ഷ്മത്തിലേക്കും ബാഹ്യഘടകത്തിൽനിന്ന് ആന്തരഭാവത്തിലേക്കും ഇറങ്ങിച്ചെന്ന് ആനന്ദം അപഗ്രഥിക്കുകയും രസം വിശകലനം ചെയ്യുകയും സൗന്ദര്യാസ്വാദനത്തിലൂടെ ലഭിക്കുന്ന ആനന്ദം വ്യക്തിസത്തയെയും ധാർമ്മിക ബോധത്തെയും സമൂഹ പരിവർത്തനത്തെയും എത്രകണ്ടു വളർത്താൻ സഹായിക്കുമെന്ന് പരിശോധിക്കുകയും ചെയ്യുന്ന കാര്യത്തിൽ ദാമോദരൻ കാണിച്ച ശുഷ്കാന്തി ഏറെ വലുതാണ്. *എന്താണ് സാഹിത്യം, സാഹിത്യനിരൂപണം* എന്നീ കൃതികളിൽ അദ്ദേഹം തന്റെ സാഹിത്യവീക്ഷണങ്ങൾ അടിവരയിട്ടു വിവരിക്കുന്നുണ്ട്.

പാട്ടബാക്കി (നാടകം), *രക്തപാനം* (നാടകം), *കണ്ണുനീർ* (ചെറുകഥകൾ), *കാറൽമാർക്സ്, സമഷ്ടിവാദവിജ്ഞാപനം, റഷ്യൻവിപ്ലവം* (ഇ എം എസുമായിചേർന്ന് എഴുതിയത്), *മനുഷ്യർ, ധനശാസ്ത്രപ്രവേശിക, ഉറുപ്പിക, കമ്യൂണിസം എന്ത് എന്തിന്?, കമ്യൂണിസവും ക്രിസ്തുമതവും, മാർക്സിസം* (പത്തുഭാഗങ്ങൾ), *ജവഹർലാൽനെഹ്റു, ഏകവഴി, ഇന്ത്യയുടെ ആത്മാവ്, കേരളത്തിലെ സ്വാതന്ത്ര്യസമരം, ധനശാസ്ത്ര തത്ത്വങ്ങൾ, ധാർമ്മികമൂല്യങ്ങൾ, എന്താണ് സാഹിത്യം, ചൈനയിലെ വിപ്ലവം, പുരോഗമന സാഹിത്യം എന്തിന്?, കേരളചരിത്രം, സാഹിത്യ നിരൂപണം, ഇന്ത്യയും സോഷ്യലിസവും, ഇന്ത്യയുടെ സാഹിത്യാഭിവൃദ്ധി, ഇന്നത്തെ ഇന്ത്യയുടെ സാമ്പത്തികസ്ഥിതി, യേശുക്രിസ്തു മോസ്കോവിൽ, സാമൂഹ്യപരിവർത്തനങ്ങൾ, സോഷ്യലിസവും കമ്യൂണിസവും, കെ ദാമോദരന്റെ സമ്പൂർണ്ണകൃതികൾ* എന്നിവയാണ് പ്രധാന കൃതികൾ.

നിളയുടെ സാംസ്കാരിക ചരിത്രത്തിലെ വസന്തകാലമായിരുന്നു ഇടശ്ശേരിയുടെ കാലം. തൊട്ടതെല്ലാം പൊന്നാക്കിമാറ്റിയ കവിയാണ് ഇടശ്ശേരി ഗോവിന്ദൻ നായർ. ജീവിതത്തിലെ പരുക്കൻ യാഥാർത്ഥ്യങ്ങൾ സാമൂഹികമായ കാഴ്ചപ്പാടോടെ വള്ളുവനാടൻ ശൈലിയിൽ ആവിഷ്

കരിച്ചു എന്നതാണ് ഇടശ്ശേരിയുടെ പ്രത്യേകത. ഇടശ്ശേരി എന്ന കവി എന്നും മനുഷ്യന്റെ പക്ഷത്തുനിന്നു. മനുഷ്യനേക്കാൾ വലുതായിട്ട് ഒന്നുമില്ലെന്നും മനുഷ്യഹൃദയങ്ങളിൽ നിറഞ്ഞു നില്ക്കുന്ന സ്നേഹം പോലെ ശ്രേഷ്ഠമായി മറ്റൊരു വികാരമില്ലെന്നും അദ്ദേഹം കവിതകളിലൂടെ പറഞ്ഞു.

അളകാവലി, കറുത്തചെട്ടിച്ചികൾ, പുത്തൻകലവും അരിവാളും, ലഘുഗാനങ്ങൾ, വിവാഹസമ്മാനം, ത്രിവിക്രമൻ മുമ്പിൽ, തത്ത്വശാസ്ത്രങ്ങൾ ഉറങ്ങുമ്പോൾ, കാവിലെപ്പാട്ട്, ഒരുപിടി നെല്ലിക്ക, തെരഞ്ഞെടുത്ത കൃതികൾ, കുങ്കുമപ്രഭാതം, അന്തിത്തിരി, ഒടുക്കത്തേത് എന്നീ പ്രശസ്ത കൃതികളിലൂടെ അദ്ദേഹം സാധാരണക്കാരോട് പോലും സംവദിച്ചു.

സ്നേഹസാന്ത്വനങ്ങളുടെയും നന്മയുടെയും തുയിലുണർത്തുകാരനാണ് ഇടശ്ശേരി. ഗ്രാമീണ കർഷകരുടെ ജീവിത താളം തന്റെ കവിതയുടെ ഹൃദയതാളമാക്കാൻ അദ്ദേഹത്തിന് കഴിഞ്ഞു.

"ഇടയ്ക്കു കണ്ണീരുപ്പുപുരട്ടാ
തെന്തിനു ജീവിതപലഹാരം" എന്നത് സ്വാനുഭവങ്ങളിൽനിന്ന് ഉയിർക്കൊണ്ട തത്ത്വവിചാരമായിരുന്നു. മനുഷ്യനന്മയ്ക്കുതകുന്ന ഏതാശയവും ഇടശ്ശേരിക്കു സ്വീകാര്യമായിരുന്നു.

"വെളിച്ചം തൂകുന്നിടത്തോളം
പൂജാർഹം താനൊരാശയം
അതിരുണ്ടൽ ചാറുമ്പോൾ
പൊട്ടിയാട്ടുകതാൻ വരം" എന്ന് അദ്ദേഹം ഉറച്ച് പാടുന്നത് അതുകൊണ്ടാണ്.

"എനിക്കു രസമീ നിമ്നോന്നതമാം
വഴിക്കുതേരുരൾപായിക്കൽ
ഇതേതിരുൾക്കുഴിമേലുരുളട്ടേ
വിടില്ല ഞാനീ രശ്മികളെ" എന്നത് കവിയുടെ വിശ്വാസദാർഢ്യത്തിന്റെ വിജയ വൈജയന്തിയാണ്.

"കുഴിവെട്ടിമൂടുക വേദനകൾ
കുതികൊൾക ശക്തിയിലേക്കു നമ്മൾ" എന്നും
"അധികാരം കൊയ്യണമാദ്യം
അതിനുമേലാകട്ടെ പൊന്നാര്യൻ" എന്നും
"കണ്ണടച്ചിരുന്നെന്നും ജപിച്ചുകൊള്ളട്ടെ ഹാ
വിണ്ണുവേവരെല്ലാം വിണ്ണിലേക്കെത്തുംവരെ
എൻ ദുര, ചിരഞ്ജീവിയാകുവാനല്ലോ, കനി-
ഞ്ഞെങ്കൽ ചേർത്താലും ഗുരോ, സേവന മന്ത്രാക്ഷരം"
എന്നുമാണദ്ദേഹം ആഹ്വാനം ചെയ്തത്.

മലയാള സാഹിത്യത്തിലെ മറ്റൊരു ശക്തനായ എം ഗോവിന്ദനും നിളയുടെ സന്തതിയത്രേ. ഗോവിന്ദനെ അറിഞ്ഞാൽ ആധുനിക മലയാള സാഹിത്യത്തിന്റെ ഇതഃപര്യന്തമുള്ള വികാസപരിണാമങ്ങളറിയാം.

കവിയും നിരൂപകനും സാംസ്കാരിക പ്രവർത്തകനും റാഡിക്കൽ ഹ്യൂമനിസ്റ്റുമായിരുന്നു എം ഗോവിന്ദൻ. മലയാളത്തിലും ഇംഗ്ലീഷിലും എഴുതിയ അദ്ദേഹം *നവസാഹിതി, ഗോപുരം, സമീക്ഷ* എന്നീ ആനുകാലികങ്ങളുടെ പത്രാധിപരായിരുന്നു. പില്ക്കാലത്ത് മലയാളസാഹിത്യത്തിൽ ശ്രദ്ധേയരായിത്തീർന്ന ഒരുപിടി സാഹിത്യകാരന്മാരെ വളർത്തിക്കൊണ്ടു വന്നതിൽ ഗോവിന്ദന്റെ പങ്ക് വലുതാണ്. എം എൻ റോയിയുമായുള്ള സൗഹൃദം അദ്ദേഹത്തിന്റെ ചിന്തകളിൽ വിപ്ലവകരമായ മാറ്റം സൃഷ്ടിച്ചു. അങ്ങനെ കരഗതമായ സ്വതന്ത്രചിന്തയുടെ ശക്തിയിലാണ് നവകവികുലത്തിന് അദ്ദേഹം മാർഗ്ഗദർശിയായത്.

വിചിന്തനശൈലിയിൽ മോഡേണിസ്റ്റുകളുടെ കൂട്ടത്തിലും, കാവ്യാഭിരുചിയിൽ പഴയ റൊമാന്റിസ്റ്റിക്കുകളുടെ കൂട്ടത്തിലും, ശബ്ദലഹരിയിൽ നമ്പ്യാരുടെയോ ചമ്പുകാരന്മാരുടെയോ ഉള്ളൂരിന്റെയോ ഗോത്രത്തിലും വർത്തിക്കുന്ന ഈ കവിക്ക് ആ വൈവിദ്ധ്യത്തെ വേണ്ടുംപോലെ സമന്വയിപ്പിച്ചെടുക്കാൻ കഴിഞ്ഞിട്ടില്ലെന്ന് പ്രൊഫ. എം ലീലാവതി പരാതിപ്പെടുന്നുണ്ടെങ്കിലും "വാക്കുകൾക്ക് കടിഞ്ഞാണിട്ട കാലത്ത് ഗോവിന്ദൻ ഏറ്റവും ശക്തിമത്തായി പ്രവർത്തിക്കുകയും പ്രതിഷേധിക്കുകയും തന്റെ ഹ്രസ്വകവിതകളെ ചാട്ടുളികൾപോലെ നീട്ടിയെറിയുകയും ചെയ്തു ധീരത പ്രകടിപ്പിച്ചു"വെന്നു അവർ കൂട്ടിച്ചേർക്കുന്നുണ്ട്.

കാലഘട്ടങ്ങളിലൂടെ ആധിപത്യത്തിന്റെ വിവിധ സമ്മർദ്ദരൂപങ്ങളെ സ്വതന്ത്രമായി അതിജീവിച്ച മലയാളിയുടെ സർഗ്ഗമനസ്സിന്റെ ആദിവർത്തമാന ഭാവിരൂപങ്ങൾ തെളിയിച്ച വർണ്ണമിത്തുകളായിരുന്നു ഗോവിന്ദന്റെ രചനകൾ. മലയാള കവിതയിലും നിരൂപണത്തിലും പൊതുവെ മലയാളിയുടെ സൗന്ദര്യബോധത്തിലും അന്ന് കണ്ടിരുന്ന ആശ്രിത സംസ്കാരത്തിനെതിരെ വിവിധ മാനങ്ങളിൽ സ്വാതന്ത്ര്യത്തിലേക്ക് പൊരുതുന്ന സർഗ്ഗപ്രേരണയായിരുന്നു അദ്ദേഹത്തിന്റെ കൃതികൾ. അതുകൊണ്ടാണ്

"വാക്കേ, വാക്കേ കൂടെവിടെ?
വളരുന്ന നാവിന്റെ കൊമ്പത്ത്
വാക്കേ, വാക്കേ കൂടെവിടെ?
ഒളിതിങ്ങും തൂവലിൻ തുഞ്ചത്ത്" എന്ന് അദ്ദേഹം കുറിച്ചത്.

ഒരു പൊന്നാനിക്കാരന്റെ മനോരാജ്യം, നാട്ടുവെളിച്ചം, അരങ്ങേറ്റം, കവിത, മേനക, എം ഗോവിന്ദന്റെ കവിതകൾ, നോക്കുകുത്തി, മാമാങ്കം, ജ്ഞാനസ്നാനം, ഒരു കൂടിയാട്ടത്തിന്റെ കവിത, തുടർക്കണി (കവിതകൾ) *നീ മനുഷ്യനെ കൊല്ലരുത്, ചെകുത്താനും മനുഷ്യരും, ഒസ്യത്ത്* (നാടകം) *മണിയോർഡറും മറ്റു കഥകളും, സർപ്പം, റാണിയുടെ പെട്ടി, ബഷീറിന്റെ പുന്നാര മൂഷികൻ* (കഥകൾ), *പൂണൂലിട്ട ഡെമോക്രസി, ജനാധിപത്യം നമ്മുടെ നാട്ടിൽ, ഇനി ഇവിടെനിന്ന് എങ്ങോട്ട്, പുതിയ മനുഷ്യർ പുതിയ ലോകം* (ലേഖന സമാഹാരം) എന്നീ കൃതികളിലൂടെ അദ്ദേഹം അവിസ്മരണീയനായി മാറി.

പൊന്നാനിയിൽ നിളയുടെ അഴിമുഖത്ത് ജനിച്ചു വളർന്ന യൗവനം നശിക്കാത്തവർ എന്നർത്ഥമുള്ള അറബിവാക്കായ ഉറൂബ് എന്ന തൂലികാനാമത്തിൽ അറിയപ്പെടുന്ന പി സി കുട്ടികൃഷ്ണൻ കഥാകൃത്ത്, നോവലിസ്റ്റ്, കവി, ഉപന്യാസകാരൻ, അദ്ധ്യാപകൻ, പത്രപ്രവർത്തകൻ, തിരക്കഥാകൃത്ത് എന്നീ നിലകളിൽ അറിയപ്പെടുന്ന മലയാളത്തിന്റെ മഹാനായ എഴുത്തുകാരനാണ്. ആകാശവാണിയുടെ കോഴിക്കോട് നിലയത്തിൽ 25 വർഷത്തോളം പ്രവർത്തിച്ചു. പല ജനപ്രിയ പരിപാടികളുടെയും നിർമ്മാതാവായിരുന്നു

ഉറൂബ്

അദ്ദേഹം. പ്രകൃതിസ്നേഹിയും ഗാന്ധിയനുമായിരുന്ന അദ്ദേഹം കേരളസാഹിത്യഅക്കാദമി അദ്ധ്യക്ഷനായും *മലയാളമനോരമ*യുടെ പത്രാധിപരായും പ്രവർത്തിച്ചിട്ടുണ്ട്.

അനന്തമായ മനുഷ്യജീവിത വൈചിത്ര്യമായിരുന്നു അദ്ദേഹം പ്രധാനമായും തന്റെ കൃതികളിൽ പ്രമേയമാക്കിയത്. ചെറിയ ചെറിയ പോരായ്മകളെയും കുറവുകളെയും വിസ്മരിച്ച് മനുഷ്യന്റെ നന്മകളെയും മഹത്വത്തെയും കാണുവാനും ആദരിക്കാനുമുള്ള ശ്രമങ്ങളാണ് അദ്ദേഹത്തിന്റെ രചനകളെല്ലാം തന്നെ.

സമൂഹത്തിന്റെ അനുഭവം, ചരിത്രത്തിന്റെ അനുഭവം, രാഷ്ട്രീയത്തിന്റെ അനുഭവം, സ്നേഹത്തിന്റെ അനുഭവം ഇവയെല്ലാം ഉറൂബിന് വിലപ്പെട്ടതായിരുന്നു. വസ്തുതകളുടെ സത്യത്തോടൊപ്പം ഭാവനയുടെ സത്യവും വെളിപ്പെടുത്തിയാണ് അദ്ദേഹം സാഹിത്യരചന നടത്തിയത്. "സംഭാഷണങ്ങളുടെ രാജശില്പി" എന്നാണ് എം ടി അദ്ദേഹത്തെ വിശേഷിപ്പിച്ചത്.

മലയാള ചലച്ചിത്രരംഗത്ത് വിപ്ലവകരമായ മാറ്റങ്ങൾ കൊണ്ടുവന്ന *നീലക്കുയിൽ, രാരിച്ചൻ എന്ന പൗരൻ, ഉമ്മാച്ചു* എന്നീ ചലച്ചിത്രങ്ങളുടെ രചന നിർവ്വഹിച്ചത് ഉറൂബാണ്.

1920 കളിലെ ഖിലാഫത്ത് പ്രസ്ഥാനം, മലബാർ കലാപം, ദേശീയ സ്വാതന്ത്ര്യസമരം, കമ്യൂണിസ്റ്റ് മുന്നേറ്റം, ഒന്നും രണ്ടും ലോകമഹായുദ്ധങ്ങൾ തുടങ്ങിയവയുടെ പശ്ചാത്തലത്തിൽ രാഷ്ട്രീയ സാമൂഹിക കുടുംബ ബന്ധങ്ങളിൽ സംഭവിച്ച മാറ്റങ്ങൾ, മലബാറിനെ കേന്ദ്രമാക്കി അനേകം വ്യക്തിജീവിതങ്ങളിലൂടെ അവതരിപ്പിച്ച നോവലാണ് *സുന്ദരികളും സുന്ദരന്മാരും*. ജീവിതം പരപ്പിലും ആഴത്തിലും ഒന്നിച്ചു കാണാനുള്ള ഉറൂബിന്റെ പരിശ്രമമാണ് ഈ നോവൽ. ഒരു ക്ലാസിഫിക്കേഷന്റെയും

ഉള്ളിൽ ഒതുങ്ങാത്ത മനുഷ്യസ്നേഹത്താൽ ആർദ്രമായ നർമ്മബോധത്തിന്റെ ദീപ്തമായ പ്രസരം ഈ കൃതിയിൽ ഉടനീളം കാണുന്നുണ്ട്. നാല്പതു വർഷത്തെ ചരിത്രം വിവരിക്കുന്ന ഈ നോവൽ ആ കാലഘട്ടത്തിലെ കേരളീയ ജീവിതത്തിന്റെയും പ്രകൃതിയുടെയും വർണ്ണവും രുചിയും ഗന്ധവും രുചിക്കാൻ നമ്മെ സഹായിക്കുന്നു. മനുഷ്യമനസ്സിന്റെ പ്രവണതകളെ ഉള്ളിലേക്ക് കടന്നുകണ്ട് ആവിഷ്കരിച്ചതിനാൽ ചിന്താഗൗരവവും വികാരവും ഒത്തിണങ്ങിയ കൃതിയായി മാറിയിരിക്കുന്നു.

ഓർമ്മയിൽ കുടിയേറി പാർക്കാൻ കഴിവുള്ള സ്വഭാവസവിശേഷതകളോടുകൂടിയ നിരവധി കഥാപാത്രങ്ങൾ ഈ നോവലിൽ ഉണ്ട്. ലഹളയിൽ ഉണ്ടായ കുട്ടി എന്ന് മാത്രം ജനങ്ങൾ ധരിച്ചിരുന്ന കലാകാരന്റെ ആത്മാവുള്ള വിശ്വനാഥൻ, രാമൻ മാസ്റ്റർ, ലക്ഷ്മിക്കുട്ടി, ഗോപിക്കുറുപ്പ്, കൃഷ്ണൻ നമ്പിടി, വേലു നായർ, കുഞ്ഞിരാമൻ, രാധ, ശാന്ത, സുലൈമാൻ, കാർത്തികേയൻ, ഹസ്സൻ എന്നിവർ ഒരു ബാധപോലെ നമ്മെ പിന്തുടരുന്നു. കഥാപാത്രങ്ങളിലൂടെ സ്നേഹവിശ്വാസങ്ങളുടെ ധർമ്മസംഹിത അവതരിപ്പിക്കുകയും മനുഷ്യരെല്ലാം എത്ര സുന്ദരന്മാരും സുന്ദരികളുമാണെന്നു ആവർത്തിക്കുകയും ചെയ്യുന്നു.

ഉറൂബ് ലോകത്തിലെ തന്നെ മികച്ച കഥാകാരന്മാരിൽ ഒരാളാണ്. ഉറൂബിന്റെ കഥകൾ മനുഷ്യസ്നേഹത്തിന്റെയും ഔദാര്യത്തിന്റെയും ദയയുടെയും ഉറവകളാണ്. അവിടെ വിചാരണകളും വിധികല്പിക്കലുകളുമില്ല. ക്രൂരതകളിൽ പോലും കനിവുകൾ മാത്രമേയുള്ളൂ. 'വൈരൂപ്യത്തെയും സൗന്ദര്യത്തെയും വേർതിരിക്കുന്ന അതിർവരമ്പ് കാണുന്നവന്റെ കണ്ണിലാണ് എന്നും മനുഷ്യൻ അടിസ്ഥാനപരമായി ചീത്തയല്ല' എന്നുമുള്ള അദ്ദേഹത്തിന്റെ കാഴ്ചപ്പാടുകൾ ഉറൂബിന്റെ കലയെയും ജീവിതവീക്ഷണത്തെയും കരുപ്പിടിപ്പിച്ച വസ്തുതകളാണ്. ഒടുങ്ങാനാവാത്ത വേദനകളും ഓർക്കാനിഷ്ടപ്പെടാത്ത ഓർമ്മകളും കൊടുത്താൽ മടക്കിത്തരാത്ത ഹൃദയങ്ങളും എല്ലാമിരുന്നാലും പിന്നെയും ജീവിതം എത്ര മനോഹരമാണ് എന്ന് അദ്ദേഹം പറയുന്നുണ്ട്. ആ മനോഹരമായ ജീവിതത്തിന്റെ മനോഹരമായ സാക്ഷാൽക്കാരമാണ് ഉറൂബിന്റെ മൗലികവും ചേതോഹരവുമായ കഥകളും നോവലുകളും. കഥയായാലും നോവലായാലും നാടകമായാലും ചലച്ചിത്രമായാലും ഉറൂബിനു വിഷയം ഈ തീരദേശത്തിന്റെ സ്മൃതികളും മിത്തുകളും സ്ഫുടം ചെയ്തെടുത്ത ജീവിതരീതിയാണ്.

ആമിന, കുഞ്ഞമ്മയും കൂട്ടുകാരും, ഉമ്മാച്ചു, മിണ്ടാപ്പെണ്ണ്, സുന്ദരികളും സുന്ദരന്മാരും, ചുഴിക്കുപിൻപേ ചുഴി, അണിയറ, അമ്മിണി, കരുവേലക്കുന്ന് (നോവലുകൾ) *നീർച്ചാലുകൾ, തേന്മുള്ളുകൾ, താമരത്തൊപ്പി, മുഖംമൂടികൾ, തുറന്നിട്ട ജാലകം, നിലാവിന്റെ രഹസ്യം, തെരഞ്ഞെടുത്ത കഥകൾ, രാച്ചിയമ്മ, ഗോപാലൻനായരുടെ താടി, വെളുത്ത കുട്ടി, മഞ്ഞിൻമറയിലെ സൂര്യൻ, നവോന്മേഷം, കതിർക്കറ്റ, നീലമല, ഉള്ളവരും ഇല്ലാത്തവരും, ലാത്തിയും പൂക്കളും, വസന്തയുടെ അമ്മ,*

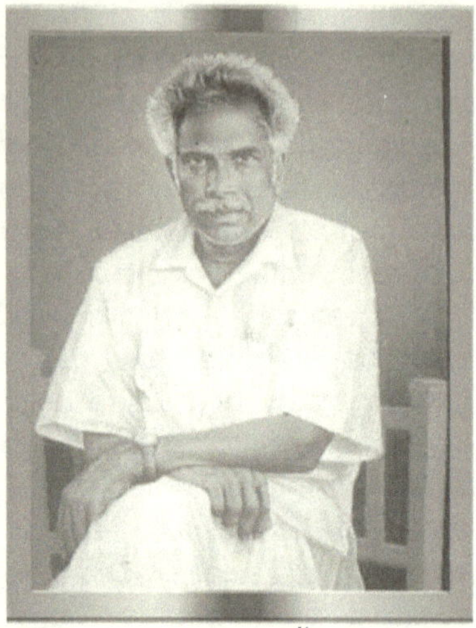
ചെറുകാട്

മൗലവിയും ചങ്ങാതിമാരും, റിസർവ്വ് ചെയ്യാത്ത ബർത്ത്, കൂമ്പെടുക്കുന്ന മണ്ണ്, ഉറൂബിന്റെ കുട്ടിക്കഥകൾ, നീലവെളിച്ചം, മൂവായിരത്തി മുന്നൂറ്റി മുപ്പത്തിനാലിന്റെ ചരിത്രം, അങ്കവീരൻ, അപ്പുവിന്റെ ലോകം (ചെറുകഥാസമാഹാരങ്ങൾ), *നിഴലാട്ടം, മാമൂലിന്റെ മാറ്റൊലി, പിറന്നാൾ* (കവിതസമാഹാരങ്ങൾ), *കവിസമ്മേളനം, ഉറൂബിന്റെ ശനിയാഴ്ചകൾ, ഉറൂബിന്റെ ലേഖനങ്ങൾ* (ലേഖനസമാഹാരങ്ങൾ), *തീകൊണ്ടു കളിക്കരുത്, മണ്ണുംപെണ്ണും, മിസ് ചിന്നുവും ലേഡി ജാനുവും* (നാടകങ്ങൾ) *നീലക്കുയിൽ, രാരിച്ചൻ എന്ന പൗരൻ, നായര് പിടിച്ച പുലിവാല്, മിണ്ടാപ്പെണ്ണ്, കുരുക്ഷേത്രം, ഉമ്മാച്ചു, അണിയറ* (തിരക്കഥകൾ) എന്നീ കൃതികളിലൂടെ ഉറൂബ് സ്വന്തമായൊരു സാഹിത്യ സാമ്രാജ്യം കെട്ടിപ്പടുത്തു.

മലയാള സാഹിത്യത്തിലെ അനന്വയം എന്നു വിശേഷിപ്പിക്കാവുന്ന ചെറുകാട് ഗോവിന്ദപ്പിഷാരടി നിളാത്തീരത്ത് ജനിച്ചു ജീവിച്ച് കേരളത്തിന്റേതായി മാറിയ സാഹിത്യകാരനാണ്. കവി, നോവലിസ്റ്റ്, ചെറുകഥാകൃത്ത്, നാടകകൃത്ത്, അദ്ധ്യാപകൻ, സംഘാടകൻ, പ്രഭാഷകൻ എന്നീ നിലകളിൽ പ്രശസ്തനായപ്പോഴും തന്റെ മുരിങ്ങയുടെ ചുവട്ടിൽ ഉറച്ചുനിന്നുകൊണ്ടു നക്ഷത്രരാശിയിലേക്ക് കണ്ണയക്കാൻ കഴിഞ്ഞ പ്രതിഭയായിരുന്നു അദ്ദേഹം.

നരച്ച കുറ്റിത്തല, കൂറ്റൻമീശ, മുറിക്കൈയൻ കുപ്പായം, തോളിൽ നിത്യഗർഭയായ ചുവന്നസഞ്ചി, പോക്കറ്റിൽ പൊണ്ണൻ പേന, കടിച്ചു പിടിച്ച നനുത്ത സംസാരം, ശാന്തതയാർന്ന മുഖം ഇങ്ങനെ നാളികേര പാകത്തിലായിരുന്ന ചെറുകാട്. എത്രയോ ദശാബ്ദങ്ങൾക്ക് മുൻപുതന്നെ വള്ളുവനാടൻ ജീവിതത്തിന്റെ അന്തർദ്ധാരകളിൽ ഒന്നായ മതേതരത്വം എന്ന ഉദാരഭാവത്തെ അവിസ്മരണീയമാംവിധം അവതരിപ്പിച്ച എഴുത്തുകാരിൽ പ്രമുഖനായിരുന്നു. 'ചെറുകാട് സാഹിത്യകാരനാണ്. പുരോഗമനസാഹിത്യകാരനാണ്. സാമൂഹ്യ രാഷ്ട്രീയ ജീവിതമണ്ഡലങ്ങളിലെന്നപോലെ, സാഹിത്യ മണ്ഡലത്തിലും നിഷ്പക്ഷതയില്ലെന്ന വിശ്വസിക്കുന്ന ഒരു സാഹിത്യകാരനാണദ്ദേഹം' എന്ന് അദ്ദേഹത്തിന്റെ രാഷ്ട്രീയ ഗുരുവായ ഇ എം എസ് ചെറുകാടിന്റെ ആത്മകഥയായ *ജീവിതപ്പാത*യുടെ അവതാരികയിൽ പറയുന്നുണ്ട്.

ചെറുകാടിനു ഏറെ പ്രസിദ്ധി നേടിക്കൊടുത്തത് അദ്ദേഹത്തിന്റെ

നാടകങ്ങളായ *നമ്മളൊന്ന്, അടിമ, സ്വതന്ത്ര, കുട്ടിത്തമ്പുരാട്ടി, കുട്ടിത്തമ്പുരാൻ, തറവാടിത്തം, സ്നേഹബന്ധങ്ങൾ, രക്തേശ്വരി* എന്നിവയാണ്. *മുളങ്കൂട്ടം, വിശുദ്ധനുണ, കൊടുങ്കാറ്റ്* എന്നീ ഏകാങ്കസമാഹാരങ്ങളും ശ്രദ്ധിക്കപ്പെട്ടവതന്നെ. അടിമകൾ സ്വാതന്ത്ര്യം നേടുന്നത് ആരുടേയും സൗജന്യം കൊണ്ടല്ല, നിരന്തരവും നിസ്തന്ദ്രവുമായ സമരത്തിലൂടെയാണ്. ആ സമരാങ്കണങ്ങളിൽനിന്ന് ചെറുകാട് നേടിയ അറിവുകളാണ് അദ്ദേഹത്തിന്റെ നാടകങ്ങളുടെ ചൂടും ചൂരും ചൈതന്യവും. അവയിലെ കഥാപാത്രങ്ങൾ അടിമകളുടെ മോചനസമരത്തിലെ ധീരന്മാരായ പോരാളികളാണ്.

ചെറുകാടിന്റെ ഏറ്റവും പ്രധാനപ്പെട്ട സാഹിത്യക്കളരി നോവലായിരുന്നു. *മരണപത്രം, മണ്ണിന്റെ മാറിൽ, മുത്തശ്ശി, ശനിദശ, പ്രമാണി, മരുമകൾ, ദേവലോകം, ഭൂപ്രഭു* എന്നിവയാണ് അദ്ദേഹം മലയാളത്തിന് സമ്മാനിച്ച നോവലുകൾ. മലബാറിലെ പുരോഗമന വിപ്ലവപ്രസ്ഥാനം നേരിട്ട പരീക്ഷകളുടെ ചരിത്രമാണ് ചെറുകാട് ഈ കൃതികളിൽ കോറിയിട്ടത്.

ജീവിതത്തിൽ നാം നേരിടുന്ന കുടുംബജീവിതം, വിവാഹബന്ധങ്ങൾ, പ്രണയം, വിരഹം, ദുഃഖം, ദുരിതം തുടങ്ങിയവയെല്ലാം സാമൂഹ്യയാഥാർത്ഥ്യത്തിന്റെ മുഖവും ഭാവവുമാണെന്ന് കാണിക്കുന്നു. 'കൃത്രിമത്തിന്റെ നിറംകലർത്താതെ ജീവിതത്തിൽ കൊടുമ്പിരിക്കൊള്ളുന്ന സംഘർഷം അവതരിപ്പിക്കുന്നതിൽ ചെറുകാടിനോളം കൃതഹസ്തനായ ഒരെഴുത്തുകാരനെ കേരളം ഇന്നോളം കണ്ടിട്ടില്ല' എന്ന് തായാട്ട് ശങ്കരൻ എഴുതുന്നു.

ചെറുകാടിന്റെ കവിതകൾ എന്ന ശീർഷകത്തിൽ മൂന്നു ഭാഗങ്ങളിലായി പ്രസിദ്ധീകരിച്ച കവിതകൾ കവിയെന്ന നിലയിലുള്ള ചെറുകാടിന്റെ സാന്നിദ്ധ്യം ഉറപ്പാക്കുന്നവയാണ്. സ്വന്തം അനുഭവങ്ങളിൽ നിന്ന്, അനുഭൂതികളിൽനിന്ന്, ഒട്ടും നിറമില്ലാത്ത ജീവിതസന്ധികളിൽ നിന്നു വാർന്നുവീണതാണ് അദ്ദേഹത്തിന്റെ കവിതകളെല്ലാം. *ചെറുകാടിന്റെ ചെറുകഥകൾ, ചുട്ടൻമൂരി, മുദ്രമോതിരം, ചെകുത്താന്റെകൂട്* എന്നീ കഥാസമാഹാരങ്ങളും *ചുറ്റുവിളക്ക്, തന്തക്കുറുക്കൻ, കറുപ്പൻകുട്ടി* എന്നീ ബാലസാഹിത്യ കൃതികളും മലയാളത്തിന് ചെറുകാട് സമ്മാനിച്ചിട്ടുണ്ട്. ആത്മകഥാ സാഹിത്യചരിത്രത്തിൽത്തന്നെ വേറിട്ട് നില്ക്കുന്ന ഒന്നാണ് ഇ എം എസിന്റെ അവതാരികയോടെ പ്രകാശനം ചെയ്ത *ജീവിതപ്പാത*. കേന്ദ്ര, കേരള സാഹിത്യ അക്കാദമി പുരസ്കാരങ്ങൾ ലഭിച്ച ഈ കൃതി 'എല്ലാ ഭാരതീയ ഭാഷകളിലും വിവർത്തനം ചെയ്തു പ്രസിദ്ധീകരിക്കേണ്ടതാണെന്ന്' മാധവിക്കുട്ടി നിർദ്ദേശിക്കുന്നു.

വില്വാദ്രിനാഥന്റെയും പുനർജ്ജനി ഗുഹയുടെയും താഴത്ത് ജീവിച്ച കോമാളിയുഗത്തിലെ പുരുഷഗോപുരമായ വി കെ എൻ ജീവിച്ചതും നിളയുടെ തീരത്താണ്. വടക്കേക്കൂട്ടാല നാരായണൻകുട്ടി നായർ അഥവാ വി കെ എൻ സവിശേഷമായ രചനാശൈലികൊണ്ട് മലയാള

സാഹിത്യത്തിൽ വേറിട്ടുനിന്ന വ്യക്തിത്വമായിരുന്നു. ഹാസ്യരചനകൾക്കൊണ്ട് മലയാളിയെ ചിരിപ്പിക്കുകയും ചിന്തിപ്പിക്കുകയും ചെയ്ത ഈ എഴുത്തുകാരൻ ആർക്കും അനുകരിക്കാനാവാത്ത വഴികളിലൂടെയാണ് അക്ഷരസഞ്ചാരം നടത്തിയത്. ശുദ്ധഹാസ്യത്തിന്റെ പൂത്തിരിവെട്ടത്തിൽ മാറിയിരുന്ന് ചുറ്റുപാടുകളെ നോക്കിക്കാണാൻ മലയാളികളെ പഠിപ്പിച്ച എഴുത്തുകാരനായിരുന്നു വി കെ എൻ. സ്വന്തം ജീവിതാനുഭവങ്ങൾ പയ്യൻ എന്ന കേന്ദ്രകഥാപാത്രത്തിലൂടെ അവതരിപ്പിച്ച നോവലുകളും കഥകളുമാണ് അദ്ദേഹത്തെ മലയാള സാഹിത്യത്തിൽ അനശ്വരനാക്കിയത്. കഥയും നോവലുകളുമായി ഇരുപത്തഞ്ചിലേറെ കൃതികൾ വി കെ എന്നിന്റേതായുണ്ട്. രണ്ടു നോവലുകളും ഏതാനും കഥകളും ഇംഗ്ലീഷിലും മറ്റ് ഇന്ത്യൻ ഭാഷകളിലും വിവർത്തനം ചെയ്യപ്പെട്ടു. ഇംഗ്ലീഷ് വിവർത്തനത്തിന് വഴങ്ങാത്ത അത്യപൂർവ്വ ശൈലിയിലായിരുന്നു വി കെ എൻ കഥകൾ പറഞ്ഞിരുന്നത്. അല്പം ബുദ്ധികൂടിയ നർമ്മങ്ങളായതിനാൽ വി കെ എൻ കഥകൾ വായനക്കാരുടെ ഒരുപ്രത്യേക വലയത്തിലൊതുങ്ങുകയും ചെയ്തു.

വി കെ എൻ

അധികാര വ്യവസ്ഥയ്ക്കെതിരായ അനുരഞ്ജനരഹിതമായ വിമർശനങ്ങളായിരുന്നു വി കെ എന്നിന്റെ പ്രധാന രചനകളെല്ലാം. *സിൻഡിക്കേറ്റ്, ആരോഹണം, പയ്യൻ കഥകൾ* തുടങ്ങിയ രചനകൾ അധികാരത്തിന്റെ ഇടനാഴികളിലൂടെയുള്ള വിമർശനയാത്രകളാണ്. ഭക്ഷണം, ഇര, ഇണ, സ്ഥാനമാനങ്ങൾ തുടങ്ങിയ ഘട്ടങ്ങളിലൂടെ കയറിപ്പോകുന്ന *പയ്യൻ* ഒടുവിൽ അധികാരത്തെ തന്നെയാണ് തുറന്നുകാട്ടിയത്. പയ്യൻ എന്ന കഥാപാത്രം അദ്ദേഹത്തിന്റെ തന്നെ ആത്മാവാണെന്നു പറയാം. ഡൽഹി ജീവിതത്തിനിടയ്ക്ക് ഇന്ത്യയുടെ തലസ്ഥാന നഗരിയിൽ

അരങ്ങേറുന്ന രാഷ്ട്രീയ നാടകങ്ങൾ വി കെ എന്നിലുണർത്തിയ രോഷമാണ് *പയ്യന്റെ* നർമ്മങ്ങളിലൂടെയും നിരീക്ഷണങ്ങളിലൂടെയും പുറത്തുവരുന്നത്. തുള്ളൽ കൃതികളിലൂടെ മലയാളസാഹിത്യത്തിൽ ഹാസ്യത്തിന്റെ ഐശ്വര്യം വിതറിയ കുഞ്ചൻനമ്പ്യാരുടെ നാട്ടുകാരനായിരുന്നു വി കെ എൻ. ചുറ്റും നടക്കുന്നതിൽ നിന്നൊക്കെയും മാറിനിന്ന് അവ നർമ്മത്തിൽ ചാലിച്ച് അനുവാചകർക്കു മുന്നിലവതരിപ്പിച്ചാണ് നമ്പ്യാർ ഓട്ടൻതുള്ളൽ എന്ന കലയെ ജനകീയമാക്കിയത്. നർമ്മരചനയുടെ കാര്യത്തിൽ വി കെ എൻ ചെയ്തതും ഇതുതന്നെയാണ്. സമകാലിക സംഭവങ്ങളെ മാറിനിന്നു നോക്കിക്കണ്ട് അവ നർമ്മത്തിൽ ചാലിച്ച നിരീക്ഷണങ്ങളായി മലയാള സാഹിത്യലോകത്ത് അദ്ദേഹം സമർത്ഥമായി വിളമ്പി.

ലോകചരിത്രം, സാമ്പത്തിക ശാസ്ത്രം, രാജ്യാന്തര രാഷ്ട്രീയ സംഭവ വികാസങ്ങൾ, ഭാരതത്തിലെ പുരാണ കൃതികൾ എന്നീ വിഷയങ്ങളിലുള്ള പരന്ന വായനയുടെ പിൻബലവും വി കെ എൻ കൃതികളുടെ പ്രത്യേകതയാണ്. അതുകൊണ്ടുതന്നെ തന്റെ കാലഘട്ടത്തിലെ ഏതു ഭൂകമ്പത്തെയും അനായാസമായി അവതരിപ്പിക്കാൻ അദ്ദേഹത്തിനു കഴിഞ്ഞു.

ചാത്തൻസും ചാത്തുവും പയ്യൻസും വെളിച്ചപ്പാടും ഭൂതഗണങ്ങളുമൊക്കെയായി ലോകം മുഴുവൻ ശ്രദ്ധിച്ച വാക്കുകൾക്കിടയിലെ മുനവെച്ച ചിന്തയും മുഴങ്ങുന്ന ചിരിവെട്ടവും നമുക്ക് സമ്മാനിച്ച വി കെ എൻ *അസുരവാണി, മഞ്ചൽ, ആരോഹണം, ഒരാഴ്ച, അനന്തരം, അധികാരം, സിൻഡിക്കേറ്റ്, പിതാമഹൻ, ജനറൽ ചാത്തൻസ്, നാണ്വാർ, പെൺപട, കുടിനീർ, പയ്യന്റെ രാജാവ്* എന്നീ നോവലുകളിലൂടെയും *മന്ദഹാസം, പയ്യൻ, ക്ലിയോപാട്ര, പയ്യന്റെ കാലം, പയ്യന്റെ യാത്രകൾ, കുഞ്ഞൻ മേനോൻ, അതികായൻ, ചാത്തൻസ്, ചർണ്ണാനന്ദൻ, സർ ചാത്തുവിന്റെ റൂളിങ്, വി കെ എൻ കഥകൾ, മാനാഞ്ചിറ ടെസ്റ്റ്, പയ്യന്റെ ഡയറി* എന്നീ കഥാസമാഹാരങ്ങളിലൂടെയും *അമ്മൂമ്മക്കഥ* എന്ന നോവലെറ്റിലൂടെയും *അയ്യായിരവും കോപ്പും* എന്ന നർമ്മലേഖന സമാഹാരത്തിലൂടെയും കേരളപ്പഴമയുടെ പുരാതനമായ അറിവുകളിൽനിന്ന് വിശ്വവിജ്ഞാനത്തിന്റെ അത്യാധുനികമായ വികാസ പരിണാമങ്ങളിലേക്കു നടന്നെത്തിയിട്ടുള്ള അദ്ദേഹം തന്റെ രചനകളിലുടനീളം ആ അറിവുകളുടെ പരാഗം വിതറിയിരിക്കുന്നു.

"ഒരു കണ്ണീർക്കണം മറ്റുള്ളവർക്കായ് ഞാൻ പൊഴിക്കവേ
ഉദിക്കയാണെന്നാത്മാവിൽ ആയിരം സൗരമണ്ഡലം
ഒരു പുഞ്ചിരി ഞാൻ മറ്റുള്ളവർക്കായ് ചെലവാക്കവേ
ഹൃദയത്തിലുലാവുന്നു നിത്യനിർമ്മല പൗർണ്ണമി" എന്ന് പറഞ്ഞുകൊണ്ട് മറ്റുള്ളവർക്ക് വേണ്ടി കണ്ണീർ പൊഴിക്കുമ്പോൾ തന്നിൽ ഉദയം ചെയ്യുന്ന സൂര്യനെ തിരിച്ചറിഞ്ഞ മഹാകവി അക്കിത്തം നിളയുടെ സന്തതിയാണ്.

അക്കിത്തം

'സ്വാനുഭൂതികളെ നിമിഷങ്ങളുടെ ക്ഷേത്രങ്ങൾക്കുള്ളിൽ പ്രതിഷ്ഠിക്കുന്ന ഹ്രസ്വ കവിതകളെന്നപോലെ സമകാല സമൂഹജീവിതത്തിന്റെ സ്ഥിതികളെയും ഗതികളെയും ച്യുതികളെയും അവ യെല്ലാംകൂടി സംഭരിച്ച് നല്കിയ വ്യഥ കളെയും മനസ്സാക്ഷിയുടെ പൂക്കളിൽ നിന്ന് കിനിയുന്ന' നീണ്ട കവിതകളും എഴുതിയിട്ടുണ്ട് അക്കിത്തം. കാല്പനിക കവിതാലോകത്തിലെ 'ഞാൻ എന്ന മഹാത്ഭുതത്തെ അദ്ദേഹം പകൽവെളിച്ച ത്തിൽ പച്ചമണ്ണിൽ നിർത്തിക്കാണിച്ച് തരുന്നു; അപ്പോൾ ദിവ്യാത്ഭുതങ്ങളെല്ലാം മായുന്നു. നഗ്നവാനരൻ തന്നെയാണീ ഞാൻ എന്നദ്ദേഹം ബോദ്ധ്യപ്പെടുത്തി ത്തരുന്നു' എന്ന് അദ്ദേഹത്തെ പ്രൊഫ. എം ലീലാവതി വിലയിരുത്തുന്നു.

റൊമാന്റിസിസവും റിയലിസവും തമ്മിലുള്ള സംഘർഷത്തിൽ റിയലിസത്തിന്റെ പക്ഷത്തും യാഥാസ്ഥികത്വത്തിന്റെ അംഗീകരണ പ്രവണതയും വിപ്ലവാത്മകതയുടെ സമരപ്രവണതയും തമ്മിലുള്ള ഏറ്റുമുട്ടലിൽ വിപ്ലവത്തിന്റെ പക്ഷത്തുമാണ് അക്കിത്തം നിലയുറപ്പിച്ചത്.

"ഇല്ലനുകർത്താവിനില്ല തൻ ജീവിത-
വല്ലരിയിൽപ്പൂവിരിഞ്ഞു കാണാൻ വിധി
ഇന്നലെപ്പോയ ഭടന്റെ കാല്പാടുകൾ
ചിന്നിയ മണ്ണിൽ ചവിട്ടുകയില്ല ഞാൻ
ഇന്നലത്തെപ്പൂരത്തിന്നിലേക്കുള്ളതാ-
ണിന്നിനി ഇന്നത്തെപ്പരാക്രമം വേണ്ടയോ" എന്ന് പ്രഖ്യാപിച്ചുകൊണ്ടാണ് അദ്ദേഹം തന്റെ കവിതകൾ മറ്റാരുടെയും നാദത്തിന്റെ അനുരണനമാവില്ലെന്നു തെളിയിച്ചത്.

"നിരത്തിൽ കാക്ക കൊത്തുന്നു
ചത്ത പെണ്ണിന്റെ കണ്ണുകൾ
മുല ചപ്പിവലിക്കുന്നു
നരവർഗ്ഗനവാതിഥി" എന്ന രൂക്ഷാൽ രൂക്ഷതരമായ ചിത്രം വരച്ചുകൊണ്ട് വസ്തുതകളെ ഒരു മിനുക്കുപണിയും കൂടാതെ, ഏണും കോണും ചെത്താതെ, കൂർത്ത മുനമ്പുകൾ വായനക്കാരന്റെ മനസ്സിൽ തറച്ചുകയറത്തക്കവണ്ണം ആഞ്ഞെറിയുക എന്ന പദപ്രയോഗത്തിന്റെ ടെക്നിക് അക്കിത്തം നമുക്ക് അനുഭവവേദ്യമാക്കുന്നു.

"ഊതിയാൽ വീഴുമിന്നത്തെ
ന്യായപീഠങ്ങളൊക്കെയും

കാലം വന്നുവിളിക്കുന്നു
കൺതുറന്നെഴുന്നേല്ക്കുവിൻ"
എന്ന ആഹ്വാനവും അദ്ദേഹം നല്കുന്നുണ്ട്.
"വെളിച്ചം ദുഃഖമാണുണ്ണീ
തമസ്സല്ലോ സുഖപ്രദം"

എന്നു വിലപിക്കുന്നിടത്തേക്കു സമൂഹം അദ്ദേഹത്തെ എത്തിക്കുന്നതും നാം കാണുന്നു.

സമകാലിക ജീവിത പ്രതിസന്ധികളോടുള്ള ശക്തമായ പ്രതികരണമാണ് അക്കിത്തത്തിന്റെ കവിതകൾ. പാരതന്ത്ര്യം, അടിമത്തം, അസമത്വം തുടങ്ങിയവയെ ആ കവിതകൾ വിമർശനവിധേയമാക്കുന്നു. ദുഃഖിതരും ദരിദ്രരും ദുരിതബാധിതരുമായ തൊഴിലാളിയുടെ അദ്ധ്വാനം ചൂഷണം ചെയ്ത് മണിഹർമ്മ്യങ്ങളിൽ അല്ലലില്ലാതെ വിഹരിക്കുന്നവരും സംസ്കാരത്തിന്റെ ഈടുവെപ്പുകൾ വിസ്മരിച്ച് ആഡംബരങ്ങളിൽ ഭ്രമിക്കുന്നവരും ആ കവിതകളിൽ വിചാരണ ചെയ്യപ്പെടുന്നു. ആഢ്യതയും അലസതയും കൈമുതലാക്കിയ ജന്മിവർഗ്ഗത്തിന്റെ കുടിലതകൾ അദ്ദേഹത്തെ ചൊടിപ്പിക്കുകയും നൊമ്പരപ്പെടുത്തുകയും അവയ്ക്കെതിരെയുള്ള നിശിത വിമർശനങ്ങളായി അദ്ദേഹത്തിന്റെ ആദ്യകാല കവിതകൾ മാറുകയും ചെയ്തു. തൊഴിലാളിവർഗ്ഗത്തിന്റെ വിജയഗാഥയായ 'പൂണൂൽക്കാരുടെ ചരിത്രം' ശംഖുമാല വില്ക്കുന്ന ദരിദ്രനാരായണന്മാരോട് ഐക്യദാർഢ്യം പ്രഖ്യാപിക്കുന്ന 'കന്യാകുമാരിയിലെ കാക്കകൾ', കർഷകത്തൊഴിലാളിയുടെ ഉയിർത്തെഴുന്നേല്പിന്റെ ഉദ്ഘോഷണമായ 'കുതിർന്ന മണ്ണ്', ചൂഷണ വിധേയനായ തുപ്പൻ നമ്പൂതിരിയുടെ കഥ പറയുന്ന 'പണ്ടത്തെ മേശാന്തി' എന്നിവ ഈ ദിശയിലുള്ള കവിതകളാണ്.

"കോടിക്കോടി മനുഷ്യർതൻ ചിത്തം
കൂടിച്ചേർന്നിട്ടിഴുകിയതത്രെ
നൂറുനൂറുയാഗത്തിന്നു മുമ്പാ-
ധീരനാദം ചിറകുവെക്കാതെ
മന്നിതാകെ നടുങ്ങിടുംമട്ടി-
ലിന്നതിന്നു പറക്കുവാൻ തോന്നി
മന്നിതാകെ കുലുങ്ങവേ പാറാ-
നിന്നതിന്നു ചിറകുമുണ്ടായി
ആയതിന്റെ ചിറകടി മണ്ണിൽ
മായികത്വം തരിപ്പണമാക്കി" എന്നും
"എന്റെയല്ലെന്റെയല്ലീക്കൊമ്പനാനകൾ
എന്റെയല്ലീ മഹാക്ഷേത്രവും മക്കളേ!
നിങ്ങൾ തൻ കുണ്ഠിതം കാണ്മതിൽ ഖേദമു-
ണ്ടെങ്കിലും നിന്ദിപ്പതില്ലെൻ വിധിയെ ഞാൻ
ഗർഭഗൃഹത്തിലുണ്ടാശ്രിതവാത്സല്യ-

നിർഭരനായൊരാളെന്റെയായെന്റെയായ്" എന്നും
"ഇടിഞ്ഞുപൊളിഞ്ഞലോകത്തിൽ
നിന്നെക്കൊന്നവർ കൊന്നു പൂവേ,
തന്നുടെ തന്നുടെ മോക്ഷത്തെ!" എന്നും
"ഇല്ലവിശേഷം ചിത്തഭ്രമമാ-
ണിയ്യിടെ നമ്മൾക്കല്പാപ്പം" എന്നും അദ്ദേഹം നൊമ്പരപ്പെടുന്നുണ്ട്.

'ഇരുപതാം നൂറ്റാണ്ടിന്റെ ഇതിഹാസം', 'വെണ്ണക്കല്ലിന്റെ കഥ', 'ബലിദർശനം', 'പണ്ടത്തെ മേശാന്തി', 'മനസ്സാക്ഷിയുടെ പൂക്കൾ', 'നിമിഷക്ഷേത്രം', 'പഞ്ചവർണ്ണക്കിളി', 'അരങ്ങേറ്റം', 'മധുവിധു', 'ഇടിഞ്ഞുപൊളിഞ്ഞ ലോകം', 'അമൃതഗാഥിക', 'അക്കിത്തത്തിന്റെ തെരഞ്ഞെടുത്ത കവിതകൾ', 'കളിക്കൊട്ടിലിൽ', 'അക്കിത്തം കവിതകൾ: സമ്പൂർണ്ണ സമാഹാരം', 'സമത്വത്തിന്റെ ആകാശം', 'കരതലാമലകം', 'ആലഞ്ഞാട്ടമ്മ', 'മധുവിധുവിനുശേഷം', 'സ്പർശമണികൾ', 'അഞ്ചുനാടോടിപ്പാട്ടുകൾ', 'മാനസപൂജ' (കവിതകൾ), *ഒരുകുലമുന്തിരിങ്ങ* (കുട്ടിക്കവിതകൾ), *ഭാഗവതം* (വിവർത്തനം, മൂന്നുവാല്യങ്ങൾ), *ഉപനയനം, സമാവർത്തനം* (ഉപന്യാസങ്ങൾ) എന്നീ കൃതികളൊക്കെ നിളയുടെ ആർദ്രത വറ്റിയ തീരങ്ങളിൽ കണ്ണീരിന്റെ നിധിയറ തേടി അദ്ദേഹം നടത്തിയ ഉദ്ഖനനങ്ങളുടെ ഫലമാണ്.

പത്മശ്രീ, കേരളസാഹിത്യ അക്കാദമി അവാർഡ്, കേന്ദ്രസാഹിത്യ അക്കാദമി അവാർഡ്, ഓടക്കുഴൽ അവാർഡ്, സഞ്ജയൻ പുരസ്കാരം, പത്മപ്രഭപുരസ്കാരം, അമൃതകീർത്തി പുരസ്കാരം, എഴുത്തച്ഛൻ പുരസ്കാരം, മാതൃഭൂമി സാഹിത്യ പുരസ്കാരം, വയലാർ അവാർഡ് എന്നീ പുരസ്കാരങ്ങൾ അദ്ദേഹത്തെ തേടിയെത്തിയിട്ടുണ്ട്.

പ്രകൃതിയെയും പാരമ്പര്യത്തെയും പണ്ടേ തിരിച്ചറിഞ്ഞ നിളാതീരത്തെ മറ്റൊരു കവി ഒളപ്പമണ്ണയാണ്. കുലീനമായൊരു സംസ്കാരത്തിന്റെ മുഖമാണ് ഒളപ്പമണ്ണക്കവിത.

സമ്പന്നതയുടെ മടിത്തട്ടിൽനിന്നു എഴുന്നേറ്റിറങ്ങിപ്പോന്നു മർദ്ദിതർക്കുവേണ്ടി പാടിയ സുഫലാത്മാവായിരുന്നു അദ്ദേഹം. കാവ്യസങ്കല്പങ്ങളിലും കാവ്യഭാഷയിലും പഴയ റൊമാന്റിക്ക് ഒഴുക്കിനെ അദ്ദേഹം മുറിച്ചുനീന്തി. പഴയ മൂല്യസങ്കല്പങ്ങളോടും കാപട്യങ്ങളോടുമുള്ള പ്രതിഷേധം നിരന്തരം പ്രകടിപ്പിച്ച ഒളപ്പമണ്ണ ഭൂതകാലത്തിന്റെ താക്കോൽക്കൊണ്ട് ഭാവിയെ തുറക്കാൻ സാദ്ധ്യമല്ലെന്നും അതിനു പുതിയ താക്കോൽ തീർക്കേണ്ടത് അനിവാര്യമാണെന്നും നമ്മോട് പറഞ്ഞുക്കൊണ്ടേയിരുന്നു.

"ആർഷസംസ്കാരം നോക്കൂ; ജാതിയും മതങ്ങളു-
മായുധമെടുക്കുന്നിതനന്യോന്യം കുത്തിക്കീറാൻ" എന്നും
"വറ്റിക്കും കുളത്തിലെ വെള്ളംപോൽ പകലിന്റെ
വെട്ടവുമാകാശത്തു കലങ്ങിക്കുറുകുമ്പോൾ
മടങ്ങിപ്പോന്നേൻ, ഇപ്പോളർദ്ധനിദ്രയിലായ

മനസ്സിൻ നിഴലായി വഹിച്ചേൻ ഗിരികൂടം" എന്നും
"സ്വാതന്ത്ര്യമുദിച്ചുവോ? വിള കൊയ്തോടാൻ വന്ന
ഘാതകൻ പാടത്തിന്റെ നടുക്ക് നില്പുണ്ടിന്നും
സ്വാതന്ത്ര്യോദയത്തിന്റെ ശോഭയല്ല നാം കണ്ടു
പാതിരാവിൻ പൊട്ടിച്ചൂട്ടിന്റെ ചിരി മാത്രം" എന്നും അദ്ദേഹം പരിതപിക്കുന്നു.

'ഒളപ്പമണ്ണയുടെ കാവ്യജീവിതത്തെ മൂന്നു ഘട്ടങ്ങളായി വിഭജിച്ചു കാണാമെന്നു തോന്നുന്നു. 'വീണ', 'കല്പന', 'കുളമ്പടി', 'കിലുങ്ങുന്ന കൈയാമം', 'ഇലത്താളം', 'റബ്ബർ വൈഫും മറ്റു കവിതകളും', 'തീത്തൈലം', 'അശരീരികൾ' എന്നിവ ആദ്യകാലഘട്ടത്തിന്റെയും, 'പാഞ്ചാലി', 'കഥാകവിതകൾ', 'ഏഹി സൂനരി', 'ഒലിച്ചുപോകുന്ന ഞാൻ' എന്നിവ രണ്ടാം ഘട്ടത്തിന്റെയും പ്രതിനിധികളാവുന്നു. ദർശനത്തിന്റെ തലത്തിൽ വ്യക്തമായൊരു പരിണതിയുണ്ടാകുന്ന കലാബിന്ദു 'ഒലിച്ചുപോകുന്ന ഞാൻ' എന്ന കവിതയുടെ രചനയാണെന്നു പറയാം. അതിനുശേഷമാണ് ഈ കവിയുടെ ഏറ്റവും പ്രകൃഷ്ടമായ കാവ്യഗ്രന്ഥങ്ങൾ - *നങ്ങേമക്കുട്ടി, ആനമൂത്ത്, സുഫല, ദുഃഖമാവുക സുഖം, നിഴലാന* എന്നിവ പുറത്തുവന്നത്. അച്ഛനും മകനും കൃഷിക്കാരനും ദേശസ്നേഹിയും മനുഷ്യസ്നേഹിയുമായ ഒളപ്പമണ്ണയുടെ നാനാമുഖങ്ങളെ ഇവ പ്രത്യക്ഷീകരിച്ച് കാട്ടുന്നു' എന്ന് *നിഴലാന*യുടെ ആമുഖത്തിൽ ആത്മാരാമൻ പറയുന്നത് നൂറുശതമാനം സത്യമാണ്.

വാക്യഘടനയിൽ വരുത്തുന്ന വ്യതിയാനങ്ങൾ, വിഭിന്നാംശങ്ങളുടെ ആവൃത്തി, തൻവിനയെച്ചത്തിന്റെ ഉപയോഗം, ആശംസകപ്രകാരത്തോടുള്ള പ്രതിപത്തി, സമുച്ചയങ്ങളുടെ സമൃദ്ധി എന്നീ വൈവിദ്ധ്യവിശേഷങ്ങളാണ് ഒളപ്പമണ്ണക്കവിതകളുടെ ശൈലീപരമായ സവിശേഷതകൾ.

ഒളപ്പമണ്ണക്കവിതയുടെ ഹൃദയം തൊട്ടു വിഷ്ണുനാരായണൻ നമ്പൂതിരി *ജാലകപ്പക്ഷി*യുടെ അവതാരികയിൽ അദ്ദേഹത്തെ വിശേഷിപ്പിച്ചത് 'ഐന്ദ്രിയാനുഭൂതികളുടെ കവി' എന്നാണ്. ഈ ഐന്ദ്രിയാനുഭൂതിയുടെ വ്യത്യസ്തമുഖങ്ങൾ അവയുടെ എല്ലാ ഭാവ തീവ്രതയോടും അഗാധതയോടും കൂടി ഒളപ്പമണ്ണക്കവിതകളിൽ നിറഞ്ഞുതുളുമ്പുന്നു.

"മധുരച്ചാറും ചോറുമിത്തിരിയുപ്പും കൂട്ടി
മതിയാവോളം തുടച്ചുണ്ണുക തൊണ്ണൂറ്റഞ്ചാം
വയസ്സിലമ്മേ! വലംകൈയിലമ്മയ്ക്കും മതി-
വരാത്തതല്ലോ ജീവിതാസവ രസാസ്വാദം!" എന്നും
"ഒക്കെയും കണ്ടു മടങ്ങുമ്പോളാണല്ലോ
മക്കളേ, നിങ്ങളറിഞ്ഞിടുന്നൂ;
നാടായ നാടൊക്കെ കണ്ടുവെന്നാകിലും
വീടാണ് ലോകം, വലിയ ലോകം!" എന്നും
"കത്തലാണല്ലോ ധർമ്മം കൊളുത്തപ്പെടുന്നതാ

മിത്തിരി തീരുംവരെ കാതലാണല്ലോ ധർമ്മം
ഒടുക്കം തേജോമയനീശ്വരൻ ചോദിക്കുമ്പോൾ
കൊടുക്കാം തിരി കത്തിത്തീരവേ തേജോനാളം" എന്നും
"ഏഹി സൂനരി, നീയെന്മുരളികയിൽ
സ്നേഹഗാനമായൂറിനിന്നീടുകിൽ
പൂവിലുള്ള തേൻതുള്ളി പോലാകുമെൻ
ജീവിതത്തിന്റെ നൊമ്പരം കൂടിയും" എന്നും
"ദുഃഖമാവുക! മറ്റൊരർത്ഥത്തിൽ കേട്ടെൻ, ഞാനി-
തുൾക്കൊണ്ടേൻ; പരിശുദ്ധ ദുഃഖമാവുക ധർമ്മം!" എന്നും

അദ്ദേഹം രചിച്ചത് ഈ അനുഭൂതികളുടെ രസം അറിഞ്ഞുകൊണ്ട് തന്നെ. ഏതനുഭവവും തന്റെ തട്ടകത്തിലേക്കു താളപ്പെടുത്തിയെടുക്കുന്നതിൽ ഒട്ടേറെ തനിമ പ്രകടിപ്പിച്ച കവിയായിരുന്നു അദ്ദേഹം.

"ഞാനൊരു മണ്ണാർക്കാട്ടുകാരനാ;ണെന്നാൽ മണ്ണാർ-
ക്കാടിന്റെയതിർത്തിയും ലദ്ദാക്കെന്നറിവൂ ഞാൻ"

ദുഃഖത്തിന്റെ അനന്ത വിചിത്രമുഖങ്ങൾ കണ്ടെത്തുക; അവയെ ശക്തമായ ചിത്രീകരണങ്ങളിലൂടെ അനുഭവവേദ്യമാക്കി അനാവരണം ചെയ്യുക എന്നതാണ് ഒളപ്പമണ്ണയുടെ കാവ്യജീവിതാന്വേഷണത്തിന്റെ ഏറ്റവും പ്രധാന സവിശേഷത. ശരാശരി മനുഷ്യന്റെ ഭൗതികജീവിത തലത്തിൽ കയ്പ്പും ചവർപ്പുമുള്ള ഒട്ടേറെ കഷായങ്ങൾ കുടിക്കേണ്ടി വരുന്നുവെന്ന് അദ്ദേഹം കണ്ടു. ഈ കഷായത്തിലെ കൂട്ടുകൾ എന്തൊക്കെയാണെന്നറിയാനുള്ള ദുഃഖസത്യാന്വേഷണമായിരുന്നു അദ്ദേഹത്തിന്റെ പ്രധാന കാവ്യജീവിതം.

'ഒളപ്പമണ്ണ അന്തഃപുരത്തിലും അങ്ങാടിയിലും നഗരത്തിലും നാട്ടിൻ പുറത്തും കാട്ടിലും മേട്ടിലും കടലിലും കുടിലിലും പാടത്തും പറമ്പിലും മാടത്തിലും മാളികയിലും എല്ലാം തേടിത്തേടി ശേഖരിച്ചിരിക്കുന്നത് ഈ ദുഃഖകഷായത്തിനു വേണ്ടി നിയതി ഒരുക്കിയിട്ടുള്ള മൂലങ്ങളും ഇലകളും തൊലികളും പൂക്കളും കായ്കളുമാണെ'ന്നും 'ജീവിതസമുദ്രത്തിൽ മുങ്ങിത്തപ്പി വേദനയുടെ മുക്തഫലങ്ങളുള്ള ശുക്തികളെ തിരഞ്ഞുപിടിക്കാൻവേണ്ടി തീർത്ഥസ്നാനത്തിനിറങ്ങിയ കവിയാണ് ഒളപ്പമണ്ണ' എന്നും പ്രൊഫ. എം ലീലാവതി സാക്ഷ്യപ്പെടുത്തുന്നു.

'ഒളപ്പമണ്ണയുടെ കഥാക്കവിതകൾ ഓരോന്നും ദുഃഖത്തിന്റെ ഓരോ മുഖമാണ്. പദബോധം, ശില്പബോധം, ആത്മാവിനെ കടഞ്ഞുണർത്തുന്ന അന്തർഭാവം എന്നിവയാൽ പ്രകീർത്തിക്കപ്പെട്ട മഹത്തായ കൃതിയാണ്, തിളച്ച എണ്ണയ്ക്ക് തീപിടിച്ചാലെന്നപോലെ നിന്ന് കത്തുന്ന ഭാവതീവ്രതയുള്ള *നങ്ങേമക്കുട്ടി.* അനുഭവങ്ങളുടെ ചൂളയിൽ പാകപ്പെട്ട ഒരു പിതൃഹൃദയത്തിന്റെ മിടിപ്പ് കരുണാർദ്രമായ തലമുറകളെ ഉപദേശിച്ചു കൊണ്ടു ഈ കാവ്യത്തിൽ നിറഞ്ഞു നില്ക്കുന്നു.

“തങ്ങൾ തൻ വിണ്ടുപൊട്ടുന്ന
മനസ്സിന്റെ ദുഃഖമൂകയായ്
നില്ക്കവേ പോയിടാതവൾ
അമ്മവെക്കുമടുപ്പിന്മേ-
ലൊന്നുകിൽ ചോറ് വെന്തിടാ;
അല്ലെങ്കിൽ ചീഞ്ഞു വെന്തിടും!
അച്ഛൻ തന്നോട്ടു കൂജയിൽ
ആറിയാറിത്തണുത്തിടും
നിന്നെപ്പറ്റി വിചാരിച്ചി-
ട്ടൊക്കെയും കച്ചുപോയവർ
കുട്ടീ, നിന്നച്ഛനമ്മമാർ
“ഇരിക്കാനിടമില്ലാത്ത
മണ്ണിലമ്മയ്ക്ക് ജീവിതം
കാലിന്മേലായ കാരണം
നങ്ങേമക്കുട്ടിതൻകുട്ടി-
ക്കില്ലല്ലോ ചായുറങ്ങുവാൻ
അമ്മതൻ മടികൂടിയും!
“അവൾക്കു ശരണം തേടി
മരണത്തിന്റെ കാല്ക്കലും
വയ്യല്ലോ ചെന്നു വീഴുവാൻ
താൻ മരിക്കിൽ മരിക്കുന്നൂ
ഹന്ത മറ്റൊരു ജീവിതം
കൺമിഴിക്കാത്ത ജീവിതം
തൻ പ്രാണവല്ലിയിൽപ്പറ്റി-
ത്തൂങ്ങുമാ സാധുജീവിതം
ഉള്ളിൽത്തട്ടി വിളിക്കവേ
തളർന്നാലും തളർന്നീടാൻ
പാടില്ലാഞ്ഞോരവസ്ഥയിൽ
അന്ധകാരത്തിലൂടവേ
അനാഥമലയും കുട്ടി”

ഇങ്ങനെ സംവേദനക്ഷമമായ ആഖ്യാനത്തിന്റെ സജീവമായ മാതൃകകൾ ഒട്ടേറെ ഈ കൃതിയിലുണ്ട്.

മലയാളക്കവിതയിൽ എല്ലാ അർത്ഥത്തിലും ഒറ്റയാനാണ് ഒളപ്പമണ്ണ. കുറിയ കണ്ണുകൾ പാതിയടച്ച് തലപൊക്കി നില്ക്കുമ്പോഴും ഈ ഒറ്റയാൻ എല്ലാം കണ്ടുകൊണ്ടു, ആവശ്യമായവ നമുക്ക് ചൂണ്ടിക്കാണിച്ചു തന്നുകൊണ്ടു ആൾക്കൂട്ടത്തിലാണ്. അകന്നുനിന്ന് നോക്കുമ്പോൾ വലിയ ചെവിയെക്കുറിച്ചും ആട്ടിവീശുന്ന വാലിൻതുമ്പിലെ രോമത്തിന്റെ നീളത്തെക്കുറിച്ചും ഒക്കെ മാത്രമേ നാം ഓർക്കുന്നുള്ളൂ. ആ മസ്തകത്തിൽ ഒളിഞ്ഞിരിക്കുന്ന മുത്തിനെ പലപ്പോഴും കാണുന്നില്ലെന്നുള്ളതാണ് ദുഃഖസത്യം.

ഒളപ്പമണ്ണ

നിളയുടെ നാടിന്റെ സംക്രാസങ്ങളെയും വിഹ്വലതകളെയും മലയാള കവിതയ്ക്ക് സമർപ്പിച്ച ഒളപ്പമണ്ണ അരനൂറ്റാണ്ടിലേറെ പടർന്നു പന്തലിച്ചു വടവൃക്ഷം പോലെ കേരളീയ ജീവിതദശാസന്ധിയിൽ നിലകൊള്ളുന്നു.

വീണ, കല്പന, കിലുങ്ങുന്നകൈയാമം, കുളമ്പടി, കഥാക്കവിതകൾ, ദുഃഖമാവുകസുഖം, നിഴലാന, ജാലകപ്പക്ഷി, വരിനെല്ല്, സുഫല, റബ്ബർവൈഫും മറ്റുകവിതകളും, ഏഹീസൂനരി, ഒലിച്ചുപോകുന്ന ഞാൻ, നിത്യകല്യാണി, ആനമൂത്ത് (കവിതാസമാഹാരങ്ങൾ), *നങ്ങേമക്കുട്ടി, പാഞ്ചാലി, തീത്തൈലം, അശരീരികൾ, ഇലത്താളം* (ഖണ്ഡകാവ്യങ്ങൾ), *അംബ* (ആട്ടക്കഥ), *പതിംവര* (നാടകകാവ്യം), *കഥകളിയുടെ രംഗശ്രീ* (ലേഖനങ്ങൾ) എന്നിവയാണ് കൃതികൾ.

കേരള സാഹിത്യഅക്കാദമി ജനറൽ കൗൺസിലിലും കേരള സംഗീത നാടകഅക്കാദമി നിർവ്വാഹകസമിതിയിലും കേരളകലാമണ്ഡലം ജനറൽ കൗൺസിലിലും അക്കാദമിക് കൗൺസിലിലും അംഗമായിരുന്നു. കലാമണ്ഡലം വൈസ്ചെയർമാൻ, ചെയർമാൻ എന്നീ സ്ഥാനങ്ങൾ വഹിച്ചു. കേരള, കേന്ദ്രസാഹിത്യഅക്കാദമി അവാർഡ്, ഓടക്കുഴൽ അവാർഡ്, ആശാൻ സ്മാരക കവിതാപുരസ്കാരം ഉൾപ്പെടെ ഒട്ടേറെ അവാർഡുകൾ ലഭിച്ചു.

സാഹിത്യത്തിന് നിളയുടെ സംഭാവനകളിൽ പ്രമുഖമാണ് നാലപ്പാട്ട് കുടുംബം. വള്ളത്തോളും കുട്ടികൃഷ്ണമാരാരും നിത്യസന്ദർശകരായിരുന്ന വന്നേരിയിലെ നാലപ്പാട്ട് തറവാട്ടിൽ സാഹിത്യം നാലുംകൂട്ടിയ സദ്യയായിരുന്നു.

"ദാർശനിക കവിയായി, തത്ത്വചിന്തകനായി വിലാപകാവ്യകാരനായി, വിവർത്തകനായി, ആർഷജ്ഞാനിയായി പിന്നെ ലൈംഗികശാസ്ത്രാവബോധകനായി. ആർഷജ്ഞാനത്തിന്റെയും രതിലോകത്തിന്റെയും വഴികൾ ആവിഷ്കരിക്കുക തുടങ്ങി വ്യത്യസ്തങ്ങളായ വഴികളിലൂടെ യാത്രചെയ്ത് സമഗ്രമായൊരു ജീവിതസങ്കല്പം സാക്ഷാൽക്കരിച്ച വ്യക്തിയായിരുന്നു നാലപ്പാട്ട് നാരായണമേനോൻ. മലയാള കവിതയിലെ ഭാവഗീതപ്രസ്ഥാനത്തെ വികസിപ്പിച്ചതിൽ നാലപ്പാടൻ വലിയ പങ്കുവഹിച്ചിട്ടുണ്ട്. മനുഷ്യാവസ്ഥകളുടെ മിക്കവാറും മേഖലകളിലും അദ്ദേഹം രചനകൾ നടത്തി. ഓരോ വിഷയത്തിലും ഓരോ പുസ്തകമേ

നാലപ്പാട്ട് നാരായണമേനോൻ

എഴുതിയിട്ടുള്ളൂ എങ്കിലും എഴുതിയ വയൊക്കെ ബൃഹദ്ഗ്രന്ഥങ്ങളായിരുന്നു. മലയാളിയുടെ ഭാവുകത്വത്തിന് വികാസം പകർന്ന നാലപ്പാട്ട് നാരായണമേനോൻ വളരെ കുറച്ചേ എഴുതിയിട്ടുള്ളൂവെങ്കിലും മലയാള സാഹിത്യത്തിൽ അദ്ദേഹത്തിന് വളരെ വലിയൊരു സ്ഥാനമാണുള്ളത്. *പാവങ്ങളു*ടെ തർജ്ജമയിലൂടെയും *കണ്ണുനീർത്തുള്ളി*യിലൂടെയും *ചക്രവാള*ത്തിലൂടെയും *പുളകാങ്കുര*ത്തിലൂടെയും, *ആർഷജ്ഞാന*ത്തിലൂടെയും *രതിസാമ്രാജ്യ*ത്തിലൂടെയും മലയാള സാഹിത്യത്തിൽ നിർണ്ണായകമായ വഴിത്തിരിവ് സൃഷ്ടിച്ചു നാലപ്പാട്ട് നാരായണമേനോൻ.

"അനന്തമജ്ഞാതമവർണ്ണനീയം
ഈ ലോകഗോളംതിരിയുന്നമാർഗ്ഗം
അതിങ്കലെങ്ങാണ്ടൊരിടത്തിരുന്നു
നോക്കുന്ന മർത്ത്യൻ കഥയെന്തു കണ്ടു?"

എന്ന് ലോകത്തോട് അദ്ദേഹം ചോദിച്ചു.

നാലപ്പാട്ടിന്റെ പാരമ്പര്യത്തിനവകാശികളായി മലയാളത്തിന്റെ അഹങ്കാരങ്ങളായി മാറിയ പ്രശസ്തരാണ് ബാലാമണിഅമ്മയും മാധവിക്കുട്ടിയും. പ്രശസ്തയായ കവയിത്രിയായിരുന്ന ബാലാമണിഅമ്മ മാതൃത്വത്തിന്റെ കവയിത്രി എന്നാണ് അറിയപ്പെട്ടത്. ബാലാമണിഅമ്മയുടെ ഭാവഗീതങ്ങളിലെ മുഖ്യമായ ഭാവധാര മാതൃവാത്സല്യമാണ്. *അമ്മ, കുടുംബിനി, സ്ത്രീഹൃദയം, പ്രഭാങ്കുരം, പ്രണാമം, സോപാനം, അമ്പലത്തിൽ, വെയിലാറുമ്പോൾ, നിവേദ്യം, ബാലാമണിഅമ്മയുടെ സമ്പൂർണ്ണ കൃതികൾ* എന്നീ കൃതികളിലൂടെ ബാലാമണിഅമ്മ വാത്സല്യത്തിന്റെ അനന്തവിഹായസ്സുകളാണ് നമുക്ക് തുറന്നുതന്നത്. അമ്മയുടെ ഉറവവറ്റാത്ത സ്നേഹവും നിലാവിന്റെ മങ്ങാത്ത ശീതളപ്രകാശവും ഭൂമിയിൽ നടക്കുന്ന ആത്മീയതയുടെ വൈദ്യുതിപ്രവാഹവും സഞ്ചയിപ്പിച്ച് അവർ ഒരു പുതിയ ലോകം തീർത്തു. സമത്വാകാംക്ഷയിൽ നിന്നുയരുന്ന സാമൂഹികബോധം, സ്ത്രീബോധം, ലോകബോധം, ആത്മബോധം എന്നിവ നല്കുന്ന പ്രബുദ്ധതയ്ക്ക് ഉദാഹരണമാണ് ബാലാമണിഅമ്മയുടെ കവിതകൾ.

'സ്ത്രീ ഏറെ രൂപങ്ങളിൽ ബാലാമണിഅമ്മയുടെ കവിതകളിൽ പ്രത്യക്ഷപ്പെടുന്നുണ്ട്. കാമുകിയായി, വധുവായി, ഭാര്യയായി, വീട്ടുകാരിയായി, അമ്മയും അമ്മൂമ്മയുമായി, വേലക്കാരിയും ഉദ്യോഗസ്ഥയുമായി, ദേവതയായി - സ്ത്രീയുടെ സാമൂഹികമായ റോളുകൾ ഈ കവിതകളുടെ പ്രധാന പ്രമേയമാണെ"ന്നു സച്ചിദാനന്ദൻ പറയുന്നു.

"കുളിർക്കാട്ടുചോലയിലൊന്നു കഴുകാതീ-
യെളിയ വാഴ്‌വീശ്വരനർപ്പിക്കാമോ?
ഉലകിൽ മധുപർക്കം തൊട്ടുനോക്കാത്തവർ
ക്കുപരിലോകത്തിലെന്താസ്വദിക്കാൻ!" എന്ന് ബാലാമണിഅമ്മ യ്ക്കേ പാടാൻ കഴിയൂ.

"ഞാനീ പ്രപപഞ്ചത്തിനമ്മയാണെങ്കിലേ
മാനിതയായ്‌വരൂ നിൻ ജന്മമോമനേ" എന്നും
"ആരുടെ കാലിൽ തറയ്ക്കുന്ന മുള്ളുമെ
ന്നാത്മാവിനെ കുത്തിനോവിക്കുന്നു" എന്നും
"ഓരോ ദളമർമ്മരത്തിലും ഞാൻ കേൾപ്പ-
തോടിയെത്തും നിന്റെ കാലൊച്ചയാകണം" എന്നും വാത്സല്യ ത്തിന്റെ അമൃത് ചുരത്തി ബാലാമണിഅമ്മ പാടുന്നുണ്ട്.

ബാലാമണിയമ്മയുടെ കവിതയുടെ പ്രത്യേകതകളിൽ ഒന്ന് അത് ദുഃഖത്തെ സ്വീകരിക്കുക മാത്രമല്ല, സ്വാഗതം ചെയ്യുന്നുണ്ട് എന്നത് കൂടിയാണ്.

"ഉൽക്കടം നൊന്താലുമീ നെറ്റിമേൽക്കോറും ചിന്താ-
മുൾക്കിരീടത്തെസ്സദാ ചൂടട്ടെയെൻ മസ്തിഷ്കം
അമ്മുനച്ചാർത്തേ കുറിക്കാമല്ലോ മമാത്മാവിൽ
ശർമ്മതത്ത്വത്തെ, സർവ്വപിതാവിൻ സന്ദേശത്തെ" എന്നും
"ആയിരം നക്ഷത്രങ്ങൾക്കിടയിൽക്കൂടെ ഭവാൻ
പോയതാം വെളിച്ചത്തിൻ പാതനീളുന്നൂ മുന്നിൽ
കണ്ടതിലേറെക്കാണാത്തതിലാണഴകെന്നെൻ
കൈത്തിരി കെടുത്തുവാൻ കാറ്റുകളുഴറുന്നു" എന്നും
"സുഖത്തെക്കാട്ടിക്കൊഞ്ചും ലോകത്തോടുരയ്ക്കയാം
സുധൃഷ്ടമാമെവൻ വാശി, നേടും ഞാൻ ദുഃഖത്തിനെ" എന്നിവ ഉദാഹരണങ്ങൾ.

"പല നിരൂപകരും ഒരമ്മക്കവിയായി ഒതുക്കാൻ ശ്രമിച്ചിട്ടും നമ്മുടെ കാലത്തെ ഏറ്റവും മാനുഷികതയും കാവ്യപ്രതിഭയും ദർശനശേ ഷിയുമുള്ള കവികളിലൊരാളായി ബാലാമണിഅമ്മ ഉയർന്നുനില് ക്കുന്നു"വെന്ന് സച്ചിദാനന്ദൻ സാക്ഷ്യപ്പെടുത്തുന്നുണ്ട്.

മലയാള രചനകളിൽ മാധവിക്കുട്ടി എന്ന പേരിലും ഇംഗ്ലീഷ് രചനകളിൽ കമലാദാസ് എന്ന പേരിലും രചനകൾ നടത്തിയിരുന്ന മാധ വിക്കുട്ടി ഇംഗ്ലീഷിൽ കവിത എഴുതുന്ന ഇന്ത്യക്കാരിൽ പ്രമുഖയായി രുന്നു. മാധവിക്കുട്ടി എന്ന തൂലികാനാമത്തിൽ എഴുതിയ ചെറുകഥകളി ലൂടെയും ജീവചരിത്രത്തിലൂടെയുമാണ് അവർ മലയാള സാഹിത്യ ലോകത്ത് ലബ്ധപ്രതിഷ്ഠയായത്.

മനുഷ്യമനസ്സിന്റെ ലോലതലങ്ങൾ അനാവൃതമാക്കുന്ന മാധവി ക്കുട്ടിയുടെ രചനകൾ ഹൃദയത്തിന്റെ ആഴങ്ങളിൽ അസ്വാസ്ഥ്യം പടർ ത്തുന്ന അനുഭവങ്ങൾ സ്വന്തം രക്തത്തിൽ മുക്കി എഴുതിയവയാണെന്നു

മാധവിക്കുട്ടി

നിസ്സംശയം പറയാം. സാമുദായിക സാമൂഹിക ജീവിതത്തിലെ പൊയ് മുഖങ്ങളും വിഹ്വലതകളും വേവലാതികളും സ്വജീവിതത്തിൽ അവരെ എന്നും ഗർജ്ജിക്കുന്ന സിംഹിണിയാക്കി. ആ മനസ്സിന്റെ പൊള്ളലിന്റെ നീറ്റലാണ് മാധവിക്കുട്ടിയുടെ കൃതികളിലൂടെ നാം അനുഭവിച്ചറിയുന്നത്.

'മുൻവിധികളില്ലാതെ താനെ വീഴുന്നുവെന്ന പ്രതീതി ജനിപ്പിക്കും വിധത്തിലുള്ളതാണ് മാധവിക്കുട്ടിയുടെ രചനകൾ. സത്യസന്ധത അതിന്റെ മുഖമുദ്രയായി നമുക്കനുഭവപ്പെടുന്നു. തെരഞ്ഞെടുക്കുന്ന വിഷയങ്ങളുടെ അസാധാരണത്വം, മിതത്വം, കഥ പറയുന്നതിൽ തെളി യുന്ന നിസ്സംഗത എന്നിവ അവരുടെ കഥകൾക്ക് കൂടുതൽ കരുത്തു നല്കുന്നു. പ്രത്യേക രീതിയിലുള്ള മാനസികാവസ്ഥകളാണ് ഓരോ കഥയും നമ്മെ അനുഭവിപ്പിക്കുന്നത്. അല്ലെങ്കിൽ അപൂർവ്വതകൾ നിറഞ്ഞ ഭാവാന്തരീക്ഷം. സംഭവപ്രധാനമല്ലാതെ, ഭാവപ്രധാനമാകുന്ന കഥകൾ വായനക്കാരെ അസ്വസ്ഥമാക്കുന്നു.' അക്ബർ കക്കട്ടിൽ മാധവിക്കുട്ടിയെ ഇങ്ങനെ നിർവ്വചിച്ചതു എത്രയോ ശരിയത്രേ.

ഭാഷയിൽ അപൂർവ്വമായി സംഭവിക്കുന്ന വിസ്മയങ്ങളിൽ ഒന്നായി രുന്നു മാധവിക്കുട്ടി. കൊച്ചുകൊച്ചു വാക്കുകൾകൊണ്ട്, അനന്യമായ രൂപകങ്ങൾകൊണ്ട്, അന്യാദൃശമായ ഭാവനാലോകംകൊണ്ട് മലയാള ഭാഷയെ അവർ പുതുക്കിപ്പണിതു. ഭാഷകൊണ്ടു തീർത്ത ആ വികാര പ്രപഞ്ചത്തിന്റെ ജീവവായു സ്നേഹമായിരുന്നു. മലയാളി ഇന്നോളം അനുഭവിച്ചിട്ടില്ലാത്ത, അനുഭവിക്കാനോ ആവിഷ്കരിക്കാനോ തുനിയാത്ത വന്യവും തീക്ഷ്ണവും തരളവുമായ ഗതിക്രമങ്ങളായിരുന്നു

ആ സ്നേഹം. ചുഴലിയായും കൊടുങ്കാറ്റായും അത് വായനക്കാരുടെ മനസ്സുകളിൽനിന്ന് പഴയ ബോധത്തിന്റെ സദാചാരച്ചപ്പുകളെ പറത്തുകയും കുളിർക്കാറ്റായി മനസ്സുകളിൽ പുതുവസന്തത്തിന്റെ സൗരഭ്യം പരത്തുകയും ചെയ്തു.

സ്ത്രീകളുടെ ജീവിതത്തെയും മാനസികവ്യാപാരങ്ങളെയും, സമൂഹത്തോട് അവർക്കും തിരിച്ചുമുള്ള സ്വീകാര്യതയെയും ഏറ്റവും കൃത്യതയോടെ രേഖപ്പെടുത്തിയ കഥകളാണ് മാധവിക്കുട്ടിയുടേത്. ഒരു സ്ത്രീക്ക് അണിയാൻ കഴിയുന്ന വേഷങ്ങളെല്ലാം സൂക്ഷ്മതയോടെയും സത്യസന്ധതയോടെയും കഥകളിൽ അവർ ആവിഷ്കരിച്ചു. അമ്മ, മകൾ, കാമുകി, ഭാര്യ, വിധവ, സുഹൃത്ത്, വേശ്യ അങ്ങനെ പല ഭാവങ്ങളിൽ പ്രത്യക്ഷപ്പെടുന്നവരാണ് മാധവിക്കുട്ടിയുടെ പെൺ കഥാപാത്രങ്ങൾ. സ്ത്രീകളുടെ ലൈംഗിക അവകാശങ്ങളെയും അഭിലാഷങ്ങളേയുംക്കുറിച്ച് സത്യസന്ധതയോടെയും ധൈര്യത്തോടെയും എഴുതാൻ തുനിഞ്ഞ ഭാരതത്തിലെ ആദ്യത്തെ എഴുത്തുകാരി എന്ന പദവി മാധവിക്കുട്ടിക്കാണെന്ന് പല എഴുത്തുകാരും കരുതുന്നു.

മലയാള ഭാഷയിൽ മൂന്നു നോവലുകൾ, മാധവിക്കുട്ടിയുടെ നോവലുകൾ, *കടൽ മയൂരം, ഭയം എന്റെ നിശാവസ്ത്രം, എന്റെ സ്നേഹിത അരുണ, ചുവന്ന പാവാട, പക്ഷിയുടെ മണം, തണുപ്പ്, മാനസി, ചേക്കേറുന്നപക്ഷികൾ, നരിച്ചീറുകൾ പറക്കുമ്പോൾ, മാധവിക്കുട്ടിയുടെ തിരഞ്ഞെടുത്ത കഥകൾ, എന്റെ കഥ* (കമലസുരയ്യയുടെ ആത്മകഥയായ *എന്റെ കഥ* (ഇംഗ്ലീഷ് അടക്കം - *മൈ സ്റ്റോറി*) പതിനഞ്ചു ഭാഷകളിലേക്ക് വിവർത്തനം ചെയ്യപ്പെട്ടു), *ബാല്യകാലസ്മരണകൾ, വർഷങ്ങൾക്കു മുൻപ്, ഡയറിക്കുറിപ്പുകൾ, നീർമാതളം പൂത്തകാലം, നഷ്ടപ്പെട്ട നീലാംബരി, ചന്ദന മരങ്ങൾ, മനോമി, വീണ്ടും ചില കഥകൾ, ഒറ്റയടിപ്പാത, വിഷാദം പൂക്കുന്ന മരങ്ങൾ, എന്റെ കഥകൾ, സുരയ്യ പാടുന്നു, അമ്മ, സസ്നേഹം, യാ അല്ലാഹ്, കവാടം* (സുലോചനയുമൊത്ത്), *അമാവാസി* (കെ എൽ മോഹനവർമ്മയുമൊത്ത്), *വണ്ടിക്കാളകൾ* (2005 അവസാനകൃതി), *മാധവിക്കുട്ടിയുടെ കൃതികൾ സമ്പൂർണ്ണം* എന്നിവയും ഇംഗ്ലീഷ് ഭാഷയിൽ *Summer in Kolkata, Alphabet of the lust, The Descendants, Old Play House and Other Poems, Collected Poems, Only the Soul know How to Sing, The Sirens, Autobiography, Childhood Memories* എന്നിവയും മാധവിക്കുട്ടി സാഹിത്യലോകത്തിനു സമ്മാനിച്ചു.

'ജീവിതത്തിന്റെ അറ്റമറിയാത്ത ആനന്ദത്തിന്റെയും സാഫല്യബോധത്തിന്റെയും വെളിച്ചം വിതറുന്ന എത്രയോ ഗ്രഹഗോളങ്ങളും എല്ലാത്തിനുമപ്പുറത്ത് ഏതോ അന്തരാവ്യഥയുടെ നീലിമ പരന്നൊഴുകുന്ന ആകാശവും മാധവിക്കുട്ടിയുടെ കഥകളിൽ പ്രതിഫലിച്ചുനില്ക്കുന്നു. ഇവരുടെ കഥാപാത്രങ്ങളുടെ ഹൃദയങ്ങളിലെ ചൂടും വെളിച്ചവും കുളിരും വായിച്ച് എത്രകഴിഞ്ഞാലും വായനക്കാരുടെ ഉള്ളിലും ചൂടും

വെളിച്ചവും കുളിരും നിറയുന്നു. വീഴുമെന്നറിഞ്ഞുകൊണ്ടുതന്നെ പരിമളം തൂകുന്ന പൂക്കളെപ്പോലെയും മയങ്ങുന്ന വെളിച്ചം പോലെയും ലോകം ഉള്ളേടത്തോളം തെളിഞ്ഞു നിലനില്ക്കുന്ന വ്യക്തിയാണ് ഈ കഥാകാരി. ഒരിക്കലും അവസാനിക്കാത്ത ഒരു ചെറുകഥ എഴുതുവാൻ അവർ മോഹിച്ചു.' എന്ന് ഡോക്ടർ സുകുമാർ അഴീക്കോട് പറഞ്ഞത് എത്ര സത്യം.

'സാഹിത്യത്തിലും ജീവിതത്തിലും മാധവിക്കുട്ടി ഒരു റിബലായിരുന്നു. എന്നും അവർ താനിഷ്ടപ്പെടുന്നതുപോലെ മാത്രം എഴുതി, ജീവിച്ചു. സമൂഹം എന്തുപറയും എന്നത് അവർക്കൊരു പ്രശ്നമായിരുന്നില്ല. സ്വന്തം മനസ്സാക്ഷിയോടു മാത്രമായിരുന്നു അവരുടെ ബാദ്ധ്യത' എന്ന് ടി പത്മനാഭനും 'സ്നേഹത്തെപ്പറ്റി അത്രയേറെ നിർമ്മലമായ ഒരു സങ്കല്പമാവുകയും അതിനെ മുറിവേല്പിക്കുന്ന അനുഭവങ്ങളുണ്ടാവുകയും ചെയ്യുമ്പോൾ അത് സുവർണ്ണപാത്രങ്ങളെക്കൊണ്ടുപോലും മൂടിവെക്കേണ്ട സത്യമല്ലെന്നു ധരിച്ച ധീരമായ ഒരു മനസ്സിൽനിന്നുണ്ടായ സാഹസികമായ വെളിപ്പെടുത്തലുകൾ മാധവിക്കുട്ടിയുടെ കഥകളിലും കവിതകളിലും മാത്രമല്ല ഡയറിക്കുറിപ്പുകളിൽ പോലും തീക്ഷ്ണ സുഗന്ധികളായ ഏതോ രാപ്പൂക്കളെപ്പോലെ നിറഞ്ഞുനില്ക്കുന്നു' എന്ന് ഒ എൻ വിയും 'കമല അടിമുടി സൗന്ദര്യമായിരുന്നു. രൂപസൗന്ദര്യം, ഭാവസൗന്ദര്യം, ചിന്താസൗന്ദര്യം. ഭാവനയുടെ, ആശയങ്ങളുടെ അപൂർവ്വ സൗന്ദര്യം. ഈ സൗന്ദര്യങ്ങളുടെ ധാരാളിത്തത്തിൽ മുങ്ങിക്കൊണ്ടു വർണ്ണശബളിമയോടെ കമല അരങ്ങത്തുനിന്നു' എന്ന് സുഗതകുമാരിയും 'ഒരു മഹാസ്നേഹത്തെയാണ് അവർ ആദ്യകാലത്ത് കൃഷ്ണനെന്നും പിന്നീട് കൃഷ്ണനിലെ കാമുകാംശത്തെ എടുത്തുമാറ്റി അല്ലാഹു എന്നും വിളിച്ചത്. അതിലൂടെ അവർ മീരാബായിയും ബുള്ളെഷായുമാകുന്നു. അക്കാമഹാദേവിയും ആണ്ടാളും ലാൽദേദ്ദും ഷാ അബ്ദുൾ ലത്തീഫും ബാബാ ഫരീദുമാകുന്നു. ഭേദങ്ങളെ അതിജീവിക്കുന്നു' എന്ന് സച്ചിദാനന്ദനും 'സാമാന്യലോകത്തിൽനിന്ന് ഏറെ ഉയരത്തിലാണ് അവരുടെ പ്രണയസങ്കല്പങ്ങൾ. തന്റെ മനസ്സിൽ എപ്പോഴും നിറഞ്ഞുനില്ക്കുന്ന ഒരു പ്രണയവസന്തത്തെ സമ്പൂർണ്ണമായി ആസ്വദിക്കാൻ ആർക്കാണ് കഴിയുക എന്ന് എഴുത്തിലൂടെ അവർ നിരന്തരം ചോദിച്ചുകൊണ്ടിരുന്നു' എന്ന് സാറാജോസഫും മാധവിക്കുട്ടിയെ അടയാളപ്പെടുത്തുന്നു. പ്രണയത്തിന്റെയും, വിരഹത്തിന്റെയും, സ്നേഹത്തിന്റെയും ദുഃഖത്തിന്റെയും ഒട്ടേറെ തലങ്ങൾ നമുക്ക് സമ്മാനിച്ച മാധവിക്കുട്ടി നിളാതീരം മലയാളിക്ക് നല്കിയ കാണപ്പെട്ട എഴുത്തുകാരിൽ പ്രമുഖയത്രേ.

ധീരവും സ്വതന്ത്രവുമായ പത്രപ്രവർത്തനത്തിലൂടെയും ജീവിതത്തിന്റെ അർത്ഥം തേടിയുള്ള യാത്രകളിലൂടെയും മാനവികതയുടെ വിശുദ്ധമായ അർത്ഥതലങ്ങൾ കണ്ടെത്തിയ കെ പി കേശവമേനോൻ നിളയുടെ കരയിലെ തരൂരിലാണ് ജനിച്ചത്. ഇന്ത്യൻ നാഷണൽ കോൺഗ്രസ് നേതാവും സ്വാതന്ത്ര്യ സമരസേനാനിയുമായിരുന്നു. അറിയ

പ്പെടുന്ന ഗാന്ധിയനായിരുന്ന കെ പി കേശവമേനോൻ സത്യഗ്രഹത്തിന്റെയും നിസ്സഹകരണ പ്രസ്ഥാനത്തിന്റെയും കേരളത്തിലെ വക്താവായിരുന്നു. അക്ഷരങ്ങളെ സ്നേഹിക്കുകയും അവയെ സമരത്തിന്റെ പടവാളാക്കാൻ ആഹ്വാനം ചെയ്യുകയും ചെയ്ത ഇദ്ദേഹമാണ് മലയാളത്തിലെ പ്രമുഖദിനപ്പത്രമായ *മാതൃഭൂമി* സ്ഥാപിച്ചത്. ഏറെക്കാലം അതിന്റെ പത്രാധിപരായിരുന്നു.

തന്റെ യാത്രകളെയും അനുഭവങ്ങളെയും കടലാസിലേക്കു പകർത്തിയ കേശവമേനോൻ മികച്ചൊരു എഴുത്തുകാരൻ കൂടിയായിരുന്നു. ഇതിൽ യാത്രാവിവരണമായ *ബിലാത്തി വിശേഷം*, ആത്മകഥയായ *കഴിഞ്ഞകാലം* എന്നിവ മലയാളസാഹിത്യത്തിൽ സവിശേഷ സാന്നിദ്ധ്യമറിയിച്ചിട്ടുണ്ട്. *നാംമുന്നോട്ട്* എന്ന അഞ്ചു ഭാഗങ്ങളായി പ്രസിദ്ധീകരിക്കപ്പെട്ട പുസ്തകവും ശ്രദ്ധയർഹിക്കുന്നതാണ്. *കഴിഞ്ഞകാലം, ജവഹർലാൽ നെഹ്റു, ഭൂതവും ഭാവിയും, എബ്രഹാംലിങ്കൺ, പ്രഭാതദീപം, നവഭാരതശില്പികൾ, ബന്ധനത്തിൽനിന്ന്, ദാനഭൂമി, മഹാത്മാ, ജീവിതചിന്തകൾ, വിജയത്തിലേക്ക്, രാഷ്ട്രപിതാവ്, യേശുദേവൻ, നാം മുന്നോട്ട്, സായാഹ്നചിന്തകൾ* എന്നിവയിലൂടെ യുവാക്കളെ നന്മയിലേക്കു നയിക്കാനുള്ള ഒട്ടേറെ വാതായനങ്ങളാണ് അദ്ദേഹം തുറന്നിട്ടത്. “സാഹിത്യത്തേക്കാൾ വലുത് മഹത്തായ ജീവിതമാണ്. യഥാർത്ഥമായ ജീവിതമഹത്ത്വം സാഹിത്യമഹത്വത്തെ പ്രകാശിപ്പിക്കുന്നു. കേശവമേനോന്റെ എഴുത്തിന്റെ ഏറ്റവും മികച്ച സാഹിത്യഗുണം, മറ്റു മലയാളസാഹിത്യകാരന്മാരിൽ അത്രയധികം കാണാത്ത ഈ ജീവിതമഹത്ത്വത്തിന്റെ സൗരഭ്യമാണെ”ന്ന് ഡോക്ടർ സുകുമാർ അഴീക്കോട് പറയുന്നു.

ഇന്ന് ജീവിച്ചിരിക്കുന്ന മലയാള സാഹിത്യകാരന്മാരുടെയും വായനക്കാരുടെയും മുഴുവൻ ആരാധനാപാത്രമായ എം ടി വാസുദേവൻനായരുടെ ജന്മഗേഹം നിളയുടെ തീരത്തെ കൂടല്ലൂർ ആണ്. അറിയാത്ത അത്ഭുതങ്ങളെ ഗർഭത്തിൽ വഹിക്കുന്ന മഹാ സമുദ്രങ്ങളേക്കാൾ അറിയുന്ന നിളാ നദിയാണെനിക്കിഷ്ടമെന്ന് ലാളിത്യത്തോടെ, അഭിമാനത്തോടെ പ്രഖ്യാപിക്കുന്നുണ്ട് എം ടി.

കൈവെച്ച രംഗത്തെല്ലാം ഒന്നാംനിരയിലെത്തുക അപൂർവ്വ പ്രതിഭാശാലികൾക്കു മാത്രമേ സാദ്ധ്യമാവൂ. മലയാളത്തിൽ അത്തരമൊരു സൗഭാഗ്യത്തിന്റെ മികച്ച ഉദാഹരണമാണ് എം ടി വാസുദേവൻ നായർ. ചെറുകഥ, നോവൽ, തിരക്കഥ, ലേഖനം എന്നീ ഓരോ സാഹിത്യശാഖയിലും അദ്ദേഹം അദ്വിതീയനായി നിലകൊള്ളുന്നു. ഒരേ ഒരു നാടകമേ എം ടി എഴുതിയിട്ടുള്ളൂ - *ഗോപുരനടയിൽ*. നാടകവേദിക്ക് ഈ രചനയെ അവഗണിച്ച് കടന്നുപോകാനാവില്ല. വായനയെ ഗൗരവപൂർവ്വം സമീപിക്കുന്നവർക്കിടയിലും സാധാരണ വായനക്കാർക്കിടയിലും സ്വീകാര്യതയുള്ള ചുരുക്കം എഴുത്തുകാർക്കിടയിൽ പ്രമുഖ സ്ഥാനമുള്ളതും എം ടിക്കുതന്നെ. ലോകത്തെമ്പാടുമുള്ള മലയാളികളുടെ ഏറ്റവും പ്രിയപ്പെട്ട നിമിഷങ്ങളുടെ കൂട്ടുകാരനായി ഈ നിളയുടെ കൂട്ടു

എം ടി

കാരൻ മാറിയിട്ട് അരനൂറ്റാണ്ടിലേറെയായി. ഒരെഴുത്തുകാരന് സാദ്ധ്യമായ ഭൗതികവും ആത്മീയവും സൃഷ്ടിപരവും സാംസ്കാരികവുമായ ഉയരം അളക്കുന്നതിന് എം ടി ഇന്നൊരു മാനദണ്ഡം ആയി മാറിയിരിക്കുന്നു. കഥകൾ പറഞ്ഞുകൊണ്ട് സാഹിതിത്യരംഗത്തേക്കു കടന്നുവന്ന എം ടിയിലൂടെ അതുവരെ മലയാള ഭാഷ കണ്ടിട്ടില്ലാത്ത വികാരങ്ങളുടെ ഒരു വ്യാകരണം നാം പഠിച്ചു. തൊട്ടാൽ ചോരയും പൂക്കളും വിടരുന്ന പദഘടനയും സ്വകീയമായ ബിംബാവലികളും ചേർത്തിണക്കി പ്രക്ഷുബ്ദമായ ആന്തരിക ജീവിതത്തിന്റെ വസ്തുരൂപമാർന്ന വാക്കുകളിൽ എം ടി എഴുതിയപ്പോൾ വായനക്കാർ സ്വന്തം ജീവിതത്തിന്റെ നിഴലും നിലാവും ബന്ധനവും പതനവും തിരിച്ചറിഞ്ഞു. കേരളത്തിലെ യുവാക്കൾ സ്വന്തം ശരീരഭാഷതന്നെ എം ടിയുടെ കഥാപാത്രങ്ങളോട് ചേർത്തുവെച്ചു. അദ്ദേഹത്തിന്റെ ഏതെങ്കിലും ഒരു കഥാപാത്രത്തെ ഓർക്കാതെ ഒരു നാട്ടിടവഴിയിലൂടെ നടന്നുപോകാനാവില്ല എന്നിടത്തോളം ആ രചനകൾ വായനക്കാരെ പിന്തുടർന്നു. ഒരെഴുത്തുകാരൻ ഒരു സാംസ്കാരികശക്തിയായി മാറുന്ന അപൂർവ്വതയ്ക്കാണ് നാം സാക്ഷ്യം വഹിച്ചത്. വൃശ്ചികക്കാറ്റുപോലെ, പാതിരാത്രിയെ സ്വപ്നസുരഭിലമാക്കുന്ന പാലപ്പൂമണം പോലെ കേരളത്തിന്റെ ദേശചിഹ്നമായി എം ടി അറിയപ്പെടുന്നത് അതുകൊണ്ടാണ്.

എഴുത്ത് എന്നത് പൂർണ്ണതയുടെ വാക്കായും ആത്മനൊമ്പരങ്ങളുടെ നീക്കിയിരുപ്പായും സ്വാതന്ത്ര്യത്തിന്റെ അനുഭവമുഹൂർത്തമായും തന്റെ തന്നെ വ്യക്തിസത്തയുടെ പ്രകടനവുമായിട്ടാണ് അദ്ദേഹം സാഹിത്യരചന നിർവ്വഹിച്ചത്.

ചുറ്റുപാടുകൾ ഒറ്റപ്പെടുത്തുന്ന, തന്മൂലം നിസ്സഹായനായിത്തീരുന്ന

മനുഷ്യന്റെ വേദനകളുടെ കഥകൾ പറയാനാണ് എം ടി തന്റെ സാഹിത്യസപര്യ ഉപയോഗിച്ചത്. ഈ മനുഷ്യരിൽ മിക്കപേരെയും നിളയുടെ തീരത്തുള്ള തന്റെ സ്വന്തം ഗ്രാമമായ കൂടല്ലൂരിൽ നിന്നാണ് എം ടി കണ്ടെടുത്തത്. കൂടല്ലൂരിലെ ദുഃഖിതരായ ഈ മനുഷ്യരുടെ കഥ പറയുകയല്ല, മറിച്ച് അവരിലൂടെ അസ്വസ്ഥമാകുന്ന മനുഷ്യമനസ്സിന്റെ ആഴങ്ങളിലേക്ക് നമ്മെ കൂട്ടിക്കൊണ്ടുപോയി ആ മനുഷ്യരുടെ ദുഃഖങ്ങൾ നമ്മുടെ ദുഃഖങ്ങളാക്കിമാറ്റിയെടുത്ത് അനുവാചകരെ ഒരുപുതിയ ആസ്വാദനക്ഷമതയിലേക്കു നയിക്കുകകൂടിയാണ് ചെയ്തത്.

'എം ടിയുടെ രചനാ സങ്കേതവും ശൈലിയും മറ്റൊരാൾക്കും അനുവർത്തിക്കാൻ കഴിയാത്ത തരത്തിലുള്ള സർഗ്ഗാത്മക ചൈതന്യം പ്രകടമാക്കുന്നവയാണ്. അത് നിളാതീരങ്ങളിലൂടെ വള്ളുവനാടിന്റെ ഹൃദയാന്തരങ്ങളിലേക്കുള്ള അന്വേഷണവും അവയുടെ കാവ്യമധുരമായ വിശകലനവുമാണ്. നിളയുടെ ജൈവസ്രോതസ്സുകളിൽനിന്ന് ചൈതന്യം ആവാഹിച്ച് അതിന്റെ പുളിനങ്ങളിൽ മറഞ്ഞു കിടന്നിരുന്ന എത്രയെത്ര അനശ്വര നിധികളാണ് അദ്ദേഹം നമ്മുടെ മുന്നിൽ അനാവരണം ചെയ്തത്. വള്ളുവനാടൻ ഗ്രാമഭാഷയുടെ ലാളിത്യവും വിശുദ്ധിയും നിഷ്കളങ്കതയും നമ്മൾ അനുഭവിച്ചറിഞ്ഞത് എം ടിയുടെ രചനകളിലാണ്. എം ടി കഥകളിലെ ജീവസത്തായ പ്രതിബിംബമാണ് നിള. അദ്ദേഹത്തിന്റെ ജീവിതവും സാഹിത്യവും നിളയുടെ നൈർമ്മല്യത്തിന്റെയും ചാരുതയുടെയും ഭാഗമായി തീർന്നതാണ്. ഒരിക്കലും വേർപെടുത്താനാവാത്തവിധം ഈ ആത്മബന്ധം ഇഴപിരിഞ്ഞു കിടക്കുന്നു. എവിടെപ്പോയാലും നക്ഷത്രങ്ങൾ പൂത്തുലഞ്ഞ ഒരാകാശച്ചെരിവുപോലെ ഓർമ്മകൾ എം ടിയെ പിന്തുടരുന്നു. അമരന്മാരുടെ ഈ തീരത്തിപ്പോഴും നമുക്ക് പകിടകളിക്കാരൻ കോന്തുണ്ണി അമ്മാമയെയും കാതുമുറിച്ച മീനാക്ഷി ഏടത്തിയെയും വേലായുധേട്ടനെയും ഗോവിന്ദൻകുട്ടിയെയും സേതുവിനെയും അപ്പുണ്ണിയെയും ഒക്കെ കാണാം.

എം ടിയുടെ നോവലുകൾ തകർന്നടിയുന്ന നായർതറവാടുകളിലെ ഇരുണ്ടമുറികളിൽ ഊറിക്കൂടിയ വേദനകളുടെ ഭാവസുന്ദരമായ ആവിഷ്കാരങ്ങളാണ്. ഗ്രാമജീവിതത്തിന്റെ ഉൾത്തുടിപ്പുകൾ തന്റെ അനുഭവതീക്ഷ്ണതയും കാല്പനിക കലാസുഭഗതയും കൂട്ടിയിണക്കി അദ്ദേഹം സാക്ഷാൽക്കരിക്കുമ്പോൾ സവിശേഷമായ അനുഭവചാരുത നമുക്ക് നല്കാൻ അദ്ദേഹത്തിന് കഴിയുന്നു. തകർന്നുകൊണ്ടിരിക്കുന്ന നായർതറവാടുകളിൽ ഗതകാലസൗഭാഗ്യങ്ങൾ അയവിറക്കി കഴിയുന്ന വ്യക്തികളുടെ ഏകാന്തദുഃഖങ്ങളോടൊപ്പം കാലത്തിന്റെ തിരക്കോളിൽ പെട്ട് ശിഥിലമാകുന്ന കുടുംബബന്ധങ്ങൾ, സ്വന്തം തട്ടകങ്ങളിൽനിന്ന് ചുവടുമാറ്റാൻ കഴിയാതെ മനോവേദന അനുഭവിക്കുന്ന യുവതീയുവാക്കളുടെ നൊമ്പരങ്ങൾ എന്നിവയും എം ടി ചിത്രീകരിക്കുമ്പോൾ അവയ്ക്ക് വൈകാരിക തീക്ഷ്ണത വർദ്ധിക്കുന്നു.

ആത്മകഥാസ്പർശിയായ *നാലുകെട്ട്, കാലം,* ഭാവകാവ്യത്തിന്റെ

സൗകുമാര്യമുള്ള ബോധധാരാ രീതിയിൽ എഴുതിയ *മഞ്ഞ്*, വർഗ്ഗീയതയ്ക്കെതിരെ ആഞ്ഞടിക്കുന്ന *അസുരവിത്ത്*, ദുഃഖങ്ങളുടെ മുറിവുണക്കാൻ ശാന്തിസ്ഥലങ്ങളിലേക്കു തീർത്ഥാടനം നടത്തുന്ന മനുഷ്യരുടെ ജീവിതാവസ്ഥ പറയുന്ന *വാരണാസി*, *മഹാഭാരത*ത്തിലെ ഭീമന് പുതിയ മാനം നല്കിയ *രണ്ടാമൂഴം* എന്നിവയാണ് പ്രധാന നോവലുകൾ.

ഭഗ്നമോഹമായ, നഷ്ടബോധാക്രാന്തമായ ഒരാത്മാവിന്റെ പീഡയാണ് എം ടി ചെറുകഥയുടെ മുഖ്യഭാവം. സാഹചര്യ വൈപരീത്യ ഫലമായ വൈയർത്ഥത്താലോ, ദൗർബല്യങ്ങളാലോ, വഞ്ചനകളാലോ, സ്നേഹശൂന്യതകളാലോ, കൃത്യപ്പിഴകളാലോ ഉണ്ടാവുന്ന ഈ ആത്മപീഡാനുഭവം സഹൃദയർക്ക് സമ്മാനിച്ച് അദ്ദേഹം കൃതഹസ്തനായി. ചെറുകഥാസാഹിത്യത്തിൽ പുതിയ സംവേദനശൈലിയുടെ ഉടമയായ എം ടി കഥാപാത്രങ്ങളുടെ ആത്മാവിലേക്ക് വെളിച്ചം പകർന്നുകൊണ്ട് ആത്മപീഡനത്തിന്റെ സ്വരവും താളവും തന്റെ കഥകളുടെ അന്തർദ്ധാരയാക്കി മാറ്റാനാണ് എപ്പോഴും ശ്രമിക്കുന്നത്. താളക്കേടുകളുടെ തിരകളും ചുഴികളുംകൊണ്ട് അസ്വസ്ഥമായ മനുഷ്യജീവിതം, ആ താളക്കേടുകളിലൂടെത്തന്നെ താളാത്മകതയിലെത്തിക്കാനുള്ള ശ്രമമാണ് തന്റേതെന്ന് എം ടി പറയുന്നുണ്ട്. തന്റെ ഗ്രാമവും ഗ്രാമത്തെ തഴുകി ഒഴുകുന്ന ഭാരതപ്പുഴയും ഗ്രാമശാലീനതയിൽ വീർപ്പുമുട്ടിക്കിടക്കുന്ന പുരാവൃത്തങ്ങളും ഗതകാലപ്രതാപങ്ങൾ അയവിറക്കി തറവാടുകളിൽ കഴിയുന്നവരുടെ നിസ്സഹായതയിൽ നിന്നുയരുന്ന ചുടുനെടുവീർപ്പുകളും എം ടിയുടെ സർഗ്ഗമനസ്സിനെ തൊട്ടുണർത്തുന്നത് നിരന്തരം ഈ കഥകളിലൂടെ നാം കാണുന്നു.

'വികസിതരാജ്യങ്ങളിലെ കഥാസാഹിത്യവുമായുള്ള ഗാഢസമ്പർക്കത്തിൽനിന്നും സ്വാംശീകരിച്ച പുതിയ ശക്തി വിദഗ്ദ്ധമായി ഉപയോഗിച്ച് പുതിയ അനുഭവമേഖലകൾ തുറന്നിട്ട കഥാകാരനാണ് എം ടി വാസുദേവൻനായർ' എന്ന് പ്രൊഫ. എം അച്യുതൻ സാക്ഷ്യപ്പെടുത്തുന്നു.

ബാലമനസ്സിന്റെ കൗതുകങ്ങളെയും ഭയങ്ങളെയും അഭിലാഷങ്ങളെയും പശ്ചാത്താപങ്ങളെയും പരിവേദനങ്ങളെയും യുവത്വത്തിലേക്കു കടക്കുന്നതിനുമുമ്പുള്ള ഘട്ടത്തിലെ വിവേകാപഹമായ രാഗാവേഗങ്ങളെയും ഇത്രയും സൂക്ഷ്മമായി അവതരിപ്പിക്കുന്ന ചെറുകഥകൾ മലയാളത്തിൽ അധികമില്ല. 'നീലക്കടലാസ്', 'നുറുങ്ങുന്ന ശൃംഖലകൾ', 'അയൽക്കാർ', 'പടക്കം', 'ഒരു പിറന്നാളിന്റെ ഓർമ്മ', 'മൂപ്പുകുറഞ്ഞ ബന്ധം', 'കുട്ട്യേടത്തി', 'ഇരുട്ടിന്റെ ആത്മാവ്', 'ഓപ്പോൾ' എന്നീ കഥകൾ ഈ ഘട്ടത്തെ ഓർമ്മിപ്പിക്കുന്നു.

"തകരുന്ന തറവാടിന്റെ നാലുകെട്ടിൽനിന്ന് രക്ഷപ്പെട്ട്, തനിക്കു താൻപോന്നവനായി വളർന്നു, ആധുനിക ലോകത്തിലേക്ക് പ്രവേശിച്ച യുവാവിന്റെ അനുഭവങ്ങളുടെ ആവിഷ്കാരങ്ങളാണ് എം ടി കഥകളുടെ രണ്ടാംഘട്ടം. മൂല്യത്തകർച്ചയുടെയും മോഹഭംഗങ്ങളുടെയും കാല

ഘട്ടത്തിൽ മനസ്സ് നിറയെ അഭിലാഷങ്ങളും ആദർശങ്ങളും ആവേശങ്ങളുമായി ജീവിതരംഗത്തിറങ്ങി പരിതഃസ്ഥിതികളുടെയും വികാരവായ്പുകളുടെയും പ്രേരണയ്ക്കടിമപ്പെട്ട്, സ്വന്തം മനസ്സിനെപ്പോലും വഞ്ചിച്ച്, ആശിച്ചതൊന്നും ആയിത്തീർന്നിട്ടില്ലെന്ന തീവ്രബോധത്താൽ വ്യാകുലനായി, വിഭക്തമനസ്സായി നിഴലുകൾ വീണ ഹൃദയത്തിന്റെ മൂലകളിൽ ഒരുപിടി ഓർമ്മകളുമായി അലയുന്ന യുവത്വത്തിന്റെ ആത്മപ്രകാശനമാണ് ഈ ഘട്ടത്തിലെ കഥകൾ. 'ബന്ധനം', 'ദുഃഖത്തിന്റെ താഴ്‌വരകൾ', 'അന്തിവെളിച്ചം', 'നീലക്കുന്നുകൾ', 'ശാന്തിപർവ്വം', 'ഒരുദിവസം കഴിഞ്ഞ്', 'വിത്തുകൾ', 'മൂടുപടം', 'ഡാർ-എസ്-സലാം', 'ഇടവഴിയിലെ പൂച്ച മിണ്ടാപ്പൂച്ച' എന്നീ മനോഹരമായ കഥകളിലൂടെ യുവമനസ്സുകളുടെ ഇഷ്ടകഥാകാരനാവാൻ അദ്ദേഹത്തിന് കഴിഞ്ഞു.

നാലുകെട്ട്, പാതിരാവും പകൽവെളിച്ചവും, അസുരവിത്ത്, അറബിപ്പൊന്ന്, മഞ്ഞ്, കാലം, വാരണാസി, രണ്ടാമൂഴം, വിലാപയാത്ര (നോവലുകൾ), *രക്തംപുരണ്ട മൺതരികൾ, വെയിലും നിലാവും, വേദനയുടെ പൂക്കൾ, നിന്റെ ഓർമ്മയ്ക്ക്, ഓളവും തീരവും, ഇരുട്ടിന്റെ ആത്മാവ്, കുട്ട്യേടത്തി, വാരിക്കുഴി, നഷ്ടപ്പെട്ട ദിനങ്ങൾ, ബന്ധനം, പതനം, കളിവീട്, വാരിക്കുഴി, ഡാർ-എസ്-സലാം, അജ്ഞാതന്റെ ഉയരാത്ത സ്മാരകം, അഭയം തേടിവീണ്ടും, സ്വർഗ്ഗം തുറക്കുന്ന സമയം, വാനപ്രസ്ഥം, ഷെർലക്ക്, എന്റെ പ്രിയപ്പെട്ട കഥകൾ, എം ടിയുടെ തെരഞ്ഞെടുത്ത കഥകൾ* (കഥാസമാഹാരങ്ങൾ), *ഗോപുരനടയിൽ* (നാടകം), *സ്നേഹാദരങ്ങളോടെ, അമ്മയ്ക്ക്, ചിത്രത്തെരുവുകൾ* (സ്മരണ), *പണിപ്പുര, ഹെമിങ്‌വേ ഒരു മുഖവുര, കാഥികന്റെ കല* (പഠനം), *മനുഷ്യർ നിഴലുകൾ, ആൾക്കൂട്ടത്തിൽ തനിയെ, വൻകടലിലെ തുഴവള്ളക്കാർ* (യാത്ര), *കിളിവാതിലിലൂടെ, ഏകാകികളുടെ ശബ്ദം, രമണീയം ഒരു കാലം, കണ്ണാന്തളിപ്പൂക്കളുടെ കാലം* (ലേഖനം), *മാണിക്കക്കല്ല്, ദയ എന്ന പെൺകുട്ടി, തന്ത്രക്കാരി, മാണിക്കക്കല്ലും കുട്ടിക്കഥകളും ചിത്രങ്ങളും* (ബാലസാഹിത്യം), *വാക്കുകളുടെ വിസ്മയം* (പ്രഭാഷണം), *നിർമ്മാല്യം, നിഴലാട്ടം, ഇരുട്ടിന്റെ ആത്മാവ്, ഓളവും തീരവും, കന്യാകുമാരി, കുട്ട്യേടത്തി, മുറപ്പെണ്ണ്, ഓപ്പോൾ, വാരിക്കുഴി, ആരൂഢം, നീലത്താമര, ഇടവഴിയിലെ പൂച്ച മിണ്ടാപ്പൂച്ച, വൈശാലി, ഒരു വടക്കൻ വീരഗാഥ, പെരുന്തച്ചൻ, പഞ്ചാഗ്നി, നഖക്ഷതങ്ങൾ, സുകൃതം, ദയ, ഒരു ചെറുപുഞ്ചിരി, ആൾക്കൂട്ടത്തിൽ തനിയെ, അടിയൊഴുക്കുകൾ, നഗരമേ നന്ദി, എവിടെയോ ഒരു ശത്രു, കേരളവർമ്മ പഴശ്ശിരാജ* (തിരക്കഥ) എന്നീ കൃതികളിലൂടെ മുഴുവൻ മലയാളികളുടെയും പ്രിയങ്കരനായ എഴുത്തുകാരനായി ഈ ജ്ഞാനപീഠ ജേതാവ്. കേരള സാഹിത്യഅക്കാദമി പുരസ്കാരം, കേന്ദ്ര സാഹിത്യഅക്കാദമി പുരസ്കാരം, വയലാർ അവാർഡ്, ഓടക്കുഴൽ അവാർഡ്, മുട്ടത്തുവർക്കി അവാർഡ്, എൻ വി കൃഷ്ണവാരിയർ അവാർഡ്, കേരള സാഹിത്യ അക്കാദമിയുടെ വിശിഷ്ടാംഗത്വം, പത്മഭൂഷൻ എന്നിവ അദ്ദേഹത്തിന് സമ്മാനിക്കപ്പെട്ടിട്ടുണ്ട്.

മലയാളത്തിന്റെ ഏറ്റവും പ്രിയപ്പെട്ട എഴുത്തുകാരൻ എന്നതിനു പുറമെ മലയാളം കണ്ട പ്രതിഭാധനനായ തിരക്കഥാകൃത്തും ചലച്ചിത്ര സംവിധായകനുമായിരുന്നു എം ടി. *നിർമ്മാല്യം, ബന്ധനം, മഞ്ഞ്, കടവ്, ഒരു ചെറുപുഞ്ചിരി* എന്നീ അഞ്ചു ചിത്രങ്ങൾ അദ്ദേഹം സംവിധാനം ചെയ്യുകയും ഇരുപത്തഞ്ചിലേറെ ചിത്രങ്ങൾക്ക് തിരക്കഥ രചിക്കുകയും ചെയ്തു. എം ടി രചന നിർവ്വഹിച്ച ഏഴു ചലച്ചിത്രങ്ങൾ ദേശീയതലത്തിൽ അവാർഡുകൾ നേടുകയുണ്ടായി. ഒട്ടേറെ തവണ സംസ്ഥാന ചലച്ചിത്ര പുരസ്കാരങ്ങൾ അദ്ദേഹത്തെ തേടിയെത്തി.

മലയാളത്തിനു മറക്കാനാവാത്ത മറ്റൊരു എഴുത്തുകാരനാണ് നിളയുടെ തീരത്ത് മങ്കരയിൽ ജനിക്കുകയും മറ്റൊരു നിളാ ഗ്രാമമായ തസ്രാക്കിനെ അനശ്വരമാക്കുകയും ചെയ്ത നോവലിസ്റ്റും കഥാകൃത്തും കാർട്ടൂണിസ്റ്റും, ചിന്തകനും, പത്രപ്രവർത്തകനുമായിരുന്ന ഒ വി വിജയൻ. പത്രപ്രവർത്തനത്തിൽനിന്ന് സർഗ്ഗാത്മകതയുടെ പുതിയ മാർഗ്ഗം തേടിയ സവ്യസാചി.

എഴുത്തച്ഛന്റെ വഴിയമ്പലമായിരുന്നു ഖസാക്ക്. ലോകാലോകങ്ങളറിയാൻ മനുഷ്യന് ലഭിച്ച ഒരേ ഒരു സാമൂഹ്യ ഇന്ദ്രിയമായ വാക്കിനെ പുതിയ തലങ്ങളിലേക്ക് പുതുക്കിയതാണ് വിജയന്റെ പ്രധാന സംഭാവന. കാറ്റിന്, നക്ഷത്രത്തിന്, സസ്യജാതിക്ക്, പ്രകൃതിക്ക്, യാത്രയ്ക്ക്, വേർപാടിന്, മരണത്തിന്, ദുഃഖത്തിന്, രതിക്ക്, നീതിക്ക്, രാഷ്ട്രീയത്തിന്, രാഷ്ട്രീയാതീതത്തിന് പേരിടാൻ അദ്ദേഹം ഒരു പുതിയ പദകോശം നല്കി; പുതിയ കാലത്ത് ഒരെഴുത്തച്ഛൻ എഴുതുമ്പോലെ. ഖസാക്കിലെ പ്രമേയം തന്നെയും ഒരു പുതുതലമുറ, പുതിയ ഭാഷ എഴുതി പഠിക്കുന്നതാണ്. വിജയന്റെ മലയാളം പിന്നീടുള്ള മലയാളത്തെ ഏറെ മാറ്റി. ചിലർ അതിനെ അനുകരിച്ചു. ചിലർ അതിനെ അതിജീവിച്ചു. വിജയൻ മലയാളത്തിന് നല്കിയ ഏറ്റവും വലിയ സംഭാവന ഈ മലയാളം തന്നെയാണ്.

ഒ വി വിജയൻ

നോവലിസ്റ്റ്, കഥാകൃത്ത്, കാർട്ടൂണിസ്റ്റ്, രാഷ്ട്രീയചിന്തകൻ, പത്രപ്രവർത്തകൻ എന്നീ നിലകളിൽ മലയാളികളുടെ പ്രിയങ്കരനായ ഇതിഹാസകാരനും ചിന്തയിലും എഴുത്തിലും ചിത്രരചനയിലും വ്യത്യസ്തത കാത്തുസൂക്ഷിച്ചുകൊണ്ട് തീവ്രധ്യാനിയുടെ ഉൾക്കരുത്തോടെ ജീവിതത്തിന്റെ സ്പന്ദനങ്ങൾക്കു കാതോർത്ത പ്രവാചകനായ എഴുത്തുകാരനുമായിരുന്നു ഒ വി വിജയൻ. കാലം മായ്ക്കാത്ത കഥയും

കഥാപാത്രങ്ങളും കാഴ്ചകളും മനസ്സിലേക്കിട്ടുതന്ന് കഥപറച്ചിലിന്റെ പുതിയൊരു ശൈലി അദ്ദേഹം നമുക്ക് പകർന്നുതന്നു.

തലച്ചോറും ഹൃദയവും സമ്മേളിക്കുന്നതാണ് ആ കലാപ്രപഞ്ചം. അദ്ദേഹത്തെ സമകാലീനരിൽനിന്ന് വേറിട്ട് നിർത്തുന്നതും ഈ സമ്മേളനം തന്നെ. വിജയന്റെ സർഗ്ഗജീവിതത്തിനു മുഖ്യമായും മൂന്നു ഘട്ടങ്ങളുണ്ടെന്ന് വിമർശകർ പറയുന്നു. ഒരു സാമൂഹിക പരിവർത്തനം സ്വപ്നം കണ്ടുനടന്ന ആദ്യകാലം. മനുഷ്യവ്യഥകളിലും വേദനകളിലും അവയുയർത്തുന്ന സന്ത്രാസങ്ങളിലും ഊന്നിയുള്ള രണ്ടാംഘട്ടം. ആദ്ധ്യാത്മികതലങ്ങൾക്ക് പ്രാധാന്യം നല്കുന്ന അവസാനഘട്ടം.

മലയാള നോവൽ ചരിത്രത്തിലെ നാഴികക്കല്ലാണ് *ഖസാക്കിന്റെ ഇതിഹാസം*. മലയാള നോവൽസാഹിത്യം ഖസാക്കിന് മുമ്പും പിൻപും എന്ന നിലയിലേക്ക് മാറ്റിയെടുക്കാൻ കഴിഞ്ഞ ശക്തി അതിനുണ്ട്.

ആത്മയാനങ്ങളുടെ അശാന്തിയുമായി കൂമങ്കാവിൽ ബസിറങ്ങിയ വിജയന്റെ രവിക്ക് തസ്രാക്കിലേക്കുള്ള വഴി അപരിചിതമായിരുന്നില്ല. വരുംവരായ്കകളുടെ അറിവുമായി അയാൾ നടന്നു പോയത് അപ്പുക്കിളിയുടെയും, മൈമുനയുടെയും, അള്ളാപ്പിച്ച മൊല്ലാക്കയുടെയും ഒക്കെ മനസ്സുകളിലേക്കായിരുന്നല്ലോ. തസ്രാക്ക് അങ്ങനെ മനുഷ്യന്റെയും ദൈവങ്ങളുടെയും വിശുദ്ധ ഗ്രാമമായി. ആധുനിക മലയാള സാഹിത്യത്തിൽ അങ്ങനെ 'ഖസാക്ക്' എന്നൊരു മിത്തും മിത്തിൽനിന്ന് ഒരിതിഹാസവും പിറന്നു. നിളാതീര ഗ്രാമങ്ങളിലെ ഓരോ പുല്ലും ഓരോ പൂവും വിജയന് ഗുരുനാഥനായി, ഓരോ വാക്കും ഓരോ പ്രാർത്ഥനയായി.

തസ്രാക്ക് എന്ന ഗ്രാമാനുഭവത്തെ ഖസാക്കിന്റെ ഇതിഹാസമാക്കി വിജയൻ മാറ്റിയെഴുതി. പാലക്കാടൻ ഗ്രാമീണഭാഷയുടെ ആർജ്ജവവും പ്രത്യേകതയും നൈർമ്മല്യവും സഹൃദയലോകത്തിനു മുന്നിലേക്ക് തന്റേടത്തോടെ വിജയൻ ഈ നോവലിലൂടെ പരാവർത്തനം ചെയ്തു. ഈ കഥയിലൂടെ സമൂഹത്തിന്റെ സാംസ്കാരിക ജീർണ്ണതകൾ വളച്ചുകെട്ടില്ലാതെ അദ്ദേഹം തുറന്നുകാണിച്ചു. തങ്ങളെത്തന്നെ തിരിച്ചറിയാതെ, ജീവിതത്തെ നിരർത്ഥകമായി വീക്ഷിക്കുന്ന ഒരുപറ്റം മനുഷ്യരുടെ കഥയാണിത്. പ്രതികരണശേഷിയും കർമ്മശേഷിയും നഷ്ടമായ ആധുനിക സമൂഹത്തിന്റെ മൂല്യച്യുതിയാണ് ഖസാക്ക് എന്ന സങ്കല്പതാവളത്തിൽ പടർന്നുകയറുകയും വേരറ്റുവീഴുകയും ചെയ്ത രവിയുടെ ജീവിതത്തിലൂടെ വിജയൻ പറഞ്ഞുവെച്ചത്. നോവലിന്റെ ശില്പപരവും ആഖ്യാനപരവുമായ ചാരുത എല്ലാവിഭാഗം വായനക്കാർക്കും നവ്യാനുഭൂതിയും അനുഭവവും പ്രദാനംചെയ്തു. 'പെരുമഴയുടെ സുരതാവേഗമൊടുങ്ങി. ആരോഹണമില്ലാതെ, അവരോഹണമില്ലാതെ കാലവർഷം ഖസാക്കിനുമേൽ സമാധികൊണ്ടു.' എന്ന് പാലക്കാടൻ പ്രകൃതിയെക്കുറിച്ചെഴുതാൻ വിജയനു മാത്രമേ കഴിയൂ.

ഇന്ത്യയിലെ രാഷ്ട്രീയ ഉപജാപങ്ങളുടെയും ഭരണാധികാരികളുടെ സ്വേച്ഛാധിപത്യത്തിന്റെയും ഹീനജീവിതത്തിന്റെയും തുറന്ന ചിത്രീകര

ണമാണ് *ധർമ്മപുരാണം.* സദാചാര ബോധത്തിന്റെ എല്ലാ വേലിക്കെട്ടുകളെയും നിർദ്ദയം തകർക്കുന്ന ഉപഹാസസ്വരത്തിലുള്ള പ്രതിപാദനത്തിലൂടെ ഒരു കാലഘട്ടത്തിന്റെ ധർമ്മസങ്കടങ്ങളാണ് അദ്ദേഹം കോറിയിട്ടത്.

കുഞ്ഞുണ്ണി എന്ന പത്രപ്രവർത്തകന്റെ വ്യക്തിപരവും കുടുംബസംബന്ധവുമായ ജീവിതപരാജയത്തിന്റെ കഥ പ്രതിപാദിക്കുന്ന *ഗുരുസാഗരം* വ്യക്തികളുടെ നിസ്സഹായതയെ മനോഹരമായി ആവിഷ്കരിക്കുന്ന കൃതിയാണ്.

അമൂർത്തമായ സങ്കല്പങ്ങളുടെ അനന്യമായ ആവിഷ്കാരമായ *മധുരം ഗായതി* മിഥോളജിയും ഇക്കോളജിയും സമന്വയിപ്പിച്ചിരിക്കുന്ന നോവലാണ്. സൃഷ്ടിയുടെ വിചിത്രഭാവങ്ങളും മനുഷ്യാത്മാവിന്റെ സ്നേഹസൗന്ദര്യങ്ങളുടെ ആശ്ലേഷവും ഈ കൃതി നമുക്ക് നല്കുന്നുണ്ട്. പ്രജ്ഞയും പ്രകൃതിയും കൈകോർക്കുന്നത് അനുഭവപ്പെടുന്ന ഈ നോവലിൽ ആത്മാവിന്റെ സംഗീതം അനുസ്യൂതം ഒഴുകുന്നതായി നാം കേൾക്കുന്നു.

സനാതനമായ സത്യം ഒരുൾക്കാഴ്ചയായി കൊണ്ടുനടക്കുന്ന നാരായണന്റെ കഥ പറയുന്ന *പ്രവാചകന്റെ വഴി* എന്ന നോവലിൽ ജീവിതത്തിന്റെ വൈവിദ്ധ്യവും വൈജാത്യവും വൈരൂപ്യവും ലൈംഗികതയും ചിത്രീകരിക്കുന്നു. സ്വന്തം ആത്മാവിനോട് നീതി പുലർത്താനുള്ള അതിയായ ത്വരയോടൊപ്പം ഏതോ ഉൾവിളിക്കായി കാത്തിരിക്കുന്ന മനുഷ്യന്റെ സ്വത്വം തേടിയുള്ള യാത്രയും വിജയൻ ആവിഷ്കരിക്കുന്നു.

പൊന്മുടിത്തറവാടിന്റെ തകർച്ചയിലൂം നാഗരികതയ്ക്കു സംഭവിക്കുന്ന ശൈഥില്യം ആത്മീയപ്രഭ ചൊരിയുന്ന ശൈലിയിലൂടെ അവതരിപ്പിക്കുന്ന നോവലാണ് *തലമുറകൾ.* ലയാവിഷ്കരണത്തിന്റെ ഭാവാന്തരീക്ഷം സൃഷ്ടിക്കുന്ന ഈ നോവലിൽ വിജയന്റെ സ്വത്വത്തിന്റെ ചിഹ്നമായ ആന്തരിക സൗന്ദര്യം ഏറെ പ്രതിഫലിക്കുന്നുണ്ട്.

ചെറുകഥാസാഹിത്യത്തിനും വിജയന്റെ മഹത്തായ സംഭാവനകൾ സമ്മാനിച്ചിട്ടുണ്ട്. നിയതമായ ചട്ടക്കൂടുള്ള ഒരു സാഹിത്യ രൂപമെന്ന നിലയിൽ ചെറുകഥയുടെ ശില്പത്തെ പരിമിതപ്പെടുത്തുന്ന കെട്ടുപാടുകളുടെ പരിമിതവൃത്തങ്ങളെ ഭേദിക്കുന്നവയായിരുന്നു വിജയന്റെ കഥകൾ. ഒരു തട്ടകത്തിലെ ഒതുങ്ങാത്ത അപൂർവ്വ ചാരുത അവ പ്രസരിപ്പിക്കുന്നു. 'മനുഷ്യാവസ്ഥയുടെ ഭിന്നതലങ്ങളിൽ ദാർശനിക ബോധത്തോടെ നടത്താനാണ് കഥാകാരനായ ഒ വി വിജയൻ തയ്യാറാകുന്നത്. അസ്തിത്വം തേടിയുള്ള യാത്രയിൽ സമൂഹവുമായി തെറ്റിപ്പിരിയുന്നവരാണ് വിജയന്റെ മിക്ക കഥാപാത്രങ്ങളും. താൻ പിറന്നുവളർന്ന പാലക്കാടൻ മണ്ണിന്റെ ചൂടും ചൂരും ചുണയും സങ്കല്പങ്ങളും അദ്ദേഹത്തിന്റെ കഥകളിൽ പ്രതിഫലിക്കുന്നു. മിത്തുകളെ സമകാലിക പ്രശ്നങ്ങളുമായി ബന്ധിപ്പിക്കാൻ പ്രത്യേക വൈഭവമുണ്ട് വിജയന്, ആക്ഷേപഹാസ്യത്തിന്റെ സ്വരവും ഉണ്ടാവും' എന്ന് എരുമേലി പരമേശ്വരൻ പിള്ള വില

യിരുത്തുന്നു. ആവിഷ്കരണ ചാരുതയും ചടുലതയും സാമൂഹിക കാപട്യങ്ങൾ തുറന്നുകാട്ടാനുള്ള ആർജ്ജവവും ആന്തരികശക്തിയും വിജയന്റെ കഥകളുടെ സവിശേഷതകളാണ്. 'സന്ദേഹിയുടെ സംവാദ മണ്ഡലത്തിലെ സർഗ്ഗാത്മക പ്രതിനിധാനങ്ങളാണ് ഒ വി വിജയന്റെ കഥകൾ. ആർദ്രതയുടെ നീർച്ചാലുകൾ, നർമ്മമൃദുഹാസങ്ങൾ, രൂക്ഷപരിഹാസങ്ങൾ, നൈതികമായ ഉൽക്കണ്ഠകൾ, ചരിത്രത്തിന്റെ ഇരുൾഗർത്തങ്ങൾ... മനുഷ്യഭാഗധേയത്തിന്റെ എത്രയെത്ര വിതാനങ്ങളിലേക്കാണ് ഈ കഥയുടെ പടർച്ചകൾ!' എന്ന് ജോസ് വെമ്മേലി ആശ്ചര്യപ്പെടുന്നു. 'കടൽത്തീരത്ത്', 'മങ്കര', 'എട്ടുകാലി', 'പ്രേമകഥ', 'കന്നുകാലികൾ', 'അഭയം', 'തീയതികൾ', 'നിദ്രയുടെ താഴ്‌വര', 'പാറകൾ', 'അരിമ്പാറ', 'ചെങ്ങന്നൂർവണ്ടി', 'മുരുകൻ നായർ', 'കാറ്റുപറഞ്ഞ കഥ', 'ചിലന്തികൾ പറഞ്ഞത്', 'ഒരു യുദ്ധത്തിന്റെ ആരംഭം', 'പ്രയാണം', 'ഭഗവൽസന്നിധിയിൽ', 'തീട്ടം', 'കാട്ടുമൂർഖൻ' തുടങ്ങിയ ശക്തിസൗഭാഗ്യങ്ങളുടെ അസാമാന്യ സമ്മേളനമായ കഥകളിലൂടെ ഉദാത്തവും അഗാധവുമായ മനോവൃത്ത മേഖലകളിലേക്ക് വ്യാപിക്കുന്ന സമ്പുഷ്ടവും മൗലികവുമായ ഒരു പ്രതിഭയുടെ തിളക്കം വിജയൻ പ്രസരിപ്പിച്ചു.

ഖസാക്കിന്റെ ഇതിഹാസം, ധർമ്മപുരാണം, ഗുരുസാഗരം, മധുരം ഗായതി, പ്രവാചകന്റെ വഴി, തലമുറകൾ (നോവലുകൾ) *മൂന്നുയുദ്ധങ്ങൾ, ഉച്ചകോടി, വിജയന്റെ കഥകൾ, ഒരു നീണ്ട യാത്രയുടെ ഓർമ്മയ്ക്കായ്, അശാന്തി, ബാലബോധിനി, കടൽത്തീരത്ത്, കാറ്റ് പറഞ്ഞ കഥ, പൂതപ്രബന്ധവും മറ്റു കഥകളും, കുറെ കഥാബീജങ്ങൾ, ഒ വി വിജയന്റെ കഥകൾ, എന്റെ പ്രിയപ്പെട്ട കഥകൾ, അരക്ഷിതാവസ്ഥ* (കഥാസമാഹാരങ്ങൾ) *ഇന്ദ്രപ്രസ്ഥം, വർഗ്ഗസമരം സ്വത്വം, കുറിപ്പുകൾ, ഇതിഹാസത്തിന്റെ ഇതിഹാസം, എന്റെ ചരിത്രാന്വേഷണ പരീക്ഷകൾ, ഹൈന്ദവനും അതിഹൈന്ദവനും, അന്ധനും അകലങ്ങൾ കാണുന്നവനും, ഒ വി വിജയന്റെ ലേഖനങ്ങൾ, ഘോഷയാത്രയിൽ തനിയെ, ഒരു സിന്ദൂരപ്പൊട്ടിന്റെ ഓർമ്മ, സന്ദേഹിയുടെ സന്ദേഹം* (ലേഖന സമാഹാരങ്ങൾ) *ഇത്തിരി നേരമ്പോക്ക് ഇത്തിരി ദർശനം* (കാർട്ടൂണുകൾ) എന്നിവ മലയാളത്തിന് മറക്കാനാവാത്ത സർഗ്ഗാത്മക സൃഷ്ടികളത്രേ.

സൃഷ്ടിയുടെയും സ്രഷ്ടാവിന്റെയും ആന്തരികഭാവങ്ങളിൽ കലാമർമ്മജ്ഞതയോടെ വ്യാപരിക്കുന്ന നിരൂപണബുദ്ധിയുടെ ഉടമയായ ഉള്ളാട്ടിൽ ഗോവിന്ദൻകുട്ടിനായർ (ജി കെ എൻ) നിളയുടെ മറ്റൊരു പ്രശസ്തപുത്രനായ നിരൂപകനാണ്. പൗരസ്ത്യ കാവ്യസിദ്ധാന്തങ്ങൾ പിന്തുടർന്ന അദ്ദേഹം സാമ്പ്രദായിക മട്ടിലുള്ള മൂല്യ നിർദ്ധാരണത്തിലാണ് ശ്രദ്ധചെലുത്തിയത്. *രൂപരേഖ, കാവ്യാസ്വാദനം, വിചാരധാര, നിശീഥിനി, ഘലാപഥം, വിചാരദീപ്തി, വിശ്വകാന്തി, ഭാഷയും ഗവേഷണവും, സാഹിത്യ സഞ്ചാരം* എന്നിവയാണ് പ്രസിദ്ധീകൃത പുസ്തകങ്ങൾ.

അഗാധമായ പാണ്ഡിത്യവും ഉജ്ജ്വലപ്രതിഭയും പുരോഗമന

ചിന്തയുംകൊണ്ട് മലയാള വിമർശന സാഹിത്യത്തെ പ്രദീപ്തമാക്കിയ ഡോക്ടർ കെ എൻ എഴുത്തച്ഛൻ നിളാതീരത്തെ ചെർപ്പുളശ്ശേരിയിൽ ജനിച്ചുവളർന്ന നിരൂപകനാണ്. സാഹിത്യത്തെ സാമൂഹിക പശ്ചാത്തലത്തിൽ വിലയിരുത്തണമെന്ന ശാസ്ത്രീയ വീക്ഷണം പിന്തുടർന്ന സൗമ്യനും ധിഷണാശാലിയുമായ അദ്ദേഹം ഭാരതീയ കാവ്യശാസ്ത്ര സിദ്ധാന്തങ്ങൾ മാർക്സിയൻ കാലസിദ്ധാന്തങ്ങളുമായി ബന്ധപ്പെടുത്തി സാഹിത്യവിമർശനത്തിനു പുതിയ പാതകൾ തുറന്നു. വസ്തുനിഷ്ഠതയും ശാസ്ത്രീയ സമീപനവും അദ്ദേഹത്തിന്റെ വിമർശനത്തിന്റെ പ്രത്യേകതകളായിരുന്നു. *കതിർക്കുല, കിരണങ്ങൾ, ഇലയുംവേരും, ഉഴുതനിലങ്ങൾ, ദീപമാല, സമീക്ഷ, ഏഴിലംപാല, മുത്തുംപവിഴവും, സമ്പൂർണ്ണലേഖനങ്ങൾ* എന്നിവയാണ് കൃതികൾ.

മലയാള നിരൂപണസാഹിത്യത്തിന് നിള നല്കിയ മഹത്തായ മറ്റൊരു സംഭാവനയാണ് മൗലികമായ ഉൾക്കാഴ്ച എപ്പോഴും കാത്തുസൂക്ഷിക്കുന്ന ധിഷണാശാലിയായ എം പി ശങ്കുണ്ണിനായർ. പ്രതിപാദനത്തിലെ അനന്യസാധാരണമായ വൈവിദ്ധ്യവും ഭാരതീയ സാംസ്കാരിക ചരിത്രാവബോധവും സ്വാഭിപ്രായ സമർത്ഥനത്തിലെ ആശയദാർഢ്യവും സാഹിത്യകൃതികളുടെ ഭാവാർത്ഥതലങ്ങളിൽ നടത്തുന്ന കാവ്യപ്രേരിതവും ഗവേഷണാത്മകവുമായ അന്വേഷണവും ശങ്കുണ്ണിനായരുടെ രചനകളുടെ മുഖമുദ്രയാണ്. ഭാഷയുടെ സൗന്ദര്യവും മൂർച്ചയും അദ്ദേഹത്തിന്റെ ലേഖനങ്ങൾക്ക് അസാധാരണമായ ഉൾക്കനം പ്രദാനം ചെയ്യുന്നുണ്ട്. വിമർശനത്തെ അതിന്റെ എല്ലാ തീവ്രതയോടെയും സൂക്ഷ്മാവലോകനത്തോടെയും മൗലികതയോടെയും ഉപാസിച്ച ശങ്കുണ്ണിനായരുടെ രചനകൾ അവയുടെ ശരിയായ പരിപ്രേക്ഷ്യത്തിൽ ഗ്രഹിക്കണമെങ്കിൽ മേന്മയാർന്ന ഗ്രന്ഥപരിചയവും ചിന്താപരമായ ഉണർവ്വും അനിവാര്യമാണ്. കാളിദാസകാവ്യങ്ങളെപ്പറ്റി പുതിയ അറിവുകൾ നല്കുന്ന *ഛത്രവും ചാമരവും*, മലയാള കവിതയുടെ ശക്തിചൈതന്യങ്ങൾ അനാവരണം ചെയ്യുന്ന *കാവ്യോല്പത്തി*, സംസ്കൃത നാടകങ്ങളുടെ രചനാശില്പവും രംഗാവതരണരീതിയും വിശദമാക്കുന്ന *നാട്യമണ്ഡപം*, സമൂഹ ചേതനയുടെ പ്രകാശങ്ങളായ മിത്തുകൾ, ഐതിഹ്യങ്ങൾ, വിശ്വാസങ്ങൾ എന്നിവ സാമൂഹ്യശാസ്ത്രങ്ങളുടെ പരികരങ്ങളോടെ വിശകലനംചെയ്യുന്ന *കത്തുന്ന ചക്രം, നാടകീയാനുഭവം* എന്നീ കൃതികളാണ് അദ്ദേഹം മലയാളിക്ക് സമ്മാനിച്ചത്. കേരള സാഹിത്യ അക്കാദമി പുരസ്കാരം, കേന്ദ്ര സാഹിത്യഅക്കാദമി പുരസ്കാരം, കേരള സാഹിത്യഅക്കാദമി വിശിഷ്ടാംഗത്വം എന്നിവ അദ്ദേഹത്തെ തേടിയെത്തിയിരുന്നു.

പ്രശസ്ത സംസ്കൃത പണ്ഡിതനും വിമർശകനും അദ്ധ്യാപകനുമായിരുന്ന കെ പി നാരായണപിഷാരടി നിളാതീരത്തെ പട്ടാമ്പിക്കടുത്ത് കൊടിക്കുന്ന് ഗ്രാമത്തിന്റെ വിശ്രുത പുത്രനാണ്. കലാത്മകസൗന്ദര്യത്തിൽ മനസ്സൂന്നി സംസ്കൃത കാവ്യമീമാംസകൾ അവലംബമാക്കി

കാവ്യനിരീക്ഷണം നടത്തി കൃതികൾ വിലയിരുത്തുന്നതിൽ ശ്രദ്ധിച്ച നിരൂപകനായിരുന്നു. ഭരതന്റെ *നാട്യശാസ്ത്രം* മലയാളത്തിലേക്ക് പരിഭാഷപ്പെടുത്തുകവഴി, മഹത്തായ സേവനമാണ് അദ്ദേഹം കൈരളിക്ക് സമ്മാനിച്ചത്. കേന്ദ്ര സാഹിത്യഅക്കാദമി പുരസ്കാരം, എഴുത്തച്ഛൻ പുരസ്കാരം എന്നിവ ലഭിച്ചിട്ടുണ്ട്. *കലാലോകം, ശ്രുതിമണ്ഡലം, മണിദീപം, കാളിദാസ ഹൃദയംതേടി, ധനഞ്ജയം, തോരണയുദ്ധം, ആറ്റൂർ, നാട്യശാസ്ത്രം* (പരിഭാഷ) എന്നിവയാണ് പ്രധാനകൃതികൾ.

ഭരണാധികാരി, അദ്ധ്യാപകൻ, സംഘാടകൻ, പത്രാധിപൻ, എഴുത്തുകാരൻ, ഗ്രന്ഥശാലാപ്രവർത്തകൻ, *സർവ്വവിജ്ഞാനകോശം* എഡിറ്റർ, പബ്ലിക് സർവ്വീസ് കമ്മീഷൻ അംഗം എന്നീ നിലകളിൽ പ്രശസ്തനായ പി ടി ഭാസ്കരപ്പണിക്കർ നിളാതീരത്തെ അടക്കാപുത്തൂരിൽ ജനിക്കുകയും കേരളം മുഴുവൻ തന്റെ പ്രവർത്തന മേഖലയാക്കി മാറ്റുകയുംചെയ്ത സവ്യസാചിയാണ്. ശാസ്ത്രജ്ഞാനം സാധാരണജനങ്ങളിലേക്ക് എത്തിക്കാൻ ഫലപ്രദമായി പരിശ്രമിച്ച അദ്ദേഹം വിവിധ ശാസ്ത്ര വിഷയങ്ങളിൽ ഒട്ടേറെ പുസ്തകങ്ങളും ലേഖനങ്ങളും എഴുതിയിട്ടുണ്ട്. ശാസ്ത്ര സംബന്ധമായ വിശദജ്ഞാനവും സുഗ്രാഹ്യതയുമാണ് പണിക്കരുടെ കൃതികളുടെ സവിശേഷതകൾ. വിജ്ഞാന സാഹിത്യമേഖലയിലെ ഭാസ്കരപ്പണിക്കരുടെ സേവനങ്ങൾ നിസ്സീമമാണ്. സാഹിത്യ പ്രവർത്തക സഹകരണസംഘം പത്ത് വാല്യങ്ങളായി പ്രസിദ്ധീകരിച്ച വിപുലമായ വിജ്ഞാനകോശമായ *വിശ്വവിജ്ഞാനകോശ*ത്തിന്റെ ചീഫ് എഡിറ്റർ അദ്ദേഹമായിരുന്നു. ഡി സി ബുക്സ് പ്രസിദ്ധീകരിച്ച ഇരുവാല്യങ്ങളുള്ള *ഭാരതവിജ്ഞാനകോശം* അദ്ദേഹം എഡിറ്റ് ചെയ്ത മറ്റൊരു വൈജ്ഞാനിക ഗ്രന്ഥമാണ്. പ്രഭാത് ബുക്ഹൗസ് പ്രകാശിതമാക്കിയ കുട്ടികൾക്കുള്ള വിജ്ഞാനഗ്രന്ഥമായ *ബാലവിജ്ഞാനകോശ*ത്തിന്റെയും ചീഫ് എഡിറ്റർ പണിക്കാരായിരുന്നു. കുട്ടികൾക്കുവേണ്ടി ബാലശാസ്ത്ര കൃതികൾ രചിക്കുന്നതിന് നേതൃത്വം കൊടുത്തവരിൽ പ്രധാനി കൂടിയാണ് ഭാസ്കരപ്പണിക്കർ. കുട്ടികൾക്ക് ശാസ്ത്രാഭിമുഖ്യം വളർത്തുന്നതിൽ അദ്ദേഹം വഹിച്ച ക്രിയാത്മകമായ പങ്ക് ആദരണീയമാണ്.

മനുഷ്യൻ, സാക്ഷരതയും സോഷ്യലിസവും, കാളവണ്ടി, കുട്ടികളുടെ ഗാന്ധി, കുട്ടികളുടെ നെഹ്റു, കുട്ടികളുടെ സയൻസ്, കുട്ടികളുടെ നക്ഷത്രശാസ്ത്രം, കുട്ടികളുടെ ഫിസിക്സ്, കുട്ടികളുടെ ശരീരശാസ്ത്രം, ഗ്രഹങ്ങളും കൊള്ളിമീനുകളും, സൂര്യൻ, സൂര്യനും നക്ഷത്രങ്ങളും, റേഡിയോ ആക്ടിവിറ്റി, ജീവൻ വായു വെള്ളം, ഓടുന്ന യന്ത്രങ്ങൾ, ശാസ്ത്രപരിചയം, ജീവന്റെ ഉത്ഭവം, സയൻസിന്റെ സന്ദേശം, ഗ്രഹാന്തരയാത്ര, മനുഷ്യൻ ചന്ദ്രനിൽ എന്നിവയാണ് പ്രധാന കൃതികൾ.

ഗാന്ധിയൻ, അദ്ധ്യാപകൻ, എഴുത്തുകാരൻ എന്നീ നിലകളിൽ പ്രവർത്തിച്ചിരുന്ന എസ് വി കൃഷ്ണവാരിയർ നിളാനദിക്കരയിലെ മനി

ശ്ശേരിയിൽ ജനിച്ചുവളർന്നു. വാർദ്ധയിലെ അഖിലഭാരത ഗ്രാമസേവാ വിദ്യാലയത്തിൽ ഉപരിപഠനം നടത്തി. വിനോബാജിയുടെ നൽവാഡി സത്യഗ്രഹാശ്രമത്തിൽ അന്തേവാസിയായ വിപ്ലവകാരിയാണ്. *ഹിന്ദ് സ്വരാജ്, ഗീതാപ്രവചനം, ഗീതാരാത്മപ്രഭ, ഗാന്ധിവിചാരദോഹന* തുടങ്ങിയവ മൗലികകൃതികൾ. ഇരുപത്തിയെട്ടിലേറെ കൃതികൾ മലയാളത്തിലേക്ക് വിവർത്തനം ചെയ്തിട്ടുണ്ട്.

ലാളിത്യം, ശയ്യാഗുണം, ആശയവിശുദ്ധി, ആദർശസ്ഥിരത, ഭക്തിഭാവം, ഉദാരമായ മർമ്മം എന്നിവയുടെ പ്രത്യക്ഷപത്രങ്ങളായ കവിതകളുടെ രചയിതാവായ വി കെ ഗോവിന്ദൻ നായർ ഭാരതപ്പുഴയുടെ തീരത്തുള്ള ത്രിക്കടീരി ഗ്രാമത്തിന്റെ പുത്രനാണ്. പുതിയ കവിതയുടെ കെട്ടുകാഴ്ചകളിലൊന്നും താല്പര്യമില്ലാതെ തന്റെ ജീവിതം പോലെ അകലുഷമായ മാർഗ്ഗത്തിൽ അദ്ദേഹം കവിതകളെഴുതി. ശ്രീകൃഷ്ണാവതാരത്തെ ചുറ്റിപ്പറ്റി അദ്ദേഹം എഴുതിയ *മുത്തുകൾ* പോലെ തിളങ്ങുന്ന മുക്തകങ്ങളാണ് ആദ്യകവിതാസമാഹാരമായ *അവിൽപ്പൊതിയിൽ*. വള്ളത്തോൾ മുക്തകങ്ങളുടെ ശയ്യാഗുണം അതേ അനുപാതത്തിൽ വിളംബരം ചെയ്യുന്ന കൃതിയാണ് *മുത്തുകൾ*. ഗ്രാമജീവിതത്തിന്റെ സ്വച്ഛതയും, നാട്ടിൻ പുറത്തെ നെൽവയലുകളുടെ ശാന്തിയും ഭംഗിയും, ആത്മവിശുദ്ധിയുടെ ഹരിചന്ദനഗന്ധവും പേറിയ കവിതകൾ ആണ് അദ്ദേഹം മലയാളിക്ക് സമ്മാനിച്ചത്. *അവിൽപ്പൊതി, മുത്തുകൾ, ഭദ്രദീപം, വി കെ ഗോവിന്ദൻ നായരുടെ സമ്പൂർണ്ണകൃതികൾ* എന്നിവയാണ് പ്രസിദ്ധീകൃത രചനകൾ. സാഹിത്യഅക്കാദമി പുരസ്കാരം, ഓടക്കുഴൽ പുരസ്കാരം എന്നിവ ലഭിച്ചിട്ടുണ്ട്.

വിവിധമെഡിക്കൽ കോളേജുകളിൽ പ്രിൻസിപ്പലായും ഇന്ത്യൻ മെഡിക്കൽ കൗൺസിൽ അംഗമായും കേരള സർവ്വകലാശാല സിൻഡിക്കേറ്റ് അംഗമായും ഭാരതീയ വിചാരകേന്ദ്രത്തിന്റെ സ്ഥാപക അദ്ധ്യക്ഷനായും പ്രവർത്തിച്ച സ്വാതന്ത്ര്യ സമരസേനാനികൂടിയായ ഡോക്ടർ. കെ മാധവൻകുട്ടി നിളയുടെ തീരത്തെ ഒറ്റപ്പാലം ചുനങ്ങാട് സ്വദേശിയാണ്. തിരക്ക് പിടിച്ച ഔദ്യോഗിക ജീവിതത്തിനിടയിലും സാമൂഹിക സാംസ്കാരിക രംഗത്തെ സജീവസാന്നിദ്ധ്യമായി നില്ക്കുന്നതിനൊപ്പം എഴുത്തിലും അദ്ദേഹം കഴിവ് തെളിയിച്ചു. ഇംഗ്ലീഷിലും മലയാളത്തിലുമായി ആരോഗ്യം, ചികിത്സ, ഭാരതീയ ദർശനങ്ങൾ എന്നിവയുമായി ബന്ധപ്പെട്ട 78 പുസ്തകങ്ങളും 5500 ഓളം ലേഖനങ്ങളും അദ്ദേഹം എഴുതി. *മായില്ലീ കനകാക്ഷരങ്ങൾ* എന്ന ആത്മകഥ ഏറെ ശ്രദ്ധേയമായിരുന്നു. *ഫിസിയോളജിക്ക് ഒരു മുഖവുര, ആധുനിക വൈദ്യശാസ്ത്രത്തിന്റെ ചരിത്രം, ഹൃദ്രോഗം കാരണങ്ങളും കരുതലുകളും* (വൈദ്യശാസ്ത്രം), *ചാൾസ് ഡിക്കെൻസ്, വാൾട്ടർസ്കോട്ട്, സാമുവൽ ജോൺസൻ, തോമസ്ഹാർഡി, തുർഗനീവ്, കൈനിക്കര പത്മനാഭ പിള്ള, എം സി ജോസഫ്* (ജീവചരിത്രം) *Holistic Medicine* (ഇംഗ്ലീഷ്) എന്നിവയാണ് പ്രധാനകൃതികൾ.

ഡോക്ടർ സി ബി റോയ് പുരസ്കാരം, എം കെ നമ്പ്യാർ പുരസ്കാരം, ഇന്ത്യൻ മെഡിക്കൽ അസോസിയേഷൻ ലൈഫ്ടൈം അച്ചീവ്മെന്റ് പുരസ്കാരം എന്നിവ ലഭിച്ചിട്ടുണ്ട്.

എം ടിയുടെ പിന്തുടർച്ചാവകാശി എന്ന് വിശേഷിപ്പിക്കാവുന്ന സി രാധാകൃഷ്ണനും ഈ പുഴയുടെ ഉപാസകനാണ്. പുഴ മുതൽ പുഴ വരെ എത്തുന്ന ജീവിതചക്രമാണ് രാധാകൃഷ്ണന്റെ രചനയുടെ ലോകം. നോവലിസ്റ്റ്, കഥാകാരൻ, ചലച്ചിത്ര സംവിധായകൻ, തിരക്കഥാകൃത്ത്, ശാസ്ത്രജ്ഞൻ, അദ്ധ്യാപകൻ, പത്രാധിപൻ, മാധ്യമപ്രവർത്തകൻ, ചിന്തകൻ എന്നിങ്ങനെ സാംസ്കാരികലോകത്തിന്റെ നിരവധി തലങ്ങളിൽ വ്യക്തിമുദ്രപതിപ്പിച്ച സർഗ്ഗപ്രതിഭയാണ് സി രാധാകൃഷ്ണൻ. പാരിസ്ഥിതിക ജാഗ്രതയോടെ കേരളീയ പ്രാദേശികതയെ സൂക്ഷ്മതലത്തിൽ അവതരിപ്പിക്കുന്നവയാണ് അദ്ദേഹത്തിന്റെ രചനകൾ.

മലയാളത്തിൽ അസ്തിത്വവാദാധിഷ്ഠിത ആധുനികതയുടെ കാലത്താണ് എഴുത്തുകാരൻ എന്ന നിലയിൽ സി രാധാകൃഷ്ണൻ സജീവമാകുന്നത്. അക്കാലത്തെ സാഹിത്യത്തിൽ പ്രകടമായിരുന്ന ദാർശനിക ദുരൂഹത തന്റെ എഴുത്തിൽ ബോധപൂർവ്വം ഇദ്ദേഹം ഒഴിച്ചുനിർത്തി. ഇദ്ദേഹത്തിന്റെ കൃതികളിൽ വള്ളുവനാടൻ ഗ്രാമവും മഹാനഗരവും മാറിമാറി വരുന്ന പശ്ചാത്തലമാണ്. സാധാരണ മനുഷ്യരുടെ ജീവിതചിത്രണത്തിലൂടെ വൈവിദ്ധ്യവും വൈചിത്ര്യവും നിറഞ്ഞ ജീവിതചിത്രണമാണ് ഇദ്ദേഹം നടത്തിയത്. മനഃശാസ്ത്രത്തിന്റേയും ഭൗതിക ശാസ്ത്രത്തിന്റേയും ഉൾക്കാഴ്ചകൾ ഈ രചനകളിൽ പശ്ചാത്തലമായി നിലകൊള്ളുന്നു.

സി രാധാകൃഷ്ണൻ

കണ്ണിമാങ്ങകൾ, അഗ്നി എന്നീ ആദ്യകാലനോവലുകൾ നിളാതീരത്തെ ഗ്രാമജീവിതം പശ്ചാത്തലമായുള്ളവയാണ്. *പുഴ മുതൽ പുഴ വരെ, എല്ലാം മായ്ക്കുന്ന കടൽ* എന്നീ നോവലുകൾക്കുശേഷം ബൃഹത്തായ രചനകളാണ് അധികവും അദ്ദേഹം പ്രകാശിപ്പിച്ചത്. *സ്പന്ദമാപിനികളേ നന്ദി* മുതലുള്ള രചനകൾ ഈ വിഭാഗത്തിൽ പെടുന്നു. എഴുത്തച്ഛന്റെ ജീവിതത്തെ ആധാരമാക്കി എഴുതിയ *തീക്കടൽ കടഞ്ഞ് തിരുമധുരം* മലയാളത്തിലെ വ്യത്യസ്തമായ നോവലാണ്. മലയാളത്തിലെ ഏറ്റവും വായിക്കപ്പെട്ട വിവാദനോവലുകളിൽ ഒന്നായിരുന്നു നക്സലിസത്തെ ആസ്പദമാക്കി അദ്ദേഹം രചിച്ച *മുൻപേ പറക്കുന്ന പക്ഷികൾ.* നാലു മലയാളചിത്രങ്ങൾ സംവിധാനം ചെയ്യുകയും പത്തിലേറെ ചിത്ര

ങ്ങൾക്ക് തിരക്കഥ രചിക്കുകയും ചെയ്തു.

കേന്ദ്രസാഹിത്യഅക്കാദമി അവാർഡ്, ജ്ഞാനപീഠ സമിതിയുടെ മൂർത്തീദേവി പുരസ്കാരം, കേരള സാഹിത്യഅക്കാദമി അവാർഡ്, മാതൃഭൂമി സാഹിത്യ പുരസ്കാരം, വയലാർ അവാർഡ്, പത്മപ്രഭാ പുരസ്കാരം തുടങ്ങി നിരവധി അംഗീകാരങ്ങൾക്ക് അർഹനായിട്ടുണ്ട്.

ആകാശത്തിൽ ഒരു വിടവ്, തീക്കടൽ കടഞ്ഞ് തിരുമധുരം, ഉള്ളിൽ ഉള്ളത്, ഇനിയൊരു നിറകൺചിരി, കരൾ പിളരും കാലം, മുൻപേ പറക്കുന്ന പക്ഷികൾ, വേർപാടുകളുടെ വിരൽപ്പാടുകൾ, ഇവിടെ എല്ലാവർക്കും സുഖം തന്നെ, സ്പന്ദമാപിനികളേ നന്ദി, പുള്ളിപ്പുലികളും വെള്ളിനക്ഷത്രങ്ങളും, പുഴ മുതൽ പുഴ വരെ, എല്ലാം മായ്ക്കുന്ന കടൽ, ആലോചന, നാടകാന്തം, കന്നിവിള, കാനൽത്തുള്ളികൾ, മൃണാളം, വേരുകൾ പടരുന്ന വഴികൾ, നിഴൽപ്പാടുകൾ, തമസ്സോമാ, ഊടും പാവും, ഒരുദിവസത്തെ വിചാരണ, കാസ്സിയോപ്പിയക്കാരൻ കാസ്റ്റലിനോ, കങ്കാളികൾ, നിലാവ്, തേവിടിശ്ശി, അസതോമാ, അമൃതം, ആഴങ്ങളിൽ അമൃതം, ഒരു വിളിപ്പാടകലെ, കൺട്രോൾ പാനൽ, അതിരുകൾ കടക്കുന്നവർ, സ്വപ്ന പരമ്പര, ഉൾപ്പിരിവുകൾ, അമാവാസികൾ, ഇടുക്കുതൊഴുത്ത്, കൈവഴികൾ, പിൻനിലാവ് എന്നിങ്ങനെ ജീവിതത്തിന്റെ സമസ്ത മേഖലകളെയും സ്പർശിക്കുന്ന കൃതികളിലൂടെയാണ് അദ്ദേഹം നമുക്ക് പ്രിയങ്കരനായത്.

പറഞ്ഞാലും തീരാത്ത നിളയുടെ കഥകൾ പറഞ്ഞ് ഇന്നും ഉണ്മയുടെ കൂട്ടുപാത തേടി അദ്ദേഹം നടക്കുന്നു

നിളയുടെ തീരത്ത് ചിറ്റൂരിൽ ജനിച്ച എം സുകുമാരൻ മലയാള നോവൽ, ചെറുകഥാരംഗത്ത് മാനവികതയുടെ ജ്വലിക്കുന്ന വസന്തം വിടർത്തിയ കഥാകൃത്താണ്. പാരമ്പര്യങ്ങളുടെയും സാർവ്വലൗകികമായ അവബോധങ്ങളുടെയും സംഘട്ടനങ്ങളും സമന്വയങ്ങളും അദ്ദേഹ

എം സുകുമാരൻ

ത്തിന്റെ രചനകളിൽ നിറഞ്ഞുനില്ക്കുന്നു. തന്റെ തലമുറയിലെ ശക്തവും സുന്ദരവുമായ ഒരു താരസ്വരമായിരുന്നു സുകുമാരന്റേത്. അദ്ദേഹത്തിന്റെ കഥകൾ പ്രതീക കല്പനകളിൽക്കൂടിയുള്ള ദുർഗ്രഹാശയാവിഷ്കാരങ്ങളല്ല. സർപ്പക്കാവിൽ കെട്ടിയ പശുവിനെപ്പോലെ ഈ കഥാകാരൻ അസ്തിത്വചിന്താപടലത്തിൽ ചുറ്റിക്കറങ്ങി കിടക്കുന്നുമില്ല. മലയാള ചെറുകഥയെ അതിന്റെ ശില്പഘടനയിലും പ്രമേയപരമായി ഉൾക്കരുത്തിലും ജീവിതാവിഷ്കരണത്തിലും വിപ്ലവകരമായ പുതിയ വഴിയിലേക്ക് നയിച്ച എഴുത്തുകാരനായി എം സുകുമാരൻ വിലയിരുത്തപ്പെടുന്നു. മിത്തുകളുടെയും ഐതിഹ്യങ്ങളുടെയും ആദിരൂപങ്ങളുടെയും ഘടനാപരമായ സവിശേഷതകൾ അദ്ദേഹത്തിന്റെ കഥകളിൽ ചാലകശക്തിയോടെ പ്രതിഫലിക്കുന്നു. പീഡാനുഭവങ്ങൾക്ക് പിറകെ വരുന്ന വസന്തം അദ്ദേഹം സ്വപ്നം കാണുന്നു. സിദ്ധാന്തവല്ക്കരണം ഒട്ടുമില്ലാതെ ജീവിതയാഥാർത്ഥ്യങ്ങളുടെ കാവ്യാത്മകമായ ആവിഷ്കരണമായ സുകുമാരന്റെ കഥകൾ വിമോചനത്തിന്റെ അനിവാര്യത നമ്മെ ബോദ്ധ്യപ്പെടുത്തുകയും മനുഷ്യചേതനയെ മലിനമാക്കുന്ന അധമസംസ്കാരത്തിനെതിരെ കലാപം നടത്താൻ നമ്മോട് പറയുകയും ചെയ്യുന്നു.

സാമൂഹികജീവിതത്തിലെ മാറാരോഗങ്ങളാകുന്ന പഴയ പ്രമേയങ്ങളെ പുതിയ കാലത്തിന്റെ ആശയസംവേദനങ്ങളുടെ മൂർച്ച നല്കി ആവിഷ്കരിക്കുന്ന ഒട്ടേറെ ചെറുകഥകൾക്കു എം സുകുമാരൻ ജന്മം നല്കിയിട്ടുണ്ട്. *തൂക്കുമരങ്ങൾ ഞങ്ങൾക്ക്, പർവ്വതങ്ങളെ നീക്കം ചെയ്ത വിഡ്ഢിയായ വൃദ്ധൻ, കുറ്റപത്രത്തിന് മറുപടി, ഇനിയുറങ്ങാം* എന്നിവ ഈ ഗണത്തിൽ പെടുന്നു. സവിശേഷ മാനസികാവസ്ഥകളെയും ഭാവാന്തരീക്ഷങ്ങളെയും ഇണക്കി സൃഷ്ടിക്കുന്ന പാത്രസത്താപ്രധാനങ്ങളായ കഥകളാണ് 'തിത്തുണ്ണി', 'നക്ഷത്രരശ്മി', 'പതിര്', 'പൊട്ടക്കിണർ' തുടങ്ങിയവ. അന്തരീക്ഷസൃഷ്ടിയിലും ചിത്തവൃത്തി പ്രകാശനത്തിലും മികച്ചുനില്ക്കുന്ന അദൃഷ്ടപൂർവ്വങ്ങളായ അനുഭവതലങ്ങളിലേക്കു നമ്മെ കൂട്ടിക്കൊണ്ടുപോകുന്നവയാണ് 'വേപ്പിൻപഴങ്ങൾ', 'മന്ത്രം', 'വേനൽക്കാറ്റ്' എന്നീ കഥകൾ.

വിപ്ലവപ്രസ്ഥാനവുമായി ബന്ധപ്പെട്ടു ജീവിച്ച സർഗ്ഗധനനായ എം സുകുമാരൻ അപൂർവ്വസിദ്ധമായ രചനാശൈലിയാൽ അനുഗൃഹീതനായിരുന്നു, പ്രത്യയശാസ്ത്രത്തിന്റെ ഉൾച്ചൂടും സന്ദിഗ്ദ്ധതയും കിതപ്പും സൃഷ്ടിച്ച അന്തക്ഷോഭവും നിരാശയും സുകുമാരന്റെ പ്രസിദ്ധ നോവലുകളായ *ശേഷക്രിയ, ജനിതകം, ശുദ്ധവായു, പിതൃതർപ്പണം* എന്നിവയുടെ അന്തർദ്ധാരയായി വർത്തിക്കുന്നു. *ശേഷക്രിയ*യിലെ അയ്യപ്പനിലും *പിതൃതർപ്പണ*ത്തിലെ വേണുകുമാരമേനോനിലും *ജനിതക*ത്തിലെ ഗോകുലനിലും സുകുമാരന്റെ ആത്മാംശങ്ങൾ അവയുടെ മുൾമുനകളിൽ നാം വായിച്ചെടുക്കുന്നു. കാതലായ രാഷ്ട്രീയപ്രശ്നങ്ങൾക്കു സർഗ്ഗാത്മകയുടെ നവീന ഭാവുകത്വത്തിൽ ഉയിരേകാനുള്ള ശ്രമമാണ്

അദ്ദേഹത്തിന്റെ നോവലുകൾ. നൈതിക പ്രതിജ്ഞാബദ്ധത വിപ്ല വാത്മക സാമൂഹിക ദർശനത്തിന്റെ ആന്തരിക വെളിച്ചമാകണമെന്ന സമീപനം തന്റെ രചനകളുടെ മുഖമുദ്രയാക്കാൻ അദ്ദേഹത്തിന് കഴിഞ്ഞു.

പാറ, ശേഷക്രിയ, ജനിതകം, അഴിമുഖം, ചുവന്ന ചിഹ്നങ്ങൾ, മരി ച്ചിട്ടില്ലാത്തവരുടെ സ്മാരകം, തൂക്കുമരങ്ങൾ ഞങ്ങൾക്ക്, ചരിത്രഗാഥ, പിതൃതർപ്പണം, ശുദ്ധവായു, വഞ്ചിക്കുന്നം പതി, അസുരസങ്കീർത്തനം എന്നീ കൃതികളിലൂടെ സാധാരണക്കാരന്റെയും ഉദയം കാണാൻ ഉറക്ക മൊഴിച്ചവരുടെയും സുവിശേഷം അദ്ദേഹം അവതരിപ്പിച്ചു.

മലയാളത്തിലെ പട്ടാളക്കഥകളുടെ മാർഗ്ഗദർശകരിൽ പ്രമുഖനായ പി സി ഗോപാലൻ എന്ന നന്തനാർ നിളയുടെ മറ്റൊരു സന്തതിയാണ്. സൈനിക ജീവിതത്തിന്റെ താളവും താളപ്പിഴകളും ജീവിതാനുഭവങ്ങളും മാനവിക നന്മ തേടിയുള്ള അന്വേഷണങ്ങളിലൂടെ നന്തനാർ സത്യസന്ധ മായി തീക്ഷ്ണതയോടെ അവതരിപ്പിക്കുന്നു. *ആത്മാവിന്റെ നോവുകൾ, അറിയപ്പെടാത്ത മനുഷ്യജീവികൾ, മഞ്ഞക്കെട്ടിടം* എന്നിവയാണ് പട്ടാള നോവലുകൾ. ആത്മകഥാസ്പർശിയായ *അനുഭവങ്ങൾ*, കുട്ടികളുടെ വിഭിന്നമാനസിക ഭാവങ്ങൾ ചിത്രീകരിക്കുന്ന *ഉണ്ണിക്കുട്ടന്റെ ലോകം* എന്നിവയാണ് മറ്റു നോവലുകൾ.

ബാല്യം മുതൽ താൻ അനുഭവിച്ചറിഞ്ഞ കഷ്ടപ്പാടുകൾ കഥയിൽ അവതരിപ്പിച്ചിട്ടുള്ള നന്തനാരുടെ കഥാപാത്രങ്ങൾ പാവപ്പെട്ടവരും സാധാരണക്കാരും മണ്ണിന്റെ മണവും പ്രകൃതിയുടെ കനിവും അറിഞ്ഞ ഹൃദയനൈർമ്മല്യവുമുള്ളവരുമാണ്. മലബാർ കലാപവും ഇന്ത്യാപാക് വിഭജനവും ഹിന്ദുമുസ്ലീം ലഹളയും നന്തനാർ കഥകളുടെ ജീവൽ സ്പന്ദനങ്ങളായിമാറുന്നുണ്ട്. യുദ്ധക്കെടുതികളും പട്ടാളക്യാമ്പുകളിലെ മനം മടുപ്പിക്കുന്ന ജീവിതവും കഥകളുടെ ശക്തികേന്ദ്രങ്ങളാണ്. ജീവി തത്തെ ലാഘവത്തോടെ നോക്കിക്കാണുന്നതിലും സൗന്ദര്യത്തിന്റെ പരി വേഷം ചാർത്തി അതിനെ പ്രകാശിപ്പിക്കുന്നതിലുമാണ് ഒരു ചെറുകഥാ കൃത്ത് എന്ന നിലയിൽ നന്തനാർ ആനന്ദം കണ്ടെത്തിയത്. സൃഷ്ടി യുടെയും വേർപാടിന്റെയും വിഷമസന്ധികൾ, ആത്മാന്വേഷണത്തിന്റെ അശാന്തയാത്രകൾ, എവിടെയുമൊടുങ്ങാത്ത ജീവിതാസക്തികൾ, തീർത്താൽ തീരാത്ത ദാരിദ്ര്യം, ക്രൂരമായ അവഗണന, വീട്ടിയാൽ തീരാത്ത കടങ്ങൾ എന്നിങ്ങനെ മനുഷ്യാവസ്ഥയുടെ ഏറ്റവും ദാരുണമായ വഴികളാണ് നന്ദനാർ വരച്ചു വെക്കുന്ന മനുഷ്യചിത്രം. പീര ങ്കികൾ ഗർജ്ജിക്കുകയും പുക തുപ്പുകയും ചെയ്യുന്ന യുദ്ധഭൂമിയുടെ ചിത്രങ്ങൾ വരച്ചിട്ട കഥകളാണ് 'ജീവിതവും മരണവും', 'ശിപ്പായി ഹോഷിയാർ സിങ്', 'മനുഷ്യരും മൃഗങ്ങളും' എന്നിവ. നിഗൂഢമായ ദുഃഖം കൊണ്ട്. ആർദ്രമായ ഫലിതം കലർന്ന ഒരു ഭാഷയുടെ ഉടമയാണ് നന്തനാർ. ഏതു നിസ്സാര വസ്തുവിലും കഥാബീജം കണ്ടുപിടിക്കാനും എത്ര നിസ്സാരമായ സംഭവത്തെയും അനായാസമായി കലാസുഭഗത

യോടെ ആവിഷ്കരിക്കാനും അനന്യസുലഭമായ കഴിവുകളുടെ ഉടമയായിരുന്നു അദ്ദേഹം. 'തോക്കുകൾക്കിടയിലെ ജീവിതം', 'ക്യാപ്റ്റന്റെ ഭാര്യ', 'വേദനിക്കുന്ന മനസ്സും യാഥാർത്ഥ്യങ്ങളും', 'നിഷ്കളങ്കതയുടെ ആത്മാവ്', 'വെള്ളപ്പവും ഇറച്ചിക്കറിയും', 'മുത്തശ്ശി' എന്നിവ മനോഹരമായ കഥകളാണ്.

നന്തനാരുടെ യഥാർത്ഥ ജീവിതസന്ദർഭങ്ങളെയും കഥാസ്പന്ദനങ്ങളെയും കോർത്തിണക്കി എം ജി ശശി സംവിധാനം ചെയ്ത ചലച്ചിത്രമാണ് സംസ്ഥാനപുരസ്കാരം നേടിയ *അടയാളങ്ങൾ. ആത്മാവിന്റെ നോവുകൾ, അനുഭൂതികളുടെ ലോകം, ഉണ്ണിക്കുട്ടന്റെ ഒരുദിവസം, ഉണ്ണിക്കുട്ടൻ സ്കൂളിൽ, മഞ്ഞക്കെട്ടിടം, ഉണ്ണിക്കുട്ടൻ വളരുന്നു, ആയിരവല്ലിക്കുന്നിന്റെ താഴ്വരയിൽ, അനുഭവങ്ങൾ (നോവലുകൾ) തോക്കുകൾക്കിടയിലെ ജീവിതം, നിഷ്കളങ്കതയുടെ ആത്മാവ്, മിസ്റ്റർ കുൽക്കർണി, കൊന്നപ്പൂക്കൾ, ഇര, ഒരു സൗഹൃദ സന്ദർശനം, നെല്ലും പതിരും* (കഥാസമാഹാരങ്ങൾ) എന്നിവയാണ് കൃതികൾ. *ആത്മാവിന്റെ നോവുകൾ* ഇംഗ്ലീഷിലും ഹിന്ദിയിലും വിവർത്തനം ചെയ്യപ്പെട്ടിട്ടുണ്ട്. ഇദ്ദേഹത്തിന്റെ ചെറുകഥകളും അനേകം ഭാഷകളിലേക്ക് വിവർത്തനം ചെയ്യപ്പെട്ടിട്ടുണ്ട്.

രാജലക്ഷ്മി

സ്ത്രീഹൃദയത്തിന്റെ സങ്കീർണ്ണ ഭാവങ്ങൾ വരച്ചുകാണിക്കുന്നതിൽ അസാധാരണ വിജയം കൈവരിച്ച രാജലക്ഷ്മി നിളയുടെ ഓരത്തെ ചെർപ്പുളശ്ശേരി മലയാളത്തിന് സമ്മാനിച്ച ദുഃഖപുത്രിയാണ്. *ഒരു വഴിയും കുറെ നിഴലുകളും, ഞാനെന്ന ഭാവം, ഉച്ചവെയിലും ഇളം നിലാവും* (അപൂർണ്ണം) എന്നീ നോവലുകളിലൂടെ കൂട്ടുകുടുംബ ജീവിതത്തിലെ ഏകാന്ത വേദനകളോടൊപ്പം ഏകാന്തതയുടെ തടവിൽ കഴിയുന്ന മനുഷ്യരുടെ ധർമ്മസങ്കടങ്ങളും വിഹ്വലതകളും സങ്കടങ്ങളും സംത്രാസങ്ങളും അനാവരണം ചെയ്യുന്നു. അതിലോലമായ ഹൃദയം, വ്യഥിതമായ വ്യക്തിജീവിതം, അന്യരുടെ ദുഃഖങ്ങളും വ്യാകുലതകളും തന്നിലേക്കാവാഹിക്കുന്ന ശക്തമായ ഭാവനയും സംവേദനശീലവും ഉൾക്കൊണ്ട സർഗ്ഗകൃത്യം തന്നെയായിരുന്നു രാജലക്ഷ്മിക്ക് ജീവിതം. ശിശിരം പോലെ കണ്ണീർ പൊഴിക്കുകയും ഗ്രീഷ്മം പോലെ കത്തിജ്വലിക്കുകയും ചെയ്യുന്ന സ്ത്രീപ്രത്യഭിജ്ഞയാണ് രാജലക്ഷ്മിയിൽ കുടികൊണ്ടിരുന്നത്. സ്ത്രീമനസ്സിന്റെ നിഗൂഢതകളിലേക്കു കടന്നുചെല്ലാൻ അനല്പമായ കഴിവ് അവർക്കുണ്ടായിരുന്നു. വനിതാവിമോചനത്തിന്റെ മുദ്രാവാക്യം

മുഴക്കാതെ സ്ത്രീ സ്വാതന്ത്ര്യമെന്ന ആശയത്തിന് അവർ പ്രചാരം നല്കി. ചൂഷണം ചെയ്യപ്പെട്ട സ്ത്രീയുടെ വേദനകളെയും പ്രതിഷേധങ്ങളെയും വാക്കുകളിലും മനോവികാരങ്ങളിലും അവതരിപ്പിച്ച രാജലക്ഷ്മി മലയാള സാഹിത്യ ചരിത്രത്തിലെ അടിച്ചമർത്തപ്പെട്ട സ്ത്രീവർഗ്ഗത്തിന്റെ പ്രതീകമായി മാറി. അവർ രചിച്ച കഥകളിൽ ആത്മാവിന്റെ തെളിനീര് പകർന്നുവെച്ചു. അവരുടെ കഥകളിൽ ഭാവഗീതത്തിന്റെ താളവും ആത്മരോദനവും ലയിച്ചുചേരുന്നതു നാം കാണുന്നു. *രാജലക്ഷ്മിയുടെ കഥകൾ* എന്ന പേരിൽ പ്രസിദ്ധീകരിക്കപ്പെട്ട 12 കഥകളിലും സഹതാപശൂന്യമായ സമൂഹത്തിന്റെ വിരിമാറിൽ കണ്ണീർ വീഴ്ത്തുന്ന സർഗ്ഗധനയായ എഴുത്തുകാരിയുടെ ആത്മരോദനമാണ് വെളിപ്പെടുന്നത്. രാജലക്ഷ്മിയുടെ കഥകളിലെ കഥാപാത്രങ്ങളെക്കുറിച്ചു എം ടി പറയുന്നതിങ്ങനെയാണ്. 'രാജലക്ഷ്മിയുടെ കഥാപാത്രങ്ങൾ എന്റെ മുന്നിൽ ചൈതന്യത്തോടെ നില്ക്കുന്നുണ്ട്. ഏകാകിയായ അച്ഛൻ, ഏകാകിനിയായ മകൾ, നീണ്ട വിജനമായ പാതയിലൂടെ സഞ്ചരിച്ച്, തണലുകൾ കടക്കുമ്പോൾ കടന്നത് തണലായിരുന്നില്ലെന്ന ബോദ്ധ്യം വന്ന്, അകലാനാശിച്ച ചോർന്നൊലിക്കുന്ന താവളത്തിൽ, ക്ഷയരോഗിയുടെ ഭാര്യാപദത്തിൽ അവസാനമെത്തിച്ചേർന്ന മണിക്കുട്ടി, തന്റെ ഏകാന്തതയിൽനിന്നു രക്ഷപ്പെടാൻവേണ്ടി അടുത്ത വ്യക്തികൾ തന്നെപ്പോലെ ഏകാന്ത ജീവികളാണെന്നു ബോദ്ധ്യംവന്നപ്പോൾ യാത്ര മുടങ്ങിയ പാതവക്കിൽ സഹയാത്രികനാവാൻ വന്ന വ്യക്തിയുടെ ചോരപുരണ്ട മൃതദേഹം കണ്ടുനില്ക്കുന്ന ഡോക്ടർ വിമല, കൊട്ടാരം പോലത്തെ വലിയ വീട്ടിൽ സമ്പത്സമൃദ്ധിയുടെ മദ്ധ്യത്തിൽ ഏകാകിനിയായി കഴിയുന്ന അമ്മിണിയോപ്പോൾ; ഇവരെല്ലാം എന്റെ മുന്നിലുണ്ട്. ആത്മാവിന്റെ കല്ലറകളിലെ തടവുകാർ. രക്ഷപ്പെടാനുള്ള വെമ്പലോടെ കിളിവാതിലുകളിലൂടെ ഞെങ്ങിഞെരുങ്ങി പുറത്തുചാടാൻ പാടുപെടുന്നവർ." മകൻ, മാപ്പ്, പരാജിത, ഒരദ്ധ്യാപിക ജനിക്കുന്നു, ശാപം, തെറ്റുകൾ എന്നീ കഥകൾ ബാഹ്യജീവിതത്തോടു കലഹിച്ച് നിണപ്പാടുകളോടെ ഭാഷയിലേക്കു കുതറിവീണ മുത്തുകളാണ്.

മലയാള കഥാസാഹിത്യരംഗത്ത് വ്യത്യസ്തമായ ഒരു മുഖം കാഴ്ചവെച്ച അനുഗൃഹീത പ്രതിഭയായിരുന്നു നിളയുടെ മറ്റൊരു പുത്രനായ മുണ്ടൂർ കൃഷ്ണൻകുട്ടി. കഥാകൃത്ത്. അഭിനേതാവ്, അദ്ധ്യാപകൻ, സാംസ്കാരിക പ്രവർത്തകൻ എന്നീ നിലകളിൽ പ്രശസ്തനായിരുന്നു മുണ്ടൂർ കൃഷ്ണൻകുട്ടി.

മുണ്ടൂർ കൃഷ്ണൻകുട്ടി

നമ്മുടെ കാലഘട്ടത്തിലെ ദൈന്യങ്ങളെ നോക്കിക്കണ്ട്, ഇതില്ലാതാക്കാൻ എനിക്കൊന്നും ചെയ്യാൻ കഴിയുന്നില്ലല്ലോ എന്ന ദുഃഖത്തോടെ ഇതാ സമൂഹത്തിലെ ആകുലതകൾ, കർഷകന്റെ ആവലാതികൾ, കർഷക ത്തൊഴിലാളിയുടെ വിഹ്വലതകൾ, അദ്ധ്യാപകരുടെ സംഭ്രമവിഷാദങ്ങൾ, സാധാരണക്കാരന്റെ ജീവിത സമസ്യകൾ എന്ന് നമുക്ക് ചൂണ്ടിക്കാ ണിച്ചുതന്നുകൊണ്ട്, നമ്മുടെ വിശ്വാസത്തകർച്ചയിലേക്കു വിരൽചൂണ്ടി ക്കൊണ്ട് പലതരത്തിൽ വ്യാഖ്യാനിക്കാവുന്ന ഒരു ചെറുപുഞ്ചിരിയോടെ നില്ക്കുന്ന മുണ്ടൂർ കൃഷ്ണൻകുട്ടി മലയാളകഥയിലെ ഒരപൂർവ്വ സൗന്ദര്യ സാന്നിദ്ധ്യമായിരുന്നു. ഉള്ളതിനെ ഇല്ലായ്മയെന്നും ഇല്ലായ്മയെ ഉണ്മയെന്നും വിളിച്ചുപോകുന്ന അനിയന്ത്രിതമായ ഒരു കഥാമനസ്സിന്റെ രേഖപ്പെടുത്തലുകളാണ് അദ്ദേഹത്തിന്റെ കഥകൾ. താൻ ദിവസേന കാണുന്ന തന്റെ ഗ്രാമജീവിതത്തിന്റെ സാമാന്യ അനുഭവങ്ങളിൽനിന്ന് മാനുഷിക സന്ദർഭങ്ങളെ ഖനനം ചെയ്യാനും അവയെ യാഥാർത്ഥ്യത്തിന്റെ പ്രാഥമിക വിതാനത്തെ നിരാകരിക്കാതെ ആവിഷ്കരിക്കാനും കൃഷ്ണൻകുട്ടി കാണിച്ച സാമർത്ഥ്യം പ്രശംസനീ യമത്രെ. വ്യക്തിമനസ്സും സമൂഹമനസ്സും തമ്മിലുള്ള സംഘർഷവും സമസ്യകളുമാണ് അദ്ദേഹത്തിന്റെ പ്രിയപ്പെട്ട കഥാവിഷയങ്ങൾ. വാണിജ്യവല്ക്കരണ സംസ്കാരത്തെ മാനിക്കാതെ കലയെ സാമൂഹിക തയുടെ സൗന്ദര്യസത്തയിൽ വിരിയിച്ചെടുക്കാനാണ് അദ്ദേഹം ശ്രമിച്ചത്.

മുണ്ടൂർ കൃഷ്ണൻകുട്ടിയുടെ കഥകൾക്ക് പൊതുവെ നിസ്സഹാ യമായ, പരാധീനമായ, ദുഃഖപൂർണ്ണമായ മനുഷ്യമുഖമാണ്. മനുഷ്യരാ ശിയുടെ തപ്തനിശ്വാസവും അടിച്ചമർത്തപ്പെട്ട ലൈംഗികതയുടെ സർപ്പദർശനവും ഇതിൽ നമുക്ക് ദർശിക്കാൻ കഴിയും. കാല്പനിക മനോ ഭാവമായ ആത്മപരതയ്ക്കൊപ്പം നിലവിലുള്ള വ്യവസ്ഥിതിയോടുള്ള ഒടു ങ്ങാത്ത പ്രതിഷേധവും അതുണർത്തുന്ന വിപ്ലവബോധവും ധ്വന്യാത്മ കമായ ഭാഷയിലൂടെ അദ്ദേഹം അവതരിപ്പിക്കുന്നു. ഒരു ചെറുകഥാകൃ ത്തെന്ന നിലയിൽ അനുപമമായ സൗന്ദര്യം അനാവരണം ചെയ്യണമെ ങ്കിൽ കഥയുടെ രൂപഘടനയിലെ അവയവപ്പൊരുത്തത്തിന് അതിപ്രധാ നമായ സ്ഥാനമുണ്ടെന്ന് അദ്ദേഹം മനസ്സിലാക്കിയിരുന്നു. യാഥാർ ത്ഥ്യത്തിന്റെ വിരസതയോടുള്ള സത്യസന്ധതയാണ് ഈ കഥകളുടെ മുഖമുദ്ര. മാനുഷിക സന്ദർഭങ്ങളുടെ നാടകീയതയും വികാരതീവ്രതയും അതിൽനിന്നുയരുന്ന നിരവധി സന്ദേഹങ്ങളും അദ്ദേഹത്തിന് എന്നും പ്രിയപ്പെട്ട ചായക്കൂട്ടുകളായിരുന്നു. ഈ സവിശേഷതകളാണ് അദ്ദേഹ ത്തിന്റെ കഥകളെ ശക്തിസൗന്ദര്യങ്ങളുടെ ഉദാത്ത മാതൃകകളാക്കി മാറ്റുന്നതും. മലയാളത്തിലെ പത്ത് നല്ല കഥകളെടുത്താൽ അതിൽ മുണ്ടൂർ കൃഷ്ണൻകുട്ടിയുടെ 'മൂന്നാമതൊരാൾ' ഉണ്ടായിരിക്കുമെന്ന് ടി പത്മനാഭൻ അഭിപ്രായപ്പെടുന്നു. ഒരുപക്ഷേ, 'മൂന്നാമതൊരാളോ'ടൊ പ്പമോ അതിനേക്കാളുമോ പ്രകീർത്തിക്കപ്പെടേണ്ട കഥകൾ എഴുതിയിട്ടു ണ്ടെങ്കിലും 'മൂന്നാമതൊരാളു'ടെ പേരിലാണ് കഥാലോകത്തിന്റെ ഉന്ന

തശീർഷങ്ങളിൽ മുണ്ടൂർ കൃഷ്ണൻകുട്ടി അവരോധിക്കപ്പെടുന്നത്. മരണം അകാലത്തിൽ അപഹരിച്ച ജീവിതസഖിയുടെ ശബ്ദവും ചലനവും തന്നെ ഇപ്പോഴും പിന്തുടരുന്നതായി കരുതുന്ന ഒരു ഭർത്താവിന്റെ വിഹ്വലാവസ്ഥ അവിസ്മരണീയമായി ആവിഷ്കരിച്ചതാണ് ഈ കഥയുടെ കാതൽ. ഭൂതകാലം വർത്തമാനത്തിലേക്കു പതഞ്ഞൊഴുകുകയല്ലാ, മറിച്ച് വർത്തമാനകാല സംഭവങ്ങളുടെ വിടവുകളിലേക്കും പിളർപ്പുകളിലേക്കും പോയകാലത്തിന്റെ വിഷാദസ്മരണകൾ തെന്നിയെത്തുന്നതാണ് ഈ മനോഹരകഥ.

വായനക്കാരെ നടുക്കുകയും കാലത്തെയും ദേശത്തെയും സ്പർശിക്കുകയും ചെയ്ത 'കണാരന്റെ വിധിയും' 'രാമൻകുട്ടിയുടെ പരാധീനത'യും, മനുഷ്യസഹജമായ നന്മകളും അഭിമാനബോധവും മുറുക്കിപ്പിടിച്ച് ജീവിക്കുന്ന സാധാരണക്കാരുടെ സ്നേഹമയമായ സഹവാസത്തെ ദാരിദ്ര്യം കലക്കി നശിപ്പിക്കുന്നത് ചിത്രീകരിക്കുന്ന *അശ്രീകരങ്ങൾ*, എന്തിനെയും സ്വന്തമാവശ്യത്തിന് മുതലെടുക്കുന്ന മദ്ധ്യവർഗ്ഗത്തിന്റെ ദുശ്ശീലങ്ങളെ വിചാരണചെയ്യുന്ന *പെരുവഴിയിൽ വിശേഷങ്ങൾ*, രാഷ്ട്രീയത്തിൽ അനിവാര്യമായ സ്വയം വിമർശനം നടത്തുന്ന *കോമ്രേഡ് അപ്പുണ്യാര്*, പുതിയ മദ്ധ്യവർഗ്ഗത്തിന്റെ വ്യക്തിത്വ ശിഥിലീകരണം വിവരിക്കുന്ന *ഞാൻ നമ്മൾ*, സ്ത്രീപക്ഷരചനകളിൽ പ്രഥമ ഗണനീയമെന്ന് വാഴ്ത്തപ്പെട്ട *സർപ്പം*, സർവ്വദുരിതങ്ങളിലും ഒന്നും ചെയ്യാനാവാതെ പങ്കാളിയാവുന്നതിന്റെ ദുഃഖം പകർത്തുന്ന *നിലാപ്പിശുക്കുള്ള രാത്രിയിൽ*, ആരാദ്ധ്യയും അനുപമയുമായ ഒരു മാതൃകാദ്ധ്യാപികയെക്കുറിച്ചുള്ള മനോഹര സങ്കല്പം അനാവരണം ചെയ്യുന്ന *അമ്മിണിടീച്ചർ*, ഒരാളുടെ സ്വകാര്യജീവിതം മിക്കപ്പോഴും അന്യർക്ക് അജ്ഞാതമായിരുക്കുമെന്ന് സൂചിപ്പിക്കുന്ന 'എന്നെ വെറുതെ വിട്ടാലും', വിശ്വസിക്കാൻ ശ്രമിച്ചിട്ടും അതിനാവാതെ അനുഭവങ്ങളിൽ ഈശ്വരൻ ചോർന്നുപോകുന്ന സുഷിരങ്ങൾ കണ്ടെത്തി ഒന്നും ചെയ്യാനാവാതെ പരിതപിക്കുന്ന *അപ്പുവിന്റെ ചെത്തം*, അവസാനിക്കാത്ത സംശയങ്ങൾ ബാക്കിവെച്ചവസാനിപ്പിക്കുന്ന 'ഓരോരുത്തന് ഓരോവഴി', ഏതു കഠിന ഹൃദയത്തിലും ഒരു നീറ്റൽ ഉല്പാദിപ്പിക്കാൻ പ്രാപ്തമായ *അവശേഷിപ്പിന്റെ പക്ഷി*, അച്യുതൻകുട്ടിയുടെയും ആലീസിന്റെയും ആശ്വാസം നമ്മെ അനുഭവിപ്പിക്കുന്ന *ആശ്വാസത്തിന്റെ മന്ത്രച്ചരട്* എന്നീ കഥകൾ വീണ്ടും വീണ്ടും വായിക്കാനും ഓരോ തവണയും പുതിയ ഭാവതലങ്ങൾ കണ്ടെത്താൻ കഴിയുകയും ചെയ്യുന്ന മനോഹര രചനകളാണ്. *മാതുവിന്റെ കൃഷ്ണതണുപ്പ്, ഏകാകി, മനസ്സ് എന്ന ഭാരം* (നോവലുകൾ), *ആശ്വാസത്തിന്റെ മന്ത്രച്ചരട്, മൂന്നാമതൊരാൾ, നിലാപ്പിശുക്കുള്ള രാത്രിയിൽ, എന്നെ വെറുതെ വിട്ടാലും, എത്രത്തോളമെന്നറിയാതെ, തന്നിഷ്ടത്തിന്റെ വഴിത്തപ്പുകൾ, മുണ്ടൂർ കൃഷ്ണൻകുട്ടിയുടെ കഥകൾ, അവശേഷിപ്പിന്റെ പക്ഷി, അമ്മയ്ക്കുവേണ്ടി, കഥാവശേഷൻ* (കഥാസമാഹാരങ്ങൾ), *ഒരു അദ്ധ്യാപകന്റെ ആത്മഗതങ്ങൾ* (കുറിപ്പുകൾ), *മുണ്ടൂർ*

കൃഷ്ണൻകുട്ടിയുടെ സമ്പൂർണ്ണ കൃതികൾ എന്നിവയാണ് രചനകൾ.

1996 ൽ നിലാപ്പിശുക്കുള്ള രാത്രിയിൽ എന്ന കൃതിക്ക് ചെറുകാട് അവാർഡും *ആശ്വാസത്തിന്റെ മന്ത്രച്ചരട്* എന്ന കൃതിക്ക് 1997 ൽ കേരള സാഹിത്യ അക്കാദമി അവാർഡും, *എന്നെ വെറുതെ വിട്ടാലും* എന്ന കൃതിക്ക് 2002 ൽ ഓടക്കുഴൽ അവാർഡും ലഭിച്ചിട്ടുണ്ട്.

ബാലസാഹിത്യത്തിൽ പുതിയ മാനങ്ങൾ കണ്ടെത്തുകയും ആ സാഹിത്യരൂപത്തിനു വ്യാപകമായ പ്രചാരം ഉണ്ടാക്കുന്നതിന് ഏറെ പ്രയത്നിക്കുകയും ചെയ്ത പ്രശസ്ത ബാലസാഹിത്യകാരനായ പി നരേന്ദ്രനാഥ് നിളാതീരത്തെ പട്ടാമ്പിക്കടുത്ത് നെല്ലായ എന്ന ഗ്രാമത്തിന്റെ മകനാണ്. *നുറുങ്ങുന്ന ശൃംഖലകൾ* എന്ന നാടകത്തോടെ സാഹിത്യരംഗത്ത് പ്രവേശിച്ച അദ്ദേഹം നോവലുകളും നാടകങ്ങളും എഴുതിയിട്ടുണ്ടെങ്കിലും താമസിയാതെ മലയാളത്തിലെ മികച്ച ബാലസാഹിത്യകാരൻ എന്ന സ്ഥാനം നേടി. കുട്ടികളുടെ ഭാവനയെ ഉണർത്തുക, സ്നേഹം, കരുണ, ധർമ്മം, സ്വാതന്ത്ര്യം, തുല്യത തുടങ്ങിയ മൂല്യങ്ങളെപ്പറ്റി അവരറിയാതെതന്നെ ബോധം ജനിപ്പിക്കുക, വീണ്ടും പുസ്തകങ്ങൾ വായിക്കാനുള്ള പ്രേരണ നല്കുക, ശുദ്ധവും ലളിതവുമായ ഭാഷയിലൂടെ കാര്യങ്ങൾ അവതരിപ്പിക്കുക എന്നിങ്ങനെ ഒരു ബാലസാഹിത്യകാരന് അനിവാര്യമായ അവശ്യഗുണങ്ങൾ എല്ലാം അദ്ദേഹത്തിൽ ഒത്തുചേർന്നിരുന്നു. കുട്ടികളുടെ മനസ്സും അഭിരുചിയും ശരിക്കും മനസ്സിലാക്കിയ പ്രതിഭാധനനായിരുന്നു അദ്ദേഹം. കഥകളും, നാടകങ്ങളും, പുരാണകഥകളും, ഐതിഹ്യങ്ങളും എല്ലാം അദ്ദേഹം ബാലസാഹിത്യരചനകളുടെ ഭാഗമാക്കി. *അമ്മയുടെ ഉമ്മ, പറയിപെറ്റ പന്തിരുകുലം, സമ്പാതി ജടായു, രാപ്പകലുകൾ, അപ്പുണ്ണിയും കരടിക്കുട്ടനും, ഇത്തിരിക്കുഞ്ഞൻ, കാളു, കുഞ്ഞിക്കാളി, കുഞ്ഞിക്കൂനൻ, പങ്ങുണ്ണി, കൊച്ചുനീലാണ്ടൻ, വികൃതിരാമൻ, അന്ധഗായകൻ, ഉണ്ടത്തിരുമേനി, മനസ്സറിയും യന്ത്രം, കുഞ്ഞിയുറുമ്പും കൂട്ടുകാരും, ഉണ്ടനും ഉണ്ടിയും, അപ്പുമോൻ ഡുംഡും ഗോളത്തിൽ* (ബാലസാഹിത്യം), *എണ്ണ ഒഴിച്ചു തിരി അണഞ്ഞു* (ഏകാങ്കങ്ങൾ) *ധർമ്മയുദ്ധം, തണ്ണീർപ്പന്തൽ, സുഖം സമം ദുഃഖം* (നാടകം) എന്നിവയാണ് പ്രധാനകൃതികൾ. വികൃതിരാമൻ, കുഞ്ഞിക്കൂനൻ, അന്ധഗായകൻ എന്നീ കൃതികൾക്ക് ഹിന്ദി, തമിഴ് പരിഭാഷകളുണ്ടായിട്ടുണ്ട്. കേരള സാഹിത്യഅക്കാദമിയുടെ അവാർഡ്, കേന്ദ്ര വിദ്യാഭ്യാസവകുപ്പ് അവാർഡ്, സാഹിത്യ പ്രവർത്തക സഹകരണസംഘം പുരസ്കാരം എന്നിവ ലഭിച്ചിട്ടുണ്ട്.

നിളയുടെ മറ്റൊരു വിശ്രുത സന്തതിയാണ് 'സുമംഗല' എന്ന തൂലികാനാമത്തിൽ പ്രസിദ്ധയായ, കേരള കലാമണ്ഡലത്തിന്റെ പബ്ലിസിറ്റി വിഭാഗത്തിന്റെ മേധാവിയായി പ്രവർത്തിച്ചിരുന്ന ലീലാ നമ്പൂതിരിപ്പാട്. ചെറുകഥകൾക്കും നോവലുകൾക്കും പുറമെ കുട്ടികൾക്കുവേണ്ടി അൻപതോളം കഥകളും ലഘുനോവലുകളും രചിച്ച് ജനപ്രിയയായ ബാലസാഹിത്യകാരിയായി. ആശ്ചര്യചൂഡാമണി കൂടിയാട്ടത്തിന്റെ ക്രമദീപി

കയും ആട്ടപ്രകാരവും ഇംഗ്ലീഷിലേക്കു വിവർത്തനം ചെയ്തു. രണ്ടു ഭാഗങ്ങളായിപ്രസിദ്ധീകരിച്ച പച്ചമലയാളം നിഘണ്ടു ആ മേഖല യിലെ മഹത്തായ സംഭാവനയാണ്.

പഞ്ചതന്ത്രം (പുനരാഖ്യാനം), *തത്ത പറഞ്ഞ കഥകൾ* (ശുകസപ്തതിയുടെ പുനരാഖ്യാനം), *കുറിഞ്ഞിയും കൂട്ടുകാരും, നെയ്പായസം, തങ്കക്കിങ്ങിണി, മഞ്ചാടിക്കുരു, മിഠായിപ്പൊതി, കുടമണികൾ, മുത്തുസഞ്ചി, നടന്നുതീരാത്ത വഴികൾ, കഥ കഥ പൈങ്കിളി, ഈ കഥ കേട്ടിട്ടുണ്ടോ* (ബാലസാഹിത്യം), കടമകൾ, ചതുരംഗം, ത്ര്യംബകം, അക്ഷഹൃദയം (നോവലുകൾ), നുണക്കുഴികൾ (ചെറുകഥാസമാഹാരം) കേരള കലാമണ്ഡലം ചരിത്രം എന്നിവയാണ് പ്രധാന കൃതികൾ.

കേരളസർക്കാരിന്റെ സാമൂഹ്യ ക്ഷേമവകുപ്പ് അവാർഡ്, കേരള സാഹിത്യ അക്കാദമിയുടെ ബാലസാഹിത്യത്തിനുള്ള ശ്രീപത്മനാഭ സ്വാമി അവാർഡ്, ബാലസാഹിത്യത്തിനുള്ള 2010 ലെ കേരള സാഹിത്യഅക്കാദമി പുരസ്കാരം, കേന്ദ്ര സാഹിത്യഅക്കാദമിയുടെ ബാലസാഹിത്യ പുരസ്കാരം, ശൂരനാട് കുഞ്ഞൻപിള്ള പുരസ്കാരം എന്നിവ ലഭിച്ചിട്ടുണ്ട്.

ആറ്റൂർ രവിവർമ്മ

മലയാളകവിതയിൽ ആധുനികതയുടെ പ്രധാന പ്രതിനിധിയായി രംഗത്തുവന്ന ആറ്റൂർ രവിവർമ്മയും പേരാറിന്റെ പുത്രനാണ്. വർത്തമാനകാല വ്യവസ്ഥിതിയോടുള്ള കലാപധ്വനികളുമായി പ്രക്ഷോഭണത്തിന്റെ പാതതെളിയിക്കാൻ പ്രതിജ്ഞാബദ്ധനായി കാവ്യദർശനത്തിൽ ആത്മവീര്യത്തിന്റെ ചുവപ്പുകലർത്തി രൂക്ഷങ്ങളും ബീഭത്സങ്ങളും ഹാസ്യാത്മകങ്ങളുമായ ചിത്രങ്ങളിലൂടെയും ബിംബങ്ങളിലൂടെയും അദ്ദേഹം രചിച്ച കവിതകൾ ഏറെ വ്യതിരിക്തമായിരുന്നു. അസ്തിത്വവിഷാദം, വൈയർത്ഥ്യബോധം, സംശയഗ്രസ്തത, സർവ്വവിനാശബോധം എന്നിവയ്ക്കു പ്രാധാന്യം നല്കാതെ പാരമ്പര്യനിരാസം ഇദന്താന്വേഷണം എന്നിവ സുശക്തമായ അവബോധങ്ങളായി വികസിപ്പിച്ചെടുത്ത കവിതകൾക്കാണ് അദ്ദേഹം ജന്മം നല്കിയത്. ആറ്റൂരിന്റെ 'സംക്രമണം' എന്ന കവിതയെക്കുറിച്ച് പ്രശസ്ത കവി സച്ചിദാനന്ദൻ ഇങ്ങനെയാണ് പ്രതികരിക്കുന്നത്. 'ആറ്റൂർ രവിവർമ്മയുടെ സംക്രമണം' വിപ്ലവാത്മകമായ ഒരു വെളുത്ത മന്ത്രവാദമാണ്. ജീവിതത്തിന്റെ മഹാനുഭാവങ്ങളാൽ ഉലയ്ക്കപ്പെടുവാൻ ഭാഗ്യമുണ്ടായിട്ടില്ലാത്ത ഒരു വൃഥാജന്മമാണ് കവിതയിലെ ഭൃത്യയുടേത്. അവളുടെ

കണ്ണിനും കാതിനും ചുണ്ടിനും ദിനരാത്രങ്ങൾക്കും മാനുഷികമായ അസ്തിത്വവും മസൃണവും തീക്ഷ്ണവുമായ അനുഭവവൈവിദ്ധ്യവും നിഷേധിക്കപ്പെട്ടിരിക്കുന്നു. താൻ അടിമയാണെന്ന ബോധമുദിക്കാത്ത അവസ്ഥയിൽ അടിമ ജഡമാണ്. ദേഹം അവൾക്കു ഒരു അദ്ധ്വാനോപകരണം മാത്രം. കവിമനസ്സിലെ അവളുടെ അനാഥജഡം സമൂഹത്തിലാകെ ദുരന്തദുർഗ്ഗന്ധം പരത്തുന്നു. ജഡത്തിന്റെ അംഗങ്ങളടർത്തിയെടുത്ത് പ്രകൃതിയുടെ നിർദ്ദയ മൂലകങ്ങളിലേക്കു വിക്ഷേപിച്ച് കവി അടിമയെ പ്രതിക്രിയാ സന്നദ്ധയാക്കുന്നു. അവളുടെ ആത്മാവിനെ കടുവയിലും ചെന്നായയിലും അഴിച്ചുചേർക്കുന്നു. വിശപ്പിനെ സർവ്വദാഹകയായ കാട്ടുതീയിലും വേദനയെ വ്രണിതസന്ധ്യയിലും ശാപത്തെ സൂര്യനിലും ചേർക്കുന്നു. അവളുടെ ബലിയിലൂടെ ലോകത്തിന്റെ പാപം ഏറ്റെടുക്കപ്പെടുന്നു.'

"കുറെ നാളായുള്ളിലൊരുത്തി തൻജഡമളിഞ്ഞു നാറുന്നു
വിരലുകൾ മൂക്കിൽ തിരുകിയാണു ഞാൻനടപ്പതെങ്കിലു-
മരികത്തുള്ളോരുമകലത്തുള്ളോരുമൊഴിഞ്ഞുമാറുന്നു." എന്നാണീ കവിതയുടെ തുടക്കം.

"മുഖത്തു കണ്ണുകളതിന്നു പാതിരകടക്കുവാൻമാത്രം
ഒരു നിശ്ശബ്ദമാം മുറിവിൻ വാക്കുകളതിന്റെ ചുണ്ടുകൾ
മയങ്ങാറുണ്ടാവില്ലവളോളം വൈകിയൊരു നക്ഷത്രവും
ഒരൊറ്റ സൂര്യനുമവളേക്കാൾ നേർത്തെ പിടഞ്ഞെണീറ്റിലാ" എന്നെത്തുമ്പോൾ ഒരു വലിയ വീട്ടിലെ വിശ്രമമില്ലാത്ത സാഫല്യമടയാത്ത പണിക്കാരിയുടെ ചിത്രം തെളിയുന്നു.

"ഗതികിട്ടാത്തതാമവൾ തന്നാത്മാവിന്നൊരു യന്ത്രംപോലെ-
യഴിച്ചെടുത്തു ഞാനതിസൂക്ഷ്മം വേറൊരുടലിൽ ചേർക്കാവൂ"
എന്ന് രണ്ടാം ഖണ്ഡത്തിലെത്തുമ്പോൾ കവി പരിഹാരം നിർദ്ദേശിക്കുന്നു. ചിരകാലമായി അടിച്ചമർത്തപ്പെട്ട ജനതയുടെ സഹനശീലത്തിൽനിന്ന് ആക്രമണസന്നദ്ധതയിലേക്കുള്ള സംക്രമണം അനിവാര്യമാണെന്ന് ഈ കവിത നമ്മെ ഓർമ്മിപ്പിക്കുന്നു.

"അണുധൂളി പ്രസാരത്തിന്നവിശുദ്ധദിനങ്ങളിൽ
മുങ്ങിക്കിടന്നു നീ പൂർവ്വപുണ്യത്തിന്റെ കയങ്ങളിൽ" എന്നും
"അന്ധൻ നിൻ തുമ്പിയോ കൊമ്പോ പള്ളയോ തൊട്ടിടഞ്ഞിടാം
എനിക്ക് കൊതി നിൻവാലിൽ രോമംകൊണ്ടൊരു മോതിരം"
എന്നും ആറ്റൂർ 'മേഘരൂപനി'ൽ പറയുന്നത് നമ്മുടെ പരിമിതിബോധത്തിന്റെ സരളത ചൂണ്ടിക്കാണിക്കുന്നതോടൊപ്പം യാഥാർത്ഥ്യത്തിന്റെ ചെപ്പ് തുറക്കാൻ കൂടിയാണ്. ഉദാത്തങ്ങളായ ഭാവനകളും ഭാവങ്ങളും വഴിപോലെ ചേർന്ന പഞ്ചാരപ്പായസവും ഉണ്ടുകൊണ്ടിരിക്കുമ്പോൾ, പൊക്കണത്തിൽനിന്ന് ഉച്ചക്കഞ്ഞിപ്പാത്രം എടുത്തുനീട്ടുന്ന കിശോരകൻ ദുഃസ്വപ്നമല്ല, ജീവിതയാഥാർത്ഥ്യമാണ് എന്ന് "ഇളയനിൻ കൈകളാൽ പൊക്കിയെറിഞ്ഞീടുകീ പെരുംവാർപ്പ് നൂറായിനുറുങ്ങട്ടെ,

ക്ഷീരപഥത്തിൽ തിളപ്പുകൾ" എന്ന 'ഉദാത്തം' എന്ന കവിതയിലെ നമ്മെ ബോദ്ധ്യപ്പെടുത്തുന്നു.

"ഒരു തുണ്ടം പച്ച ഞാൻ നിങ്ങൾക്കു കരുതിയിരിക്കുകയാണിന്നും

ഒരു ചട്ടി മാനവും നിങ്ങൾക്കു കമിഴ്ത്തിപ്പിടിക്കുകയാണിന്നും" എന്ന് പ്രവാസികളെ അദ്ദേഹം ഓർമ്മപ്പെടുത്തുന്നുമുണ്ട്.

'ഓട്ടോവിൻപാട്ട്', 'പാണ്ടി', 'മറുവിളി', 'ക്യാൻസർ', 'പിതൃഗമനം', 'മടക്കം', 'കണക്കെടുപ്പ്' എന്നിവയാണ് അദ്ദേഹത്തിന്റെ മറ്റു പ്രശസ്ത കവിതകൾ (കവിത), *ആറ്റൂർ രവിവർമ്മയുടെ കവിതകൾ ഭാഗം 1, ആറ്റൂർ രവിവർമ്മയുടെ കവിതകൾ ഭാഗം 2* (കവിതകൾ) തമിഴിൽ നിന്നുള്ള വിവർത്തനങ്ങളായ *ജെ ജെ ചിലകുറിപ്പുകൾ* (നോവൽ, സുന്ദരരാമസ്വാമി), *ഒരു പുളിമരത്തിന്റെ കഥ* (നോവൽ, സുന്ദരരാമസ്വാമി), *രാംയാമങ്ങളുടെ കഥ* (നോവൽ, സെൽമ), *നാളെ മറ്റൊരു നാൾ മാത്രം* (നോവൽ, ജി നാഗരാജൻ), *പുതുനാനൂറ്* (59 ആധുനികകവികളുടെ കവിതകൾ), *ഭക്തികാവ്യം* (നായനാർമാരുടെയും ആഴ്വാർമാരുടെയും വിവർത്തനങ്ങൾ) എഡിറ്റുചെയ്ത *പുതുമൊഴിവഴികൾ* (യുവകവികളുടെ കവിതകൾ) എന്നിവയാണ് പ്രധാന കൃതികൾ.

എഴുത്തച്ഛൻ പുരസ്കാരം, പ്രേംജി പുരസ്കാരം, കേരള സാഹിത്യ അക്കാദമി അവാർഡ്, കേന്ദ്ര സാഹിത്യഅക്കാദമി അവാർഡ്, ഉള്ളൂർ അവാർഡ്, ചെന്നൈ ആശാൻ സമിതി ഏർപ്പെടുത്തിയ ആശാൻ പുരസ്കാരം, പി കുഞ്ഞിരാമൻ നായർ പുരസ്കാരം, കേരള സാഹിത്യ അക്കാദമിയുടെയും കേന്ദ്രസാഹിത്യ അക്കാദമിയുടെയും വിവർത്തനത്തിനുള്ള പുരസ്കാരങ്ങൾ, ഇ കെ ദിവാകരൻപോറ്റി പുരസ്കാരം എന്നീ അംഗീകാരങ്ങൾ അദ്ദേഹത്തെ തേടിയെത്തിയിട്ടുണ്ട്.

കവിത ഉണ്മയാണെന്നും കേവലവികാരത്തിനപ്പുറം അതിനു വൈചാരിക സത്തയുണ്ടെന്നും ഉറച്ചുവിശ്വസിച്ച കവിയാണ് ഇടശ്ശേരിയുടെയും അക്കിത്തത്തിന്റെയും പാരമ്പര്യം പുലർത്തുന്ന കടവനാട്ട് കുട്ടികൃഷ്ണൻ. ഇരുട്ടിൽ സഞ്ചരിക്കുന്ന ആധുനിക ഭാരതീയന്റെ പ്രഭാതോന്മുഖമായ ഉൽക്കടാദാന്തസ്ത്വരയും ആത്മീയ തൃഷ്ണയും അദ്ദേഹത്തിന്റെ കവിതകളുടെ പ്രത്യേകതയത്രെ. ആത്മസ്പർശിയായ കവിതകളിൽ ദാർശനികമായ വെളിച്ചം വിതറാൻ കടവനാട്ട് പ്രത്യേകം ശ്രദ്ധിച്ചിരുന്നു. ഋഷിമനസ്സുകളിലെ ശാന്തിയും നൈർമ്മല്യവും ഗിരിശൃംഗങ്ങളിലെ സ്വച്ഛതയും ആവാഹിച്ച് മനുഷ്യമനസ്സുകളിൽ അനന്തഭാവങ്ങളെ വാങ്മയത്തിലാവാഹിക്കുന്ന എല്ലുറപ്പുള്ള കവിതയാണ് അദ്ദേഹം മലയാളിക്ക് സമ്മാനിച്ചത്. *കളിമുറ്റം, വേദനയുടെ തോറ്റം, നാദനൈവേദ്യം, സുപ്രഭാതം, വെട്ടും കിളയും ചെമന്ന മണ്ണ്, കാഴ്ച, വഴിമുത്ത്* (കവിതാസമാഹാരങ്ങൾ), *പ്രിയപ്പെട്ടവരേ* (നോവൽ), *ശാസ്ത്രത്തെ മനസ്സിലാക്കുക, ഭയമകറ്റുന്ന വിശ്വാസം, മേഘാണി* (വിവർത്തനം) എന്നിവയാണ് പ്രധാന കൃതികൾ. സുപ്രഭാതം എന്ന കവിതാസമാഹാരത്തിലൂടെ കേരള സാഹിത്യഅക്കാദമി പുരസ്കാരം അദ്ദേഹ

ത്തിന് കൈവന്നു.

പാലക്കാട്ടെ പാടങ്ങളിൽനിന്ന് ഉണർന്നെണീറ്റുവരുന്ന ഉഷ്ണക്കാറ്റും പശ്ചിമഘട്ടങ്ങളിൽനിന്ന് പിടഞ്ഞിറങ്ങിവരുന്ന മഴയും കരിമ്പനകളും പരന്നുകാണുന്ന ആകാശവും വണ്ടിവേഷങ്ങൾ അണിനിരക്കുന്ന വേലക്കാഴ്ചകളും ഇപ്പോഴും നെഞ്ചിൽ സൂക്ഷിക്കുന്ന പ്രമുഖ ചെറുകഥാകൃത്തായ 'വൈശാഖൻ' എന്ന തൂലികനാമത്തിൽ അറിയപ്പെടുന്ന എം കെ ഗോപിനാഥൻ നായർ. ജനനം കൊണ്ട് പാലക്കാട്ടുകാരനല്ലെങ്കിലും 19 വർഷത്തെ താമസംകൊണ്ടു നിളയുടെ പുത്രനായ സാഹിത്യകാരനാണ്.

കഥയുടെ ഭാവതലത്തിൽ മൂല്യബോധത്തിന്റെ പ്രകാശം ജ്വലിപ്പിക്കുന്ന കഥാകൃത്താണ് വൈശാഖൻ. അമിതമായ വാക്കുകളില്ലാതെ, അസ്ഥാനത്തുള്ള പ്രയോഗങ്ങളില്ലാതെ, വലിയൊരാൾ എന്ന നാട്യങ്ങളില്ലാതെ തിരസ്കൃതരുടെയും തോല്പിക്കപ്പെടുന്നവരുടെയും കൂടെ നില്ക്കുന്ന എഴുത്തുകാരനാണദ്ദേഹം. മനുഷ്യാവസ്ഥ നൂല്പാലം ആയി കാണുന്ന വൈശാഖൻ അത് തരണം ചെയ്യാൻ വിധിച്ച മനുഷ്യരുടെ ധർമ്മസങ്കടങ്ങൾ ഹൃദയാവർജ്ജകമായി പകർന്നുതന്ന് അതിജീവനത്തിന്റെ ആർദ്രമന്ത്രം അവയിലൂടെ പ്രവഹിപ്പിക്കുന്നു. ബോധാബോധതലങ്ങളെയും ഭൂതവർത്തമാന കാലങ്ങളെയും ഇത്ര മനോഹരമായി സമഞ്ജസമായി കൂട്ടിയിണക്കുന്ന കഥാകൃത്തുക്കൾ മലയാളത്തിൽ വിരളമാണ്. നാടോടി സംസ്കാരത്തിന്റെ സുഗന്ധപൂരിതമായ വേരുകളാണ് തന്റെ സർഗ്ഗ പ്രക്രിയയുടെ ഊർജ്ജവും സൗന്ദര്യവുമെന്ന്

വൈശാഖൻ

അദ്ദേഹം തിരിച്ചറിയുന്നു.

'വൈശാഖന്റെ കഥകൾ തീവണ്ടി ജീവിതത്തിന്റെ പര്യായമാണ്. മുന്നിലുള്ള ഒന്നിനെയും പരിഗണിക്കാതെ സുഖദുഃഖങ്ങളിൽ നിർല്ലോപമായി, അറ്റം കാണാത്ത ദൂരങ്ങളിലേക്ക് അത് പ്രയാണം തുടരുന്നു. ആളുകൾ ഇടയ്ക്കു കയറുന്നു, ഇറങ്ങുന്നു. വിധവയുടെ കണ്ണുനീരിനോ, അനാഥ ശിശുവിന്റെ കരച്ചിലിനോ കാതോർക്കാതെ മുന്നിലുള്ള എന്തിനെയും, ഒരു നിശാശലഭത്തിന്റെ ചിറകിനെ എന്നപോലെ നിസ്സാരമായി തകർത്തരച്ചുകൊണ്ട് അനുസ്യൂതം കുതിച്ചുപായുന്ന ജീവിതം എന്ന മഹാപ്രവാഹം. റെയിൽവേ സ്റ്റേഷനുകളോട് ബന്ധപ്പെടുത്തി പലപ്പോഴും വൈശാഖൻ പറയുന്നത്.' "തൊഴിൽ ഇല്ലാത്തവന്റെ ദുഃഖമല്ല. തൊഴിൽ ഉണ്ടായിട്ടും ജീവിക്കാൻ പറ്റാത്തവന്റെ കുടുംബദുഃഖങ്ങൾ ആണ്." എന്ന് ഡോക്ടർ എസ് കെ വസന്തൻ സാക്ഷ്യപ്പെടുത്തുന്നു.

'വൈശാഖന്റെ കഥകൾ നമുക്ക് കണ്ണീരൊഴുക്കി ആനന്ദിക്കാനുള്ള ഉപാധികളല്ല, സ്വയം കാരുണ്യമൂർത്തികളായി അഭിനയിക്കാൻ നമുക്ക് അരങ്ങൊരുക്കിത്തരുന്ന വേദിയുമല്ല. കണ്ണീരിന്റെയും നാട്യങ്ങളുടെയും താല്ക്കാലിക രക്ഷാമാർഗ്ഗങ്ങൾക്കപ്പുറം നമ്മെ തളച്ചിടുന്ന അദൃശ്യമായ ചങ്ങലകളെ, നമുക്ക് ആഭരണമായി മാറിപ്പോയ ചങ്ങലകളെ തൊട്ടു കാണിച്ചുതരുന്ന കഥകളാണിവ' എന്നാണ് നിരൂപകനായ പ്രൊഫ. ബി രാജീവൻ അഭിപ്രായപ്പെടുന്നത്.

'ദാർശനിക നാട്യങ്ങളും പ്രത്യയശാസ്ത്രശാഠ്യങ്ങളും വൈശാഖൻ കഥകളിൽ കാണാനില്ല. പ്രതിബദ്ധതയുടെ ലക്ഷണം കൃതിയിൽ മുദ്രാവാക്യങ്ങൾ കുത്തിനിറയ്ക്കുന്നതല്ല. നിർദ്ധനരുടെ ജീവിതങ്ങളിലേക്കും സാമൂഹ്യചലനങ്ങളിലേക്കും പ്രകൃതിയിലേക്കും നീളുന്ന അതിസൂക്ഷ്മസ്പർശിനികൾ ഈ കഥാകൃത്തിന് ഉണ്ട്. ജീവിതത്തിനിടയിൽ ആഗിരണം ചെയ്യുന്ന അനുഭവങ്ങൾ ഹൃദയത്തിന്റെ ഭാഷയിൽ അദ്ദേഹം ആവിഷ്കരിക്കുന്നു. അനായാസമായി കഥപറയുന്ന രീതിയും, കരുത്തുറ്റ കഥാപാത്രങ്ങളും, ആഗോളീകൃത ലോകത്തെ മൂല്യനഷ്ടത്തെ പ്രതിരോധിക്കുന്ന ആർദ്രതയും, തിരസ്കൃതരുടെ ലോകത്തിന്റെ ചടുലമായ ആഖ്യാനങ്ങളുംകൊണ്ട് സമ്പന്നമായ ഈ കഥകൾ വൈശാഖന്റെ ഹൃദയത്തിന്റെ സംഗീതമാണ്' എന്ന് ജി മധുസൂദനൻ പ്രസ്താവിക്കുന്നത് എത്രയോ ശരിയാണ്.

മനുഷ്യനന്മയിൽ മനസ്സുറപ്പിച്ച, മനസ്സിന്റെ ചാഞ്ചാട്ടങ്ങൾക്കും വൈകൃതങ്ങൾക്കും ദൗർബല്യങ്ങൾക്കും മുകളിൽ നന്മയെ പ്രതിഷ്ഠിച്ച ഒട്ടേറെ കഥാപാത്രങ്ങളെ വൈശാഖൻ സൃഷ്ടിച്ചിട്ടുണ്ട്. ആദ്യകഥകളിൽ ഒന്നായ 'ചെകുത്താൻ ഉറങ്ങുന്നില്ല'യിലെ നായകൻ, 'നിഴൽ യുദ്ധത്തിലെ സ്റ്റേഷൻ മാസ്റ്റർ', 'വനജ്വാലകളി'ലെ ഭർത്താവ്, 'ജലസമാധി'യിലെ മകൻ, 'തിരിച്ചുവരവി'ലെ നായകൻ, 'സമയം കടന്ന്' ലെ സ്റ്റേഷൻ മാസ്റ്റർ എന്നിവർ നന്മയുടെ വെളിച്ചം പരത്തുന്ന മാനവികതയുടെ പ്രകാശം വിതറുന്ന കഥാപാത്രങ്ങളാണ്. ചുറ്റുപാടുകളിൽ നടമാടുന്ന

ജീർണ്ണതകളും ആഭാസങ്ങളും തീവ്രമായി അവതരിപ്പിക്കുന്ന ഒട്ടേറെ കഥകൾക്ക് വൈശാഖൻ ജന്മംനല്കിയിട്ടുണ്ട്. എലികൾ, വളം ഡിപ്പോയിലെ കഥാവായന, ദേശീയപാതയിൽ തലയില്ലാതെ, എന്നിവ ആ ഇനത്തിൽ പെടും. ആധുനിക ലോകത്തിന്റെ യാന്ത്രികതയും കാപട്യവും 'വിംബിൾഡണിൽ മഴപെയ്യുമ്പോൾ,' 'ഹോമോസാപ്പിയം' (1,2) എന്നീ കഥകളിലൂടെ ആവിഷ്കരിക്കുന്നു.

നാഗരിക ജീവിതത്തിന്റെ അലോസരങ്ങളെയും മൂല്യനിരാസത്തിന്റെ പിഴച്ച താളങ്ങളെയും ആസുരമായ ഉപഭോഗം വിജ്യംഭണം ചെയ്യുന്ന അട്ടഹാസങ്ങളെയും നാഗരികത അടിച്ചേല്പിക്കുന്ന മലീമസകളെയും തുറന്നുകാട്ടുന്ന ഈനാശുവിന്റെ കഥയായ 'സൈലൻസർ', കെട്ടുകഥയെ ഒരു രാഷ്ട്രീയ പരിസരവുമായി ബന്ധിപ്പിക്കുന്ന 'തീരുകലാശം', അരാഷ്ട്രീയവല്ക്കരിക്കപ്പെടുന്ന ഭാരതീയ അവസ്ഥയുടെ സജീവപരിച്ഛേദം കാഴ്ചവെക്കുന്ന 'അർത്ഥം', ഭോഗാസക്തനായ പുരുഷന്റെ അതിരുകളില്ലാത്ത രതിയുടെ ആഘാതങ്ങൾ ഏറ്റുവാങ്ങിയ നിസ്സഹായയായ സ്ത്രീയുടെ ചിത്രം അവതരിപ്പിക്കുന്ന 'അതിരുകളില്ലാതെ', നിസ്സഹായത കീർത്തനത്തിന്റെ ആരവമായി മാറുന്ന 'മുക്തി', പാലക്കാടൻ ഗ്രാമീണ ജീവിതത്തിന്റെ ഭാഷയും ശക്തിസൗന്ദര്യവും കടന്നുവരുന്ന 'വണ്ടിവേഷങ്ങൾ', മൂഷികൻ നിങ്ങളോടൊപ്പം നിഴൽ പോലെ എപ്പോഴുമുണ്ട് എന്ന് ഓർമ്മിപ്പിക്കുന്ന 'എലികൾ', പുനർവിവാഹത്തിന് കാത്തിരിക്കുന്ന മുപ്പത്തഞ്ചുകാരിയെ അവതരിപ്പിക്കുന്ന 'തീർത്ഥാടനം', നിസ്സഹായതയുടെ അടിമകളായ മനുഷ്യരുടെ മനോവ്യഥകൾ അനാവരണം ചെയ്യുന്ന കഥകളായ 'ഗരുഡൻതൂക്കം', 'അപ്പീൽ അന്യായദാഗം', സമൂഹത്തിന്റെ പൊതുധാരയിൽനിന്ന് ചിതറിത്തെറിച്ച പ്രാന്തീകൃതവിഭാഗത്തിന്റെ ജീവിതദൈന്യം ചിത്രീകരിക്കുന്ന കഥകളായ 'ഹനുമന്തത്തിന്റെ കുതിരകൾ', 'അതിരുകളില്ലാതെ', 'ശ്വാസത്തിന്റെ നിറം', ഹതഭാഗ്യയായ സരസ്വതിയുടെ വിതുമ്പുന്ന നിശ്ശബ്ദമൗനത്തിന്റെ കഥ പറയുന്ന 'അമൃതവർഷിണി', കാലം മാറ്റിയെടുത്ത ചിന്താഗതികളെ അവതരിപ്പിക്കുന്ന 'സ്വകാര്യവഴികൾ', തീവണ്ടിയിലെ സഹയാത്രികൻ ആത്മഹത്യ ചെയ്തതിനെ തുടർന്നുള്ള കാര്യങ്ങൾ അവതരിപ്പിക്കുന്ന 'താക്കോൽകൂട്ടം', രചനയുടെ സാങ്കേതിക ഭദ്രത കൃത്യമായി പാലിക്കുന്ന കഥകളായ 'അക്കത്തിലെഴുയിയാൽ', 'നിശാശലഭം', 'കപിലവസ്തു' എന്നിവ വൈശാഖന്റെ ഏറെ വാഴ്ത്തപ്പെട്ട കഥകളാണ്.

'നൂല്പാലം കടക്കുന്നവർ', 'അപ്പീൽ അന്യായഭാഗം', 'അതിരുകളില്ലാതെ', 'അകാലത്തിൽ വസന്തം', 'നിശാശലഭം, ബൊമ്മിഡിപൂണ്ടിയിലെ പാലം', 'യമകം, സമയംകടന്നു', 'വൈശാഖൻ കഥകൾ', 'റെയിൽവേ കഥകൾ', 'വേലിമുല്ല', 'പ്രിയപ്പെട്ട കഥകൾ', 'സൈലൻസർ' (കഥകൾ), *മീൻ കായ്ക്കുന്ന മരം* (ബാലസാഹിത്യം), *വൈശാഖന്റെ ജീവിതചിന്തകൾ, ഒരു മനസ്സിന്റെ രസതന്ത്രം, ഓർമ്മയുടെ ചുറ്റുവട്ടം,*

ഓർമ്മയുടെ പാളങ്ങളിൽ 15 സ്ത്രീകൾ (ഓർമ്മക്കുറിപ്പുകൾ) എന്നിവയാണ് കൃതികൾ.

കേരള സാഹിത്യ അക്കാദമി പുരസ്കാരം, ചെറുകാട് അവാർഡ്, അബുദാബി ശക്തി അവാർഡ് തുടങ്ങിയവ അദ്ദേഹത്തെ തേടിയെത്തിയിട്ടുണ്ട്. പുരോഗമന കലാസാഹിത്യ സംഘം സംസ്ഥാന വൈസ് പ്രസിഡന്റ്, കേരള സാഹിത്യ അക്കാദമി പ്രസിഡന്റ് എന്നീ നിലകളിൽ സേവനമനുഷ്ഠിച്ചിട്ടുണ്ട്.

സാറാ ജോസഫ്

മലയാള സാഹിത്യത്തിലെ പ്രമുഖ നോവലിസ്റ്റും, ചെറുകഥാകൃത്തും അറിയപ്പെടുന്ന പെണ്ണെഴുത്തുകാരിയും കേരളത്തിലെ ഫെമിനിസ്റ്റ് പ്രസ്ഥാനത്തിന്റെ പ്രധാന സംഘാടകയും പ്രവർത്തകയുമായ സാറാ ജോസഫ് ജന്മംകൊണ്ടു തൃശൂർക്കാരിയാണെങ്കിലും ഒരുപാട് കാലത്തെ പട്ടാമ്പിയിലെയും പാലക്കാട്ടെയും കർമ്മരംഗത്താൽ നിളയുടെ ദത്തുപുത്രിയാണ്. വർത്തമാനകാല ജീവിതത്തിന്റെ നെഞ്ചിടിപ്പുകൾ ആത്മനൊമ്പരത്തോടെ നോക്കിക്കാണുന്ന സാറാ ജോസഫിന്റെ രചനകളിൽ ആട്ടിയകറ്റപ്പെട്ടവരും സമത്വവും സ്വാതന്ത്ര്യവും നഷ്ടപ്പെട്ടവരുമായ കീഴ്ജാതിക്കാരോടും സ്ത്രീകളോടും ഉള്ള കാരുണ്യവും അതിന് കാരണക്കാരായ അധീശശക്തികളോടുള്ള ചെറുത്തുനില്പും ദർശിക്കുവാൻ സാധിക്കും. അധീശവർഗ്ഗമൂല്യങ്ങളെ ചോദ്യംചെയ്തുകൊണ്ട് പുരുഷമേധാവിത്വത്തിന്റെ പ്രത്യയ ശാസ്ത്രങ്ങളോട് അവർ നിരന്തരം കലഹിക്കുന്നു. വ്യക്തിനൊമ്പരങ്ങളും സാമൂഹികാസമത്വങ്ങളും അധിനിവേശ വർഗ്ഗത്തിന്റെ സൃഷ്ടികളാണെന്നു ഉറച്ചു വിശ്വസിച്ചുകൊണ്ട് പള്ളിയോടും മതമേധാവിത്വത്തോടും മാനവികതയുടെ സംരക്ഷണത്തിനായി പോരാടുന്നു. പുരുഷാധിപത്യ സമൂഹത്തിൽ സ്ത്രീചേതനയ്ക്ക് അനുഭവപ്പെടുന്ന പീഡിതമായ അവസ്ഥയുടെ ഭിന്ന മുഖങ്ങളോടൊപ്പം സ്ത്രീവാദപരമായ സിദ്ധാന്തബലം കൂടി സന്നിവേശിപ്പിച്ച രചനകളാണ് സാറാജോസഫിന്റെ നോവലുകളും ചെറുകഥകളും.

ആനി, അമ്മാമ, കോക്കാഞ്ചിറ, കുട്ടിപ്പാപ്പൻ, കൊച്ചച്ചൻ എന്നീ അവിസ്മരണീയ കഥാപാത്രങ്ങളിലൂടെ തൃശൂർ നഗരത്തിനോട് ചേർന്ന് കിടക്കുന്ന ഒരു ചെറിയ പ്രദേശത്തിന്റെ ജീവിതത്തിന്റെ തെളിവുകളും ചരിത്രവും വിവരിക്കുന്ന നോവൽ *ആലാഹയുടെ പെൺമക്കൾ* നാഗരികതയുടെ ഗതിവേഗത്തിൽ അമർന്നുപോയ ഒരു ജനതയുടെ സ്ഥലകാല

വേരുകളും ഭാഷയും വീണ്ടെടുക്കാനുള്ള അഭിനന്ദനാർഹമായ ശ്രമമാണ്. ബാലിയുടെ മകൻ അംഗദനെ കേന്ദ്രകഥാപാത്രമാക്കിക്കൊണ്ട് *രാമായണ കഥയ്ക്കു* കീഴാള കാഴ്ചപ്പാടിൽ പുനരാഖ്യാനം നടത്തിയ നോവലാണ് *ഊരുകാവൽ.* ജലവും മനുഷ്യനുമായുള്ള അഭേദ്യമായ ബന്ധത്തെ കേന്ദ്രീകരിക്കുന്ന കൃതിയാണ് *ആതി.* സാമൂഹികവും രാഷ്ട്രീയവുമായ ഓണനാളുകൾ മറ്റു ചില ദിശകളിലേക്കും മാറി പാരിസ്ഥിതിക വിവേകവും സ്ത്രീവാദവും ചേർന്ന ഒരു കാഴ്ചപ്പാട് സാറാ ജോസഫിന്റെ ചെറുകഥകളിൽ ശക്തിയാർജ്ജിച്ചിട്ടുണ്ടെന്നു ഡോ: കെ എസ് രവി കുമാർ അഭിപ്രായപ്പെടുന്നു. സമൂഹത്തിൽ വിഹരിക്കുന്ന പുരുഷമേധാവിത്വത്തെ ചോദ്യം ചെയ്യുന്ന കഥകളാണ് 'പാപത്തറ', 'മുടിത്തെയ്യമുറയുന്നു', 'ചാവുനിലം', 'നിലാവ് അറിയുന്നു', 'അശോക' തുടങ്ങിയവ.

'മനസ്സിലെ തീ മാത്രം', 'കാടിന്റെ സംഗീതം', 'നന്മതിന്മകളുടെ വൃക്ഷം', 'പാപത്തറ', 'ഒടുവിലത്തെ സൂര്യകാന്തി', 'നിലാവ് അറിയുന്നു', 'കാടിതു കണ്ടായോ കാന്താ', 'പുതുരാമായണം' (കഥകൾ), *ആലാഹയുടെ പെൺമക്കൾ, മാറ്റാത്തി, ഒതപ്പ്, ഊരുകാവ്, ആതി, ആളോഹരി ആനന്ദം* (നോവൽ), *ഭഗവദ്ഗീതയുടെ അടുക്കളയിൽ, അടുക്കള തിരിച്ചുപിടിക്കുക* (പ്രബന്ധങ്ങൾ) എന്നിവയാണ് പ്രധാന കൃതികൾ.

കേരള സാഹിത്യഅക്കാദമി അവാർഡ്, കേന്ദ്ര സാഹിത്യഅക്കാദമി അവാർഡ്, വയലാർ അവാർഡ്, ചെറുകാട് അവാർഡ്, ഒ ചന്തുമേനോൻ അവാർഡ്, മുട്ടത്തുവർക്കി അവാർഡ്, ഒ വി വിജയൻ സാഹിത്യ പുരസ്കാരം, പത്മപ്രഭാ പുരസ്കാരം എന്നിവ നേടിയിട്ടുണ്ട്.

മാനവികതയിൽ ആഗോളവല്ക്കരണത്തോടെ വന്ന പുതിയ ലോകാവസ്ഥ സൃഷ്ടിക്കുന്ന ആഘാതങ്ങളെ വ്യത്യസ്തമായ ആഖ്യാന രൂപത്തിൽ അവതരിപ്പിക്കുന്ന നോവലിസ്റ്റും കഥാകൃത്തും സാംസ്കാരിക പ്രവർത്തകനുമായ കെ പി രാമനുണ്ണി നിളയുടെ മറ്റൊരു പ്രശസ്ത സന്തതിയാണ്. മതമെന്നത് അന്ധവിശ്വാസങ്ങളുടെ കുപ്പത്തൊട്ടിയല്ല എന്ന് ഉറക്കെ വിളിച്ചുപറയാൻ മടിക്കാത്ത രാമനുണ്ണി ആവിഷ്കാരത്തിന്റെ ചടുലതക്കൊണ്ടും ഭാഷയുടെ ഭാവസാന്ദ്രതക്കൊണ്ടും തന്റെ സർഗ്ഗാത്മക രചനകളിൽ കലാസുഭഗമായ പരീക്ഷണം നടത്തുന്നു.

മിത്തും യാഥാർത്ഥ്യവും കെട്ടുപിണഞ്ഞു കിടക്കുന്ന പ്രത്യേക രചനാരീതിയിലൂടെ ഹിന്ദുമുസ്ലീം സംസ്കൃതികളുടെ ഇരട്ടമുഖങ്ങൾ ആവിഷ്കരിച്ച് സമൂഹചേതനയുടെ അർത്ഥതലങ്ങൾ അന്വേഷിക്കുന്ന നോവലാണ് *സൂഫി പറഞ്ഞ കഥ.* വർത്തമാന കാലത്തിന്റെ ഹൃദയരേഖയിലൂടെ സ്ത്രീപുരുഷബന്ധത്തിലെ പൊരുത്തക്കേടുകളും വിഷാദങ്ങളും വിഹ്വലതകളും തുറന്നു കാണിക്കുന്നു *ചരമവാർഷികം* എന്ന നോവലിൽ. നാഗരികതയും സ്വത്വസംഘർഷവും പ്രമേയമായി അവതരിപ്പിക്കുന്ന നോവലാണ് *ജീവിതത്തിന്റെ പുസ്തകം.*

യുദ്ധങ്ങളും അതിസാങ്കേതികതയും മനുഷ്യപ്രകൃതിയെയും ജീവപ്രപഞ്ചത്തെത്തന്നെയും കുടിലമാക്കുമ്പോൾ മഹാസ്നേഹത്തിന്റെ

മതങ്ങൾക്കിടയിൽനിന്ന് ദൈവങ്ങൾക്ക് ഇറങ്ങിവരാതിരിക്കാനാകില്ലെന്ന് പറഞ്ഞുകൊണ്ട് ലോക സംസ്ഥാപനത്തിനുള്ള പ്രേമഗീതയുമായി പുതിയൊരു കൃഷ്ണനനും മുഹമ്മദ് നബിയും ഒപ്പം ലോകനവീകരണത്തിനായി സ്വയം തിരുത്തിക്കൊണ്ട് അഡോൾഫ് ഹിറ്റ്ലർ, കാൾ മാർക്സ്, ഗാന്ധിജി തുടങ്ങി കുറേ അതികായരും ഇറങ്ങിവരുന്ന കഥ ചൊല്ലുന്ന *ദൈവത്തിന്റെ പുസ്തകം.* ഒരു ബൃഹദ്നോവലാണ്. സമകാലിക ലോകത്തിന്റെ പ്രശ്നങ്ങളെ എങ്ങനെ പരിഹരിക്കാമെന്ന ആകുലതയിൽ, മതങ്ങളുണ്ടായ കാലത്തുനിന്ന് ദൈവങ്ങൾ ഇറങ്ങിവരുന്ന ഈ നോവൽ ഏറെ ചർച്ചചെയ്യപ്പെട്ട ഒന്നത്രേ. ജീവിതത്തിന്റെ പുറമ്പോക്കിൽ മനസ്സോടിക്കാതെ ആഴങ്ങളിൽ വിവേകപൂർവ്വം കടന്നുചെല്ലുന്ന കഥാകൃത്താണ് രാമനുണ്ണി. വർത്തമാനകാലത്തിൽ യുവത്വത്തിന്റെ വിഹ്വലതകളും ആവലാതികളും ദുരന്തങ്ങളും ചിത്രീകരിക്കുന്നതിൽ ഏറെ ശുഷ്കാന്തി അദ്ദേഹം പ്രകടിപ്പിക്കുന്നു. ജീവിത സങ്കീർണ്ണതകളെ അംഗീകരിച്ചുകൊണ്ടു തന്നെ അതിന്റെ സാധാരണത്വത്തിൽ ഊന്നി നിന്നുകൊണ്ടുള്ള അന്വേഷണം കെ പി രാമനുണ്ണിയുടെ കഥകളുടെ മുഖമുദ്രയാണ്. ഉപഭോക്തൃ സംസ്കൃതിയുടെ ഇരയായി മാറുന്ന മനുഷ്യന്റെ മനസ്സും ശരീരവും തമ്മിലുള്ള സംഘർഷം ഐറണിയുടെ നിശിതത്വം കൊണ്ടും ഭാഷയുടെ വ്യത്യസ്തതകൊണ്ടും ധ്വനിപ്പിച്ചെടുക്കുന്ന കഥകളാണ് 'മുഖലക്ഷണം', 'രോഗം' എന്നിവ. 'ജാതിചോദിക്കുക', 'പുരുഷവിലാപം', 'പ്രഹരം', 'പീഡിതനായ പത്രോസ്' എന്നീ കഥകളെല്ലാം വർത്തമാനത്തിൽ ഉറച്ചുനില്ക്കുന്നവയാണ്.

'വിധാതാവിന്റെ ചിരി', 'വേർപെട്ടവന്റെ കുരിശ്', 'ജാതിചോദിക്കുക', 'അവർ മൊഴിയുകയാണ്', 'പ്രണയപർവ്വം', 'കുർക്സ്', 'പ്രകാശം പരത്തുന്ന ആൺകുട്ടി', 'പുരുഷവിലാപം' (കഥകൾ),

സൂഫി പറഞ്ഞകഥ, ചരമവാർഷികം, ജീവിതത്തിന്റെ പുസ്തകം, ദൈവത്തിന്റെ പുസ്തകം (നോവലുകൾ), *ക്രിമിനൽ കുറ്റമാകുന്ന രതി, ശീർഷാസനം, അനുഭവം ഓർമ്മയാത്ര, ജീവിതം ഒരു ആർത്തിക്കാരന്റെ കൈയിൽ* (ലേഖനസമാഹാരങ്ങൾ) എന്നിവ പ്രധാനകൃതികളാണ്. വയലാർ പുരസ്കാരം, കേരള സാഹിത്യഅക്കാദമി അവാർഡ്, ഇടശ്ശേരി അവാർഡ്, സമസ്തകേരള സാഹിത്യ പരിഷത്ത് പുരസ്കാരം, വി പി ശിവകുമാർ സ്മാരകകേളി അവാർഡ്, പത്മരാജൻ പുരസ്കാരം എന്നിവയാണ് നേടിയ പുരസ്കാരങ്ങൾ.

മലയാളകഥയിൽ സ്വന്തം കസേര വലിച്ചിട്ടിരുന്ന് സ്വന്തമായൊരിടം രേഖപ്പെടുത്തിയ മുണ്ടൂർ സേതുമാധവൻ നിളയുടെ മറ്റൊരു പ്രമുഖ സന്തതിയാണ്. പാലക്കാട് ജില്ലയിലെ മുണ്ടൂർ എന്ന ഗ്രാമവും പ്രകൃതിയും അവിടത്തെ മനുഷ്യൻ അനുഭവിച്ചതും അനുഭവിക്കുന്നതുമായ ആകുലതകളും വ്യാകുലതകളും അനുഭൂതിസാന്ദ്രമായ ഭാഷയിൽ അറിവായും അനുഭവമായും നിറഞ്ഞൊഴുകുന്ന ആവിഷ്കാരങ്ങളാണ് അദ്ദേഹത്തിന്റെ രചനകളെല്ലാം. പാലക്കാടൻ ഗ്രാമങ്ങളുടെ ചെത്തവും

ചൂരും വിളമ്പുന്ന സൗമ്യഭാവത്തിന്റെ കലാത്മക സാന്നിദ്ധ്യമാണ് മുണ്ടൂർ സേതുമാധവന്റെ കഥകളുടെ പ്രത്യേകത. ദേശത്തെ എഴുതി, ദേശത്തിന്റെ കഥ പറയുന്ന അദ്ദേഹത്തിന്റെ കഥകൾ അധികവും ആത്മനിഷ്ഠമാണ്. പാലക്കാടൻ ഭാഷയുടെ ഓജസ്സും തനിമയുമുള്ള ഒട്ടേറെ കഥാപാത്രങ്ങളെ അദ്ദേഹം സൃഷ്ടിച്ചിട്ടുണ്ട്. നമ്മുടെ ഉള്ളിലെ മൂല്യബോധത്തെയും ജീവിതാവബോധത്തെയും വികസ്വരമാക്കുന്ന കറകളഞ്ഞൊരു സാംസ്കാരിക പ്രവർത്തകന്റെ വിരലടയാളം അദ്ദേഹത്തിന്റെ കഥകളിൽ പതിഞ്ഞുകാണാം.

ഫാന്റസിയുടെ നിറവിൽനില്ക്കുന്ന 'പഥികൻ', ചിത്രീകരണത്തിൽ അസാമാന്യ കൈയടക്കം കാണിച്ച 'കാഴ്ചപ്പാടുകൾ', ജീവിതസത്യങ്ങളെ പച്ചയായി അവതരിപ്പിക്കുന്ന 'ഹേമന്തം', ഗസലുപോലെ സാന്ദ്രമായ 'കച്ചോലപ്പൂക്കൾ', കാറ്റും കർക്കിടവും ഭൂമിയും നിലവിളിയായി മാറുന്ന 'കേട്ടുവോ ആ നിലവിളി', ഉദിക്കാൻ പോകുന്ന നക്ഷത്രത്തെ കാണാൻ ഉറക്കം കളഞ്ഞു കാത്തിരുന്നവരുടെ കഥപറയുന്ന 'ആകാശം എത്ര അകലെയാണ്', വിദ്യാലയത്തിൽ പഠിക്കാനയച്ച മകന്റെ മാറ്റം പൊറാട്ടുകളിക്കാരനായ പഴനിമലയുടെ അടിവയറ്റിൽ സൃഷ്ടിക്കുന്ന ഇടിവാൾ ചിത്രീകരിക്കുന്ന 'പൊറാട്ടുചെണ്ട', പാറുക്കുട്ടിയുടെ ചോർന്നുപോയ വിശ്വാസം അവതരിപ്പിക്കുന്ന 'ഏഴുവർഷങ്ങൾക്കുശേഷം പൂത്ത പൂക്കൾ', വിസ്മൃതിയിലായ ഒരു കാലത്തിന്റെ ഗ്രാമ്യസ്വപ്നം അവതരിപ്പിക്കുന്ന 'താഴ്‌വരയിൽ മഞ്ഞ്' സങ്കടക്കാരുടെ വാക്കും കണ്ണും കൈയും മനസ്സുമായ കൃഷ്ണേട്ടന്റെ കഥ പറയുന്ന 'കൃഷ്ണേട്ടൻ', 'അമ്മിണിയുടെ ആദ്യ പ്രസവം' എങ്ങിനെ ഗ്രാമത്തിന്റെ സുസ്മിതമായി എന്ന് കാണിക്കുന്ന 'മുണ്ടൂർ', ഒരു ഗ്രാമത്തിന്റെ ദൈന്യചിത്രം വരയ്ക്കുന്ന 'വീട്ടിലേക്കു പോകുന്നു' അങ്ങനെ മനോഹരമായ നിരവധികഥകൾ അദ്ദേഹം മലയാളിക്ക് സമ്മാനിച്ചിട്ടുണ്ട്.

'മുണ്ടൂർ സേതുമാധവന്റെ കഥകളിൽ കാലത്തിന്റെ അനുസ്യൂതി വില്ലിന്റെ ഞാണൊലി പോലെ മൂളിക്കേൾക്കുന്നു. ഈയൊരവസ്ഥയിലേക്ക് അദ്ദേഹത്തിന്റെ കഥകളെ വളർത്തിയെടുത്ത ജനിതകഘടനകൾ ഇഴവിടർത്തുമ്പോൾ ആധുനികയുടെ ആഘോഷത്തിമിർപ്പുകളിൽ പെട്ടില്ലെങ്കിലും ശക്തമെങ്കിലും മന്ദ്രസ്ഥായിയിൽ ഉയർന്ന ഈ ശബ്ദം എങ്ങനെ വേറിട്ടുനിന്നു എന്ന് വ്യക്തമാകും" എന്ന് വിജു നായരങ്ങാടി പറയുന്നതിനോട് യോജിക്കാൻ മാത്രമേ കഴിയൂ. *നിറങ്ങൾ, കലിയുഗം, മരണഗാഥ, ഈ ജന്മം, അനസൂയയുടെ സ്വപ്നങ്ങൾ* (നോവലുകൾ), *ആകാശം എത്ര അകലെയാണ്, കേട്ടുവോ ആ നിലവിളി, പൊറാട്ടുചെണ്ട, കവാടങ്ങളില്ലാത്ത മുറി, മുണ്ടൂർ* (കഥാസമാഹാരങ്ങൾ) എന്നിവയാണ് കൃതികൾ. മുണ്ടശ്ശേരി അവാർഡ്, സംസ്ഥാന അദ്ധ്യാപക അവാർഡ്, കേരള സാഹിത്യഅക്കാദമിയുടെ സമഗ്രസംഭാവനയ്ക്കുള്ള പുരസ്കാരം എന്നിവ ലഭിച്ചിട്ടുണ്ട്.

മലയാള ആധുനികസാഹിത്യകാരന്മാരിൽ പ്രമുഖനായ മേതിൽ

രാധാകൃഷ്ണൻ നിളയുടെ മറ്റൊരു പ്രശസ്തപുത്രനാണ്. ചിന്താബലത്താലും പുത്തൻരീതിയിലുള്ള ശൈലീപ്രഭാവത്താലും സാഹിത്യത്തിൽ പുതിയൊരു പാത ഒരുക്കിയെടുക്കാൻ തന്റെ നോവലുകളിലൂടെയും ചെറുകഥകളിലൂടെയും അദ്ദേഹത്തിന് കഴിഞ്ഞു. രചനാതന്ത്രത്തിലും ഭാഷയിലും പ്രമേയത്തിലുമെല്ലാം വേർതിരിച്ചു നിർത്താനാവാത്ത വിധം, അപ്രതീക്ഷിതത്വത്തിന്റെ ആശ്ചര്യങ്ങൾ അദ്ദേഹം കരുതിവെക്കുന്നു. കഥയുടെ ഘടനയിലും പ്രതിപാദനത്തിലും തനതുവഴി കണ്ടെത്താനും അവ സഹൃദയർക്ക് ഇഷ്ടമാംവണ്ണം ആവിഷ്കരിക്കാനുമുള്ള അപാരമായ രചനാവൈഭവംകൊണ്ട് അനുഗൃഹീതനായിരുന്നു മേതിൽ..

'സംഗീതം ഒരു സമയകലയാണ്' എന്ന കഥയിലെ ബസവ, 'ജിറാഫുകൾ കഴുത്തുനീട്ടുമ്പോൾ' എന്നതിലെ അരുണും കപിലും, 'ആൽഫ്രഡ് ഹിച്ച് കോക്കിന്റെ 'പ്രേമഗാന'ത്തിലെ നകുലൻ, 'വരമ്പിൽ ഒരു കൊറ്റി'യിലെ അരവിന്ദൻ, 'പുല്ലിനെ തൃണവൽക്കരുതി'ലെ ദേവയാനി, 'കപ്യാർ ബധിരനായിരിക്കണം' എന്ന കഥയിലെ കപ്യാർ ജോസഫ്, 'ചിക്ക് ബൊക്ക്റെയി'ലെ വിനയൻ അങ്ങനെ എത്രയെത്ര വ്യതിരിക്തങ്ങളായ കഥാപാത്രങ്ങളെയാണ് അദ്ദേഹം സൃഷ്ടിച്ചത്. അടുത്ത നൂറ്റാണ്ടിലേക്ക് നീളുന്ന വിനിമയമെന്ന് കെ പി അപ്പൻ നിരീക്ഷിച്ച തൂങ്ങിക്കിടക്കുന്ന റിസീവർ മേതിലിന്റെ മികച്ച കഥകളിൽ ഒന്നാണ്.

സൂര്യവംശം, ബ്രാ, ചുവന്ന വിദൂഷകരുടെ അഞ്ചാംപത്തി, ലൈംഗികതയെക്കുറിച്ച് ഒരുപന്യാസം, ഹിച്ച്കോക്കിന്റെ ഇടപെടൽ (നോവലുകൾ) 'ഡിലൻ തോമസിന്റെ പന്ത്', 'സംഗീതം ഒരു സമയകലയാണ്', 'നായകന്മാർ ശവപേടകങ്ങളിൽ', 'കപ്യാർ ബധിരനായിരിക്കണം', 'വിമതം' (കഥകൾ) *ഭൂമിയേയും മരണത്തേയുംകുറിച്ച്, പെൻഗ്വിൻ* (കവിതകൾ) എന്നീ കൃതികളിലൂടെയാണ് പ്രസിദ്ധനായത്.

ജന്മംകൊണ്ടല്ലെങ്കിലും കർമ്മമണ്ഡലത്താൽ നിളയുടെ സന്തതിയാണ് അടിയാളർ സൃഷ്ടിക്കുന്ന മാനവികത അകക്കണ്ണുകൊണ്ടു ദർശിച്ച് സമൂഹത്തിന്റെ വെറുങ്ങലിച്ച മനഃസാക്ഷിക്ക് നേരെ കൂരമ്പ് തൊടുത്തുവിടുന്ന കേരളത്തിന്റെ സാംസ്കാരിക മണ്ഡലത്തിലെ നിറസാന്നിധ്യമായ ഇയ്യങ്കോട് ശ്രീധരൻ. കവിത, ആട്ടക്കഥ, നോവൽ, ചെറുകഥാ, ബാലസാഹിത്യം, ഗാനരചന, നാടകം, ജീവചരിത്രം, ഓർമ്മക്കുറിപ്പുകൾ, ഉപന്യാസം, യാത്രാവിവരണം എന്നീ സാഹിത്യമേഖലകളിലെല്ലാം അദ്ദേഹം കാണപ്പെട്ട സംഭാവനകൾ നല്കി. അദ്ധ്യാപകൻ, പ്രഭാഷകൻ, സംഘാടകൻ തുടങ്ങിയ തൂവലുകൾ അദ്ദേഹത്തിന്റെ സമർപ്പണബുദ്ധിയിൽനിന്നും ത്യാഗസന്നദ്ധതയിൽനിന്നും ലഭിച്ചവയാണ്. കാരുണ്യത്തിന്റെ കുളിർമ്മയും തന്റേടത്തിന്റെ തീക്ഷ്ണതയും ഇയ്യങ്കോട് തന്റെ രചനകളിൽ സന്നിവേശിപ്പിക്കുന്നു.

സമകാല ജീവിതസംഘർഷങ്ങളുടെ അന്തർദ്ദാഹം ഏറ്റുവാങ്ങാൻ സന്നദ്ധമായ കാവ്യമനസ്സിന്റെ ഉടമയായ അദ്ദേഹം വൈരൂപ്യത്തിൽ കാവ്യസൗന്ദര്യവും അവശരുടേയും ആലംബഹീനരുടെയും ഏഴകളു

ടെയും നൊമ്പരങ്ങളിൽ കവിതയുടെ അർത്ഥതലങ്ങളും കാണുന്നു. ദുരിതപൂർണ്ണമായ ഗ്രാമീണജീവിതമാണ് എന്നും ഇയ്യങ്കോടിന്റെ പ്രതിപാദ്യവിഷയം. മൃത്യുവും ജീവനും പരസ്പരം കലഹിച്ചുനില്ക്കുന്ന ഗ്രാമവീഥിയിൽ നിന്നുകൊണ്ട് അന്തിത്തിരികെട്ട വീടുകളും അന്ധകാരത്തിലേക്ക് നീങ്ങുന്ന നിഴലുകളും അദ്ദേഹം കാണുന്നു. കേരളത്തിന്റെ ഗ്രാമഭംഗി അതിന്റെ തനിമയിൽ ആവാഹിച്ചെടുത്ത് ആ ചാരുതയിൽ അദ്ധ്വാനവർഗ്ഗത്തിന്റെ വിയർപ്പിന്റെയും കണ്ണീരിന്റെയും ഉപ്പ് ചേർക്കാൻ അദ്ദേഹം ശ്രദ്ധിക്കുന്നു.

'പോരാളിയായി മാത്രമല്ല പ്രണയിയായും വിരഹിയായും അനാഥനായും ഏകാകിയായും ചക്രവർത്തിയായും ദുഃഖശോകാർത്തതയുമൊക്കെ ഇയ്യങ്കോട് തന്റെ കവിതകളിൽ പ്രത്യക്ഷപ്പെടുന്നു'വെന്ന് ആലങ്കോട് പറയുന്നു.

"പഴയ സംസ്കാര ജീർണ്ണഭാണ്ഡങ്ങൾ
വഴിയിലെങ്ങോ കുടഞ്ഞുകളഞ്ഞോർ
വറുതിയിൽ വീണു വെന്തെരിഞ്ഞിട്ടും
ഉദയഭംഗി കിനാവ് കാണുന്നോർ
അവരെ കൈനീട്ടി സ്വീകരിക്കാനായ്
കവിയിരിക്കുന്നു നാല്ക്കവലയ്ക്കൽ"
എന്ന് സ്വപ്നം കാണുമ്പോഴും
"മങ്ങിടുന്ന സ്മരണപോലമ്പലം
മന്ദമന്ദമിരുട്ടിലലിയവെ
അങ്ങുവാനിലേറി മാവുകൊണ്ടൊരു
ഭംഗിയേറും നിലാക്കളം തീർക്കുവാൻ
അമ്പിളിയെന്ന കുമ്പിളിൽ മാവുമാ-
യൻപിലെത്തുകയായി നിശീഥിനി"

എന്ന് അചുംബിത ഭാവനകളാൽ കവിതയ്ക്ക് നിറപ്പകിട്ടു ചാർത്താൻ ഇയ്യങ്കോടിന് കഴിഞ്ഞിരുന്നു.

"പകുതിക്കു നാടകം തീർന്നുപോയി
പിരിയുന്നതോർക്കാത്ത നേരമായി
പലതും പറയുവാൻ വിട്ടുപോയി
പതിരായി പ്രാണൻ പറന്നു പോയി" എന്ന് മകളുടെ അകാലവിയോഗത്തിൽ "ഇനിയെന്ത് പാടുവാൻ" എന്ന് അദ്ദേഹം ചോദിച്ചപ്പോൾ ഉരുകിയത് സഹൃദയരുടെ നിനവായിരുന്നു.

'ജയഹേ', 'മുളകിൻകൊടി', 'പെരുമ്പറ', 'സംഘഗാനം', 'ഞാറ്റുപാട്ട്', 'സാക്ഷിമൊഴി', 'പടിയിറങ്ങുന്ന ദൈവം', 'ഞാനിതാ പാടുന്നു വീണ്ടും', 'ഓർമ്മയിൽ ഒരു പക്ഷി', 'താളം തെറ്റിയ കലാശങ്ങൾ', 'നിഴലുകളുടെ നൃത്തം' (കവിതകൾ), *വനദേവത, വാടാമല്ലിക, അപ്പുണ്ണി, ചുവന്ന തെരുവ്, വരും തിരിച്ചു വരും* (നോവലുകൾ) *ഓർമ്മയിലെ മന്ദസ്മേരം, ഓർമ്മയിലെ സഞ്ചാരം, ഓർമ്മയിലെ സുഗന്ധം, ഓർമ്മയിലെ*

മാധുര്യം, ഓർമ്മയിൽ ഒരു സ്മാരകം, ഓർമ്മകളുടെ സൗഭാഗ്യം, ഓർമ്മയിലെ കലാമണ്ഡലം, വർണ്ണരേണുക്കൾ, മയിൽപ്പീലികൾ, സ്നേഹാദര സമന്വിതം (ഓർമ്മക്കുറിപ്പുകൾ) *സ്വപ്നാടനം, അഴീക്കോട് എന്ന അനുഭവം, ചെറുകാട് എഴുത്തും കരുത്തും, വി കെ എൻ കളരി, മഹാകവി വള്ളത്തോൾ, കുഞ്ചൻ നമ്പ്യാർ, ചങ്ങമ്പുഴ, പി കുഞ്ഞിരാമൻ നായർ* (ജീവചരിത്രം) *ആലോചനാമൃതം, കാലത്തിന്റെ കാലൊച്ചകൾ, കൊച്ചുകൊച്ചു വർത്തമാനങ്ങൾ, ശരണം ഗുരുചരണം, കഥകൾ വിചാരം, ഹിന്ദുത്വം എന്ന മിഥ്യ* (പഠനങ്ങൾ ലേഖനങ്ങൾ) *കിംഗ്ലിയറിന്റെ യൂറോപ്യൻ സഞ്ചാരപഥങ്ങളിൽ, എത്ര എത്ര രാമായണങ്ങൾ, സ്പെയിൻ - ഒരോട്ടപ്രദക്ഷിണം* (യാത്രാവിവരങ്ങൾ) *കവികൾ പാടിയ കേരളം, മലനാടിന്റെ കഥ, പടയണിപ്പാട്ടുകൾ, ഉദയഗീതങ്ങൾ* (ഗാനനാടകങ്ങൾ, ഗാനങ്ങൾ) *ഒരേ വർഗ്ഗം ഒരേ മാർഗ്ഗം, പടയോട്ടം* (നാടകങ്ങൾ) *മാനവവിജയം, സ്നേഹസന്ദേശം, കിംഗ്ലിയർ* (ആട്ടക്കഥകൾ) *അയ്യപ്പപ്പണിക്കരും മറ്റും, പുരോഗമന കലാസാഹിത്യ സംഘം ഇന്നലെ-ഇന്ന്-നാളെ* (ലഘുലേഖനങ്ങൾ) എന്നിവയാണ് കൃതികൾ. കേരള കലാമണ്ഡലം സെക്രട്ടറി, സംഗീത നാടക അക്കാദമി വൈസ് പ്രസിഡന്റ്, സാഹിത്യ അക്കാദമി അംഗം, പുരോഗമന കലാ സാഹിത്യ സംഘം സംസ്ഥാന ജനറൽ സെക്രട്ടറി എന്നീ നിലകളിൽ പ്രവർത്തിച്ചിട്ടുണ്ട്.

അബുദാബി ശക്തി അവാർഡ്, യാത്രാവിവരണത്തിനുള്ള കേരള സാഹിത്യ അക്കാദമി പുരസ്കാരം, മുകുന്ദരാജ സ്മൃതി പുരസ്കാരം, കൃഷ്ണവാര്യർ പുരസ്കാരം, ഡോക്ടർ കെ എൻ എഴുത്തച്ഛൻ പുരസ്കാരം, സമഗ്ര സംഭാവനയ്ക്കുള്ള കേരള സാഹിത്യ അക്കാദമി പുരസ്കാരം എന്നിവ ലഭിച്ചിട്ടുണ്ട്.

പ്രാകൃതബിംബങ്ങളുടെ പരുഷവും ഭീഷണവുമായ ബാഹ്യസ്വരൂപത്തിന്റെ ഉള്ളിലൊതുങ്ങിയ മൗലിക ജീവിതസത്തയെ അന്വേഷിക്കുന്ന കവിതകളെഴുതിയ പി ടി നരേന്ദ്രമേനോൻ ഭാരതപ്പുഴയുടെ മറ്റൊരു പ്രമുഖപുത്രനാണ്. 'മരണത്തിലെ എന്നോ കുടിക്കടമൊപ്പിട്ട തളർച്ചയോടെ, വിഹ്വലതയോടെ പ്രപഞ്ചത്തിലേക്കു വന്നുകയറിയ ജീവിതത്തിന്റെ നിശ്ശബ്ദവും ദാരുണവുമായ പീഡനമാണ് നരേന്ദ്രമേനോൻ എന്ന കവിയുടെ സർഗ്ഗചേതനയെ ഉണർത്തുന്ന അസ്വാസ്ഥ്യം' എന്ന് എം ടി സാക്ഷ്യപ്പെടുത്തുന്നു. 'പാരമ്പര്യ കവിതാരീതികളിൽ നിന്നകലാതെ പുതുമയിലേക്കു തുറന്നുവെച്ച ഒരുവാതിൽ തെളിഞ്ഞു കാണുന്ന അദ്ദേഹത്തിന്റെ കവിതകളിൽ തടവും ശ്രുതിയും ഗ്രാമീണത്തനിമയും അമൃതപുണ്യാഹ സ്മൃതികളും മുരളുന്ന ഞാറ്റുവേലകളും നിളയിലെ നിലാവിന്റെ കാരുണ്യവും തെളിഞ്ഞുകാണാം. കാലൻകോഴിയുടെ പൂവ്വാവിളിയും കാരണവരുടെ മെതിയടിത്താളവും വാരണാസിയിലെ ഷെഹനായ് വാദ്യവും ഹിഗ്ഗിൻസിന്റെ രാഗാലാപത്തിലെ പഞ്ചാനന്ദനാദങ്ങളും വാഗീശ്വരിയുടെ നർത്തനകലവിയും ഭസ്മക്കുടുക്കയുടെ മൂക

തയും നിലാവിന്റെ താരാട്ടുപാട്ടും വിടപറയുന്ന ഗ്രാമസൗന്ദര്യത്തിന്റെ തുയിലുണർത്തുപാട്ടും ഊർദ്ധ്വശ്വാസം വലിക്കുന്ന പുഴയുടെ നെഞ്ചിലെ മിടിപ്പും അന്ധയായ നിരാലംബ ബാലികയുടെ രോദനവും എല്ലാം അലിഞ്ഞുചേർന്ന നരേന്ദ്രമേനോൻ കവിതകളിൽ മരന്ദത്തിന്റെ മാധുരിയും തിക്തൗഷധത്തിന്റെ ഉജ്ജീവകതയും ഒത്തുചേർന്നിരിക്കുന്നു' എന്ന് ഡോക്ടർ എം ലീലാവതി പ്രസ്താവിക്കുന്നു. *പൊട്ടിച്ചൂട്ടുകൾ, ഷെഹനായ്, സമ്പൂർണ്ണ കൃതികൾ* എന്നിവയാണ് പ്രസിദ്ധീകരിക്കപ്പെട്ട പുസ്തകങ്ങൾ.

മലയാളകവിതയുടെ വസന്തകാല സൗഭാഗ്യവും ജീവിതത്തോടുള്ള അർത്ഥയുക്തമായ മമതയും അനുസ്മരിപ്പിക്കുന്ന ഒട്ടേറെ കവിതകൾ കൈരളിക്കു സമ്മാനിച്ച ആധുനികോത്തര മലയാള കവിതയിലെ ശ്രദ്ധേയനായ കവി പി പി രാമചന്ദ്രൻ നിളയുടെ തീരത്തെ മറ്റൊരു പ്രശസ്തനാണ്. അറുപതുകളിൽ മലയാളകവിതയിൽ രൂപപ്പെട്ട ആധുനികത കാല്പനികതയുടെ നിരാകരണമായിരുന്നു. നേർത്ത നവകാല്പനിക ഭാവുകത്വത്തെ നിശിതമായി വിമർശിക്കുന്ന ഒരു പരുക്കൻ ഭാവുകത്വം ഇതിന്റെ ഫലമായി രൂപപ്പെട്ടു. ഇതേത്തുടർന്നു രൂപപ്പെട്ട നവഭാവുകത്വമാണ് ആധുനികോത്തരതയായി വിലയിരുത്തപ്പെടുന്നത്. പ്രകൃത്യാരാധകനായ ഒരു കവിയുടെ ആത്മസൗന്ദര്യം അദ്ദേഹത്തിന്റെ കാവ്യങ്ങളുടെ മുഖമുദ്രയത്രേ. 'കാഴ്ചയുടെ ശീലങ്ങൾ നമ്മെ തളച്ചിരിക്കുന്നത് മയക്കത്തിലും ആലസ്യത്തിലുമാണെന്ന് ഓർമ്മപ്പെടുത്തുന്നതോടൊപ്പം പാളം തെറ്റിയോടുന്ന കാഴ്ച കണ്ടെടുക്കുന്ന പ്രകൃതവും സൂക്ഷ്മവുമായ മറുലോകങ്ങളുണ്ടെന്നും സൂചിപ്പിക്കുന്ന കവിതകളാണ് പി പി രാമചന്ദ്രന്റേ'തെന്ന് ഇ വി രാമകൃഷ്ണൻ പറയുന്നുണ്ട്. "കവിതയിലെ ഇന്ന ഭാഗത്ത് ഒരു പടം നട്ടാൽ ഇന്ന ഭാഗത്ത് അത് കണിയായി വളരും എന്ന ബോധമുന്നറിവോടെ വാക്കുകളെ നെയ്തുചേർക്കുന്ന കലയാണ് രാമചന്ദ്രന്റെ കാവ്യകല" എന്ന് കെ സി നാരായണൻ വിലയിരുത്തുന്നു.

പി പി രാമചന്ദ്രൻ

'ഉത്തരകാലം', 'ലോപസന്ധി', 'മാമ്പഴക്കാലം', 'തെങ്ങുമൊഴി', 'കത്തി', 'വിട', 'ജലസ്തംഭം', 'ഇടശ്ശേരിപ്പാലം', 'പാലംകടക്കുവോളം', 'അച്ഛനുംമകനും', 'പട്ടാമ്പിപ്പുഴമണലിൽ', 'കാറ്റേകടലേ', 'പൊരുൾ', 'കാണെക്കാണെ', 'കാഴ്ച', 'വടക്കുംനാഥൻ', 'ലളിതം' തുടങ്ങി മലയാളി മനസ്സിന് മറക്കാനാവാത്ത നിരവധി കവിതകൾ ആദ്ദേഹം സമ്മാനിച്ചി

ട്ടുണ്ട്. *കാണെക്കാണെ, രണ്ടായ് മുറിച്ചത്, കലംകാരി, കാറ്റേ കടലേ, പി പി രാമചന്ദ്രന്റെ കവിതകൾ* (കവിതാസമാഹാരങ്ങൾ), *പാതാളം, പൂച്ചകുറിഞ്ഞാരും അഞ്ചുമക്കളും, പൂതപ്പാട്ട് പുനരാഖ്യാനം, മരക്കുതിര* (ബാലസാഹിത്യം) എന്നിവ പ്രധാനകൃതികൾ. കേരള സാഹിത്യഅക്കാദമി അവാർഡ്, പി കുഞ്ഞിരാമൻ നായർ, വി ടി കുമാരൻ, ചെറുകാട്, കുഞ്ചുപിള്ള, ചങ്ങമ്പുഴ, വി കെ ഉണ്ണികൃഷ്ണൻ എന്നിവരുടെ ഓർമ്മയ്ക്കായി ഏർപ്പെടുത്തിയ കവിതാപുരസ്കാരങ്ങൾ, ബാലസാഹിത്യ ഇൻസ്റ്റിട്യൂട്ടിന്റെ ബാലസാഹിത്യ പുരസ്കാരം എന്നിവ ലഭിച്ചിട്ടുണ്ട്.

ആധുനികതയുടെ ഓരംചാരിനിന്ന്, അസ്തിത്വ ദുഃഖത്തിന്റെ ജഢബോധത്തിലേക്ക് വഴുതിവീഴാതെ ഭൂതകാലശൈലിയിൽനിന്ന് വ്യത്യസ്തമായ ഒരു സ്വത്വത്തിന്റെ ഉടമയായി വളർന്ന കവിയും പ്രബന്ധകാരനും അദ്ധ്യാപകനും പരിഭാഷകനുമായ ദേശമംഗലം രാമകൃഷ്ണൻ പേരാറിന്റെ പുത്രനാണ്. സങ്കീർണ്ണമായ ആധുനിക ജീവിതത്തിന്റെ സൂക്ഷ്മനാളങ്ങൾ തേടിയുള്ള അദ്ദേഹത്തിന്റെ കാവ്യയാത്രയ്ക്ക് പഠനാനുഭങ്ങളിലൂടെ രൂപം സ്വകീയ വീക്ഷണത്തിന്റെ വെളിച്ചവും നാടൻശീലുകളിലും നാടൻ പദങ്ങളിലും ഭാവസൗന്ദര്യം കണ്ടെത്താനുള്ള പാടവവും നാട്ടുതനിമയും കൂട്ടുള്ളതായി കാണാം.

'ദേശമംഗലത്തിന്റെ കവിതയിൽ രണ്ടു ഭൂപ്രകൃതികളുണ്ട്, നാടോടിത്തത്തിന്റെയും നാഗരികത്വത്തിന്റെയും പ്രകൃതികൾ. അവയിൽ അവതമ്മിലുള്ള സംഘർഷ സംയോഗങ്ങൾക്കിടയിലും ഗ്രാമീണനും പുറമ്പോക്കുകാരനും ഏകാകിയും നിസ്സഹായനും നഗര നാടോടിയുമൊക്കെയായ ഒരു കാവ്യവിഷയി പ്രത്യക്ഷപ്പെടുന്നു. അയാളുടെ വികാരത്തിന്റെയും വിചാരത്തിന്റെയും സഞ്ചാരത്തിന്റെയും ഭൂപടമായി ദേശമംഗലത്തിന്റെ കാവ്യലോകത്തെ കാണാം' എന്നാണ് പി കെ രാജശേഖരൻ അഭിപ്രായപ്പെടുന്നത്.

'കൃഷ്ണപക്ഷം', 'വിട്ടുപോയ വാക്കുകൾ', 'കാണാതായകുട്ടികൾ', 'കൊടിമരം', 'താത രാമായണം', 'ചിതൽവരും കാലം', 'മറവി എഴുതിയത്', 'വിചാരിച്ചതല്ല', 'എത്ര യാദൃച്ഛികം', 'കരോൾ', 'ബധിരനാഥന്മാർ', 'എന്റെ കവിത', 'ഇന്ത്യാഗേറ്റ്' (കവിതകൾ) *കവിയുടെ കലാതന്ത്രം, വഴി പാടും പുതുവഴിയും, നിരണം പാട്ടുകവിതകൾ, എൻ എൻ കക്കാട്, വി സി ബാലകൃഷ്ണപ്പണിക്കർ* (ലേഖനങ്ങൾ) എന്നിവ പ്രധാന കൃതികൾ. ഒട്ടേറെ മറുഭാഷാകൃതികൾ വിവർത്തനം ചെയ്തിട്ടുണ്ട്.

ദേശമംഗലം രാമകൃഷ്ണൻ

വ്യക്തിപരമായ അനുഭവങ്ങളും സാമൂഹിക പ്രശ്നങ്ങളും തന്റെ കവിതകൾക്ക് വിഷയമാക്കിക്കൊണ്ട് സ്വതന്ത്രമായ ഒരു കവണശൈലി രൂപപ്പെടുത്തി എടുത്ത കവിയും ഡൽഹി യൂണിവേഴ്സിറ്റിയിലെ മലയാളവിഭാഗം അദ്ധ്യക്ഷനായിരുന്ന ഒ എം അനുജൻ നിളാതീരത്തെ വെള്ളിനേഴിയുടെ മകനാണ്. കേവല വികാരപ്രകടനങ്ങൾക്കപ്പുറത്ത് ചിന്തോദ്ദീപകമായ ആശയങ്ങളുടെ കരുത്തിൽ പാവപ്പെട്ടവന്റെ വേദന മൂർത്തമായി അവതരിപ്പിക്കാനും ധനാധിപത്യത്തിന്റെ ക്രൂരത തുറന്നുകാണിക്കാനും അദ്ദേഹം ശ്രദ്ധാലുവായിരുന്നു. *മലയാളച്ചി, ചില്ലുവാതിൽ, മുകുളം, വൈശാഖം, അക്ത്രേയർ, സൃഷ്ടി, ചിറകടി, നഗരശില്പികൾ, ജീവിതകാവ്യം, മധുവും രമയും രാജാവും* എന്നീ കൃതികളുടെ രചയിതാവായ അനുജൻ സ്നേഹത്തിന്റെയും, ജീവിതോല്ക്കർഷത്തിന്റെയും ഉദ്ഗായകനാണ്.

പ്രകൃതിയും മനുഷ്യനും തമ്മിലുള്ള ബന്ധം തീവ്രമായ അനുഭൂതിയാക്കിമാറ്റുന്ന, നിഷ്കപടമായ മനുഷ്യസ്നേഹത്തിന്റെ ചന്ദ്രപ്രഭ കവിതകളുടെ മുഖശോഭയാക്കുന്ന കരിമ്പുഴ രാമചന്ദ്രൻ മറ്റൊരു ഭാരതപ്പുഴ നിവാസിയത്രേ. *ശ്ലോകക്കച്ചേരി, തായമ്പക* എന്നിവയാണ് കവിതാസമാഹാരങ്ങൾ.

ദാർശനികമായ ആന്തരഗൗരവവും അസാമാന്യമായ ഉടലൊതുക്കവും പ്രദർശിപ്പിച്ച് ശരത്ക്കാല മന്ദമാരുതന്റെ സുഖോഷ്മളമായ സ്പർശവും പരിണാമ മധുരമായ പക്വതയും സ്വന്തം കവിതയിലൂടെ മലയാളിക്ക് നിവേദിച്ച പുലാക്കാട്ട് രവീന്ദ്രനും നിളയുടെ പുത്രനാണ്. സാമൂഹിക പരിവർത്തനത്തിനുതകുന്ന ആശയങ്ങൾ സൂക്ഷ്മബോധത്തോടെ തന്റെ കവിതയുടെ ലാവണ്യസുഭഗമായ അന്തഃസക്തിയും ആന്തരിക സൗഭാഗവുമാക്കാൻ അദ്ദേഹം പ്രത്യേകം ശ്രദ്ധിച്ചു. സമൂഹത്തിന്റെ അന്തസ്താപത്താൻ മനമുരുകുമ്പോഴും ആ വേദന സമചിത്തതയോടെയും മൂല്യവിവേകത്തോടെയും അവതരിപ്പിക്കാൻ അദ്ദേഹത്തിന് കഴിഞ്ഞു. *സ്വക്ഷേത്രം, ഇളവെയിലുകൾ, പ്രവാസം, നക്ഷത്രപരാഗം, ഗരുഡദ്ധ്വനി, പുലാക്കാട്ട് രവീന്ദ്രന്റെ കവിതകൾ* എന്നിവയാണ് കൃതികൾ. 1990 ലെ കവിതയ്ക്കുള്ള കേരള സാഹിത്യഅക്കാദമി പുരസ്കാരം നേടിയിട്ടുണ്ട്.

പ്രശസ്തനായ പത്രപ്രവർത്തകനായിരുന്നു സി പി രാമചന്ദ്രൻ ഭാരതപ്പുഴയുടെ തീരം ഭാരതത്തിന് സംഭാവന ചെയ്ത പ്രമുഖരിൽ ഒരാളാണ്. വിക്ടോറിയ കോളേജിൽ പഠിച്ചു. പട്ടാളത്തിൽ ചേർന്നെങ്കിലും റോയൽ ഇന്ത്യൻ നേവിയിൽ കലാപമുണ്ടായപ്പോൾ അതിൽ ചേർന്നു എന്ന കുറ്റം ചുമത്തി അവിടെനിന്ന് പുറത്താക്കി. കമ്യൂണിസ്റ്റ് പാർട്ടി പ്രവർത്തനത്തെത്തുടർന്ന് അറസ്റ്റിലായി. പാർട്ടിയുടെ നിരോധനം നീക്കിയ സമയത്ത് ജയിലിൽനിന്ന് വന്നു.

ഇ എം എസിന്റെ നിർദ്ദേശാനുസരണം ന്യൂ ഏജിൽ ചേർന്നുപ്രവർത്തിച്ചു. പിന്നീട് *ശങ്കേഴ്സ്* വീക്കിലിയിൽ ചേർന്നു. അഗസ്ത്യൻ എന്ന

പേരിൽ പാർട്ടിയെ വിമർശിച്ചെഴുതി. *ഹിന്ദുസ്ഥാൻ ടൈംസി*ന്റെ പാർലമെന്റ് കറസ്പോണ്ടന്റായി പ്രവർത്തിച്ചു. അദ്ദേഹത്തിന്റെ 'പാർലമെന്റ് ലാസ്റ്റ് വീക്ക്' എന്ന കോളം പ്രസിദ്ധമായിരുന്നു. നെഹ്റു, വി കെ കൃഷ്ണമേനോൻ, രാംമനോഹർ ലോഹ്യ എന്നിവരുമായി അടുത്ത ബന്ധമുണ്ടായിരുന്നു. 1986 ൽ ഡെപ്യൂട്ടി എഡിറ്ററായി വിരമിച്ചു. പാലക്കാട്ടെ പറളിയിലേക്ക് മടങ്ങി. പ്രമുഖ നിരൂപകൻ രഘുനാഥ് പറളി എഡിറ്റ് ചെയ്ത കേരള പ്രസ് അക്കാദമി പ്രസിദ്ധീകരിച്ച *സി പി രാമചന്ദ്രൻ സംഭാഷണം, സ്മരണ, ലേഖനം* എന്ന പുസ്തകം സി പി രാമചന്ദ്രനെക്കുറിച്ച് സമഗ്രചിത്രം നല്കുന്നു. പ്രസിദ്ധ നാടകഅഭിനേത്രി ജയബാല വൈദ്യ ആയിരുന്നു ഭാര്യ.

പ്രസിദ്ധ പത്ര, മാധ്യമ പ്രവർത്തകനും എഴുത്തുകാരനുമായ വി കെ മാധവൻകുട്ടി ഭാരതപ്പുഴയുടെ തീരത്തുള്ള പരുത്തിപ്പുള്ളി ഗ്രാമത്തിന്റെ സന്തതിയാണ്. ഡൽഹിയിൽ *മാതൃഭൂമി*യുടെ പ്രതിനിധി, *മാതൃഭൂമി* പത്രാധിപർ, ഏഷ്യാനെറ്റിൽ ഡയറക്ടർ, ചീഫ് കറസ്പോണ്ടന്റ് എന്നീ നിലകളിൽ സേവനമനുഷ്ഠിച്ചിരുന്ന അദ്ദേഹം *സൺഡേ, ടൈംസ് ഓഫ് ഇന്ത്യ* എന്നീ പത്രങ്ങളിൽ ലേഖനങ്ങൾ എഴുതിയിരുന്നു. കേരള, കേന്ദ്രഗവൺമെന്റുകളുടെ ഫിലിം ജൂറി അംഗമായിരുന്നു.

പത്രപ്രവർത്തനം ഒരു യാത്ര, അപകടം എന്റെ സഹയാത്രികൻ (ആക്സിഡന്റ്, മൈ കമ്പാനിയൻ 1975), *വി കെ കൃഷ്ണമേനോൻ എ ബയോഗ്രഫി* (ഇംഗ്ലീഷ്), *വി കെ കൃഷ്ണമേനോൻ* (ജീവചരിത്രം), *ഓർമ്മകളുടെ വിരുന്ന്* (ആത്മകഥാസ്വഭാവമുള്ള കാല്പനിക കഥ), *ദി വില്ലേജ് ബിഫോർ ടൈം* (ഇംഗ്ലീഷ്), *ഒരു മലയാളി പത്രപ്രവർത്തകന്റെ ഓർമ്മക്കുറിപ്പുകൾ, നിഴൽപോലെ അവൾ വീണ്ടും, ഓർത്തുചൊല്ലാൻ, അശ്രീകരം* (നോവൽ), *ദി അൺസ്പോക്കൺകോഴ്സ്* (ഇംഗ്ലീഷ്) എന്നിങ്ങനെ ഇംഗ്ലീഷിലും മലയാളത്തിലുമായി പതിനൊന്ന് കൃതികൾ രചിച്ചിട്ടുണ്ട്. വി കെ കൃഷ്ണമേനോൻ (ജീവചരിത്രം) എന്ന കൃതിക്ക് സോവിയറ്റ് ലാൻഡ് അവാർഡും പത്രപ്രവർത്തനം ഒരു യാത്രയ്ക്ക് പുത്തേഴൻ അവാർഡും 1992 ൽ കേരള സാഹിത്യ അക്കാദമി അവാർഡും കിട്ടിയിട്ടുണ്ട്.

ബുദ്ധിജീവിയുടെ മാന്യപദവിയിൽനിന്ന് സാഹിത്യകൃതികൾ പരിശോധിച്ചു ആഴത്തിലും മൂർത്തമായും തന്റെ ആശയങ്ങൾ അവതരിപ്പിക്കുന്ന അദ്ധ്യാപകനും ചരിത്രകാരനും നിരൂപകനുമായ ഡോക്ടർ എം ഗംഗാധരനും ഭാരതപ്പുഴ സമ്മാനിച്ച എഴുത്തുകാരനാണ്. സാമൂഹിക വീക്ഷണത്തിന്റെ നേരിയ പരിവേഷം ചാർത്തി ശുദ്ധകലയുടെ പൊലിമയിൽ വിഹരിക്കാനുള്ള കാവ്യബോധം പ്രകടമാക്കുന്നവയാണ് അദ്ദേഹത്തിന്റെ രചനകൾ. *ബോധത്തിലെ പടുകുഴികൾ, അന്വേഷണം ആസ്വാദനം, ഗാന്ധി ഒരന്വേഷണം, ഉണർവ്വിന്റെ ലഹരിയിലേക്ക്, മാപ്പിള പഠനങ്ങൾ, വാണിജ്യകേരളം* എന്നിവയാണ് പ്രസിദ്ധീകൃത പുസ്തകങ്ങൾ.

ഭാഷാ സാഹിത്യ പഠനങ്ങൾ അവതരിപ്പിച്ചതിനോടൊപ്പം ആട്ടക്കഥ, കഥകളിരംഗത്ത് കൂടുതൽ ശ്രദ്ധപതിപ്പിച്ച പ്രൊഫ. വി വിജയൻ പ്രശസ്തനായ അദ്ധ്യാപകനും പ്രഭാഷകനുമായിരുന്നു. അദ്ദേഹത്തിന്റെ തെരഞ്ഞെടുത്ത ആട്ടക്കഥകളുടെ സമാഹാരമായ *കളിവിളക്ക്* ആട്ടക്കഥാ സാഹിത്യരൂപം എന്നതിലുപരി അതിന്റെ രംഗപാഠത്തെ സംബന്ധിച്ച് സാധാരണ കണ്ടുവരുന്ന ഔചിത്യദോഷങ്ങളെക്കൂടി പ്രതിപാദിക്കുന്നു. *വീണപൂവ്, അദ്ധ്യാത്മരാമായണം* (പഠനങ്ങൾ), *മണികണ്ഠവിജയം, കളിവിളക്ക്* (ആട്ടക്കഥകൾ) തുടങ്ങിയ കൃതികളുടെ രചയിതാവാണ്.

അദ്ധ്യാപകനും പ്രഭാഷകനും നിരൂപകനും സംഘാടകനായ പ്രൊഫ. എം എം നാരായണൻ പേരാറിന്റെ കരയായ ത്രാങ്ങാലിയിൽ ജനിക്കുകയും പൊന്നാനിയിൽ സ്ഥിരതാമസമാക്കുകയും ചെയ്ത പുരോഗമനകലാസാഹിത്യസംഘത്തിന്റെ നേതാവു കൂടിയാണ്. സാമ്പ്രദായിക നിരൂപണ പദ്ധതിയിൽനിന്ന് വ്യതിരിക്തമായ സമീപനം കാത്തുസൂക്ഷിക്കുന്ന അദ്ദേഹം പ്രക്ഷുബ്ധവും ക്ഷണപരിണാമിയുമായ കാലത്തിന്റെ ആത്മസ്പന്ദനങ്ങൾ അറിയാൻ ബാദ്ധ്യസ്ഥനാണ് എഴുത്തുകാരൻ എന്ന് വിശ്വസിക്കുന്നു. സാമ്പ്രദായിക ഭാവുകത്വത്തിന്റെ തടവറയിൽനിന്ന് മോചിതമായ ക്രിയാത്മകമായ ഉണർവ്വിന്റെ പ്രത്യക്ഷീകരണങ്ങളാണ് അദ്ദേഹത്തിന്റെ കൃതികൾ. സാഹിത്യത്തെ കേവലമായ ആത്മപ്രകാശനമായിട്ടല്ല, മറിച്ചു സാഹിത്യകാരനും സമൂഹവും തമ്മിലുള്ള വൈകാരികവും വൈചാരികവുമായ ഹൃദയസംവാദമായാണ് അദ്ദേഹം കാണുന്നത്. *വാൽക്കണ്ണാടിയും പുകക്കുഴലും, പ്രതിവാദങ്ങൾ, ഇ എം എസ് സംവാദങ്ങൾ, പുരോഗമന സാഹിത്യവും കേരളവും, കലയും രാഷ്ട്രീയവും കവിതയിൽ* എന്നിവ പ്രധാനകൃതികൾ.

പ്രശസ്ത എഴുത്തുകാരനും പത്രാധിപരും സാഹിത്യ നിരൂപകനുമായ കെ സി നാരായണൻ നിളാതീരത്തുള്ള ശ്രീകൃഷ്ണപുരത്താണ് ജനിച്ചുവളർന്നത്. പല ദിനപ്പത്രങ്ങളിലും മാസികകളിലും പ്രവർത്തിച്ചിട്ടുണ്ട്. *ഭാഷാപോഷിണി*യുടെ പത്രാധിപരെന്ന നിലയിലും *മനോരമ ഇയർബുക്ക്* സംയോജകൻ എന്ന നിലയിലുമുള്ള പ്രവർത്തനങ്ങൾ ഏറെ പ്രകീർത്തിക്കപ്പെട്ടതാണ്. അധികാര രാഷ്ട്രീയത്തിന്റെ സാംസ്കാരിക മനസ്സു തുറന്നുകാണിക്കുന്ന *മലയാളികളുടെ രാത്രികൾ* എന്ന ലേഖന സമാഹാരത്തിലൂടെ മലയാളത്തനിമയുടെ അടിസ്ഥാനഘടകങ്ങളുടെ അന്വേഷണം നമുക്ക് കാണാം. *മലയാളിയുടെ രാത്രികൾ, ബലിയ പാലിന്റെ പാഠങ്ങൾ* എന്നിവയാണ് പ്രധാന കൃതികൾ. കേരള സാഹിത്യഅക്കാദമി പുരസ്കാരം, മികച്ച മാധ്യമ പ്രവർത്തനത്തിനുള്ള കോമൺവെൽത്ത് ഫെലോഷിപ്പ് എന്നിവ ലഭിച്ചിട്ടുണ്ട്.

നിരൂപകൻ, ചിന്തകൻ, യാത്രികൻ, പ്രഭാഷകൻ എന്നീ നിലകളിൽ മലയാളികൾക്ക് സുപരിചിതനായ ശ്രീ. ആഷാമേനോൻ (കെ ശ്രീകുമാർ) ഭാരതപ്പുഴയുടെ മറ്റൊരു പ്രശസ്ത പുത്രനാണ്. സാഹിത്യകുതുകികളെ അമ്പരപ്പിക്കുന്ന തീക്ഷ്ണവും തീവ്രവുമായ ഭാവുകത്വമാറ്റം കൊണ്ടു

വന്ന ആധുനികതയുടെ കാലഘട്ടത്തിൽ പുതിയ കൃതികളുടെ ഭാവുകത്വരഹസ്യങ്ങൾ വിശദീകരിക്കാൻ പരമ്പരാഗത വിമർശനത്തിന്റെ ഭാഷയും പണിയായുധങ്ങളും പോരാതെ വന്നപ്പോൾ പുതിയ ഭാഷയും സംവേദനരീതികളും ഉപയോഗിച്ച് വിമർശനരംഗത്ത് ചിരപ്രതിഷ്ഠ നേടിയ നിരൂപകനാണ് ആഷാമേനോൻ. സൗന്ദര്യപക്ഷത്ത് ഉറച്ചു നിന്നുകൊണ്ട് കൃതിയുടെ ഉള്ളിലേക്ക് ആസ്വാദകർ നടത്തുന്ന തീർത്ഥാടനങ്ങളായിരുന്നു അദ്ദേഹത്തിന്റെ രചനകൾ. അദ്ദേഹം അവതരിപ്പിക്കുന്ന വിചാരലോകത്തിനു മാന്ത്രികമായ വശ്യതയുണ്ട്. എല്ലാവർക്കും വേണ്ടിയല്ല ഞാൻ എഴുതുന്നത് എന്ന് ധൈര്യപൂർവ്വം സമ്മതിക്കുന്ന ആഷാമേനോൻ ചിലർക്ക് വേണ്ടിയാണ് എഴുതുന്നതെന്ന് കൃതാർത്ഥനാവുകയും ചെയ്യുന്നുണ്ട്.

ആധുനിക സാഹിത്യത്തിന്റെ ദർശനവും സൗന്ദര്യശാസ്ത്രവും വിശദീകരിക്കുന്ന നവീനഭാവുകത്വം പ്രകടമാക്കുന്ന നിരൂപണങ്ങളിലൂടെയാണ് ആഷാമേനോൻ ശ്രദ്ധേയനായത്. പ്രകൃതിയിലേക്കും മനുഷ്യനിലേക്കുമുള്ള ശാന്തമായ ഒരു അന്വേഷണം എന്നു വിശേഷിപ്പിക്കാവുന്ന യാത്രാക്കുറിപ്പുകളും സാഹിത്യത്തിന്റേയും സംഗീതത്തിന്റേയും ശാസ്ത്രത്തിന്റേയും ആത്മീയതയുടേയും സാകല്യമായി അനുഭവപ്പെടുന്ന ഒരുതരം പാരിസ്ഥിതികാവബോധം വെളിവാക്കിത്തരുന്ന പഠനങ്ങളുമാണ് ആഷാമേനോന്റേത്. കസാന്ത്സാക്കീസ്, ഖലീൽ ജിബ്രാൽ, ഒ വി വിജയൻ, ആനന്ദ് എന്നിവരെക്കുറിച്ചു ശ്രദ്ധേയമായ പഠനങ്ങൾ അവതരിപ്പിച്ചിട്ടുണ്ട്.

നവഭാവുകത്വത്തിന്റെ വക്താവെന്ന നിലയിൽ ദുരൂഹമായ ആശയങ്ങൾ പോലും പുതുതലമുറയുടെ കലങ്ങിമറിഞ്ഞ പ്രജ്ഞയിൽ പുതുബോധത്തിന്റെ തീർത്ഥകണങ്ങൾ തെളിക്കാനായി അദ്ദേഹം നിരന്തരം പരിശ്രമിച്ചുകൊണ്ടേയിരിക്കുന്നു. പുതുമയും ആവേശവും ദർശനപരമായ ഭാരവുമുള്ള ലേഖനങ്ങളാൽ വായനക്കാരന്റെ ചിന്താമണ്ഡലത്തിൽ വിസ്ഫോടനങ്ങൾ സൃഷ്ടിക്കാൻ കഴിയുന്ന അപൂർവ്വം നിരൂപരിൽ ഒരാളാണദ്ദേഹം.

പുതിയ പുരുഷാർത്ഥങ്ങൾ, കലിയുഗാരണ്യകങ്ങൾ, പരിവ്രാജകന്റെ മൊഴി, പ്രതിരോധങ്ങൾ, ഹെർബേറിയം, തനുമാനസി, ജീവന്റെ കൈയൊപ്പ്, അടരുന്ന കക്കകൾ, പരാഗ കോശങ്ങൾ, പയസ്വിനി, കൃഷ്ണശിലയും ഹിമശിരസ്സും, ഖാൽസയുടെ ജലസ്മൃതി, ശ്രാദ്ധസ്വരങ്ങൾ, ഇലമുളച്ചികൾ, ഓഷോവിന്റെ നീലഞരമ്പ്, നാദതനുമനിശം, ഹിമാചലിന്റെ നിസ്സാന്ത്വനങ്ങൾ എന്നിവയാണ് കൃതികൾ. കേരള സാഹിത്യ അക്കാദമി അവാർഡ് കരസ്ഥമാക്കിയിട്ടുണ്ട്.

പ്രശസ്ത മലയാള സാഹിത്യനിരൂപകനും ചലച്ചിത്രസംവിധായകനും പ്രഭാഷകനും അദ്ധ്യാപകനുമായ ഡോക്ടർ വി രാജാകൃഷ്ണൻ നിളാതീരത്തെ ആലത്തൂരിൽ ജനിച്ച എഴുത്തുകാരനാണ്.

തിരുവനന്തപുരത്ത് വിദ്യാഭ്യാസം പൂർത്തിയാക്കി. 35 വർഷക്കാലം

കേരള സർവ്വകലാശാലയുടെ ഇംഗ്ലീഷ് വിഭാഗത്തിൽ അദ്ധ്യാപകനായിരുന്നു. അമേരിക്കൻ ഗവൺമെന്റിന്റെ ഫുൾബ്രൈറ്റ് സ്കോളർഷിപ്പ്, യു ജി സിയുടെ മേജർ റിസർച്ച് പ്രോജക്ട് ഗ്രാന്റ്, സിംലയിലുള്ള ഇന്ത്യൻ ഇൻസ്റ്റിറ്റ്യൂട്ട് ഒഫ് അഡ്വാൻസ്ഡ് സ്റ്റഡിയുടെ വക അസോസിയേറ്റ്ഷിപ്പ് എന്നിവ നേടി. നാഷണൽ ഫിലിം അവാർഡ്സ് ജൂറി അംഗമായിരുന്നു.

ആത്മനിഷ്ഠവും അന്തർമ്മുഖവുമായ വിമർശന സമീപനം കാത്തുസൂക്ഷിക്കുന്ന രാജാകൃഷ്ണൻ കാല്പനിക സൗകുമാര്യത്തിൽ നിഷേധാത്മക ജീവിതത്തിന്റെ ദുരന്തം കണ്ടെത്തുന്നതിൽ ഏറെ കൗതുകം കാണുന്നു. എഴുത്തുകാരന്റെ ആത്മഭാഷിതമായി കലാസൃഷ്ടികൾ നോക്കിക്കാണാനാണ് അദ്ദേഹത്തിന് ഇഷ്ടം.

മൗനംതേടുന്ന വാക്ക്, രോഗത്തിന്റെ പൂക്കൾ, ആൾ ഒഴിഞ്ഞ അരങ്ങ്, കാഴ്ചയുടെ അശാന്തി, നഗരവും കാഥികഭാവനയും, ഭ്രഷ്ടിന്റെ നാനാർത്ഥങ്ങൾ, എന്റെ രാഷ്ട്രീയ ലേഖനങ്ങൾ, ശ്രാദ്ധം, ചെറുകഥയുടെ ഛന്ദസ്സ്, കഥയുടെ തീക്ഷ്ണമുഹൂർത്തങ്ങൾ, നഗ്നയാമിനികൾ, ചുഴികൾ ചിപ്പികൾ, മറുതിര കാത്തുനിന്നപ്പോൾ, കഥ 2013 എന്നിവയാണ് പ്രധാന കൃതികൾ.

മലയാളസാഹിത്യത്തിൽനിന്നും, ഇന്ത്യൻ സാഹിത്യത്തിൽനിന്നും യൂറോപ്യൻ സാഹിത്യത്തിൽനിന്നും ഉദാഹരണങ്ങളും മാതൃകകളും നിരത്തിക്കൊണ്ട് നോവൽ എന്ന സാഹിത്യരൂപത്തിന്റെ ഭിന്നമുഖങ്ങൾ അപഗ്രഥിക്കാൻ ശ്രമിക്കുന്ന സൗന്ദര്യശാസ്ത്ര പഠനഗ്രന്ഥമായ *മറുതിര കാത്തുനിന്നപ്പോൾ* എന്ന കൃതിക്ക് കേരള സാഹിത്യഅക്കാദമി പുരസ്കാരം ലഭിച്ചിരുന്നു.

കാഴ്ചയുടെ അശാന്തി എന്ന കൃതി 1987 ലെ ഏറ്റവും മികച്ച ചലച്ചിത്രഗ്രന്ഥത്തിനുള്ള ദേശീയ സംസ്ഥാന അവാർഡുകൾ നേടി. *നഗ്നയാമിനികൾക്ക്* കേരള സാഹിത്യ അക്കാദമിയുടെ വിലാസിനി പുരസ്കാരം ലഭിച്ചു. *ശ്രാദ്ധം* എന്ന ഫീച്ചർഫിലിം മികച്ച കന്നിച്ചിത്രത്തിനുള്ള സംസ്ഥാന അവാർഡും, സ്വാതി ജനകീയ അവാർഡും നേടി. *പങ്കായം* എന്ന ടെലിഫിലിം ഒരു റീജിയനിൽ ടെലിഫിലിം ഫെസ്റ്റിവലിൽ സംവിധാനത്തിനുള്ള സ്പെഷ്യൽ ജൂറി പ്രൈസ് അടക്കം നാല് അവാർഡുകൾ നേടി.

സ്വയം സൃഷ്ടിച്ച വാല്മീകത്തിൽനിന്ന് മുളപൊട്ടിയ ആത്മീയതയുടെ തേജസ്സുകൊണ്ട് പവിത്രമായ ഒട്ടേറെ കവിതകൾ കൈരളിക്ക് സമ്മാനിച്ച ഒ വി ഉഷ ഭാരതപ്പുഴയുടെ തീരം സമ്മാനിച്ച മറ്റൊരു പ്രശസ്തയാണ്. പ്രീഡിഗ്രി കഴിഞ്ഞ് ജ്യേഷ്ഠൻ ഒ വി വിജയനോടൊപ്പം ദില്ലിയിൽ താമസമാക്കി. ദില്ലി യൂണിവേഴ്സിറ്റിയിൽനിന്ന് ബിരുദവും ബിരുദാനന്തര ബിരുദവും നേടി. ദില്ലിയിലെ ഇൻസ്റ്റിറ്റ്യൂട്ട് ഓഫ് മാസ് കമ്യൂണിക്കേഷൻസിൽ ഹ്രസ്വകാലം റിസർച്ച് അസിസ്റ്റന്റായിരുന്നു. പിന്നെ ടാറ്റാ മക്ഗ്രോഹിൽ ബുക്ക് കമ്പനിയിൽ എഡിറ്റോറിയൽ അസിസ്റ്റന്റായി. തുടർന്ന് വികാസ് പബ്ലിഷിങ് ഹൗസിൽ സീനിയർ എഡിറ്റോറിയൽ അസിസ്റ്റന്റ്, അസിസ്റ്റന്റ് എഡിറ്റർ, അസോസിയേറ്റ് എഡിറ്റർ,

ഒ വി ഉഷ

എഡിറ്റർ എന്നീ നിലകളിൽ ജോലി ചെയ്തു. പിന്നീട് മഹാത്മാഗാന്ധി സർവ്വകലാശാലയിൽ ഡയറക്ടർ ഓഫ് പബ്ലിക്കേഷൻസ്, ശാന്തിഗിരി റിസേർച്ച് ഫൗണ്ടേഷനിൽ എഡിറ്റർ ആയും പ്രവർത്തിച്ചു. കവിതകൾക്കു പുറമെ ചലച്ചിത്രങ്ങൾക്കു ഗാനങ്ങളും രചിച്ചിട്ടുണ്ട്. ആനുകാലികങ്ങളിൽ കവിതയും കഥയും ലേഖനങ്ങളുമെഴുതാറുണ്ട്.

ബൗദ്ധികത വെടിഞ്ഞ് ആത്മീയതയിലേക്ക് ആഴ്ന്നിറങ്ങുന്ന സൗമ്യമനസ്സിന്റെ പ്രകാശരേഖകളാണ് ഉഷയുടെ കവിതകൾ. പ്രണയം ആറിത്തണുക്കാത്ത കനലായി ഈ കവിതകളിൽ തിളങ്ങുന്നുണ്ട്. സാഫല്യം അന്യമാകുന്ന ജീവിതഗതിയിൽ സമാഗമം, നിരാസം, വിരഹം എന്നിവയിലൂടെ പ്രണയം മഴവില്ലുപോലെ ക്ഷണികമാവുന്നത് ഉഷയുടെ കവിതകളുടെ പ്രത്യേകതയാണ്. രാഗപാത്രമാവുന്ന ഉയിരിന്റെ കുളിർമ്മയാർന്ന പെയ്ത്തുകളായി ഈ കവിതകൾ മാറുന്നു.

"ഇല്ല പരിചയമല്പവും കണ്ട-
തല്ലിന്നേവരെയിന്നു കണ്ടതാണാദ്യമായ്
എങ്കിലും നന്നേ ചുവക്കുന്നു വാനിടം എങ്കിലും വെട്ടം നിറയുന്നു ചുറ്റിലും" എന്നും

"ജീവിതമിതുതാനസ്ഥിരമധുരമിതത്ഭുതമല്ലോ
എത്രമനോഹരമെത്രഭയാനകമെന്റെ സുഹൃത്തേ
നിൻപ്രേമത്തിൻതാമരയിതളിൽ" എന്നും

"ആ ഹൃദയത്തിന്നൊരമ്മയായി ഞാൻ ജീവിക്കു-
കിലീരാമഗിരിയുമെൻ പുണ്യമാമനുഭവം"

എന്നും ഉഷ പാടുമ്പോൾ പ്രണയവും വിരഹവും നമ്മെ വേട്ടയാടുന്നു.

ധ്യാനം, ഒടച്ചുവട്, സ്നേഹഗീതങ്ങൾ, അഗ്നിമിത്രനൊരു കുറിപ്പ് *എന്നിവ പ്രധാന കവിതാസമാഹാരങ്ങൾ. കാറ്റിനിലെ വരും ഗീതം, നിശ്ശബ്ദതയുടെ സൗഖ്യം, എന്തായിരുന്നു പേര്* (കുറിപ്പുകൾ), *ഷാഹിദ്നാമ* (നോവൽ), *നിലംതൊടാമണ്ണ്* (കഥകൾ) ഇവയാണ് മറ്റുകൃതികൾ.

കേരള സാഹിത്യ അക്കാദമിയുടെ സമഗ്ര സംഭാവനയ്ക്കുള്ള പുരസ്കാരം, മികച്ച ഗാനരചയിതാവിനുള്ള കേരളസംസ്ഥാന ചലച്ചിത്ര പുരസ്കാരം എന്നിവ ലഭിച്ചിട്ടുണ്ട്.

വള്ളുവനാട് താലൂക്കിലെ തിരുവാഴിയോട് ഗ്രാമത്തിൽ ജനിച്ച് വിക്ടോറിയ കോളജിൽനിന്ന് ശാസ്ത്രത്തിൽ ബിരുദവും സ്കോട്ലന്റിലെ സ്ട്രാറ്റ്ക്ലൈഡ് യൂണിവേഴ്സിറ്റിയിൽനിന്ന് അഡ്വാൻസ്ഡ് ഫിനാൻഷ്യൽ

മാനേജ്മെന്റിലും ലീഡ്സ് യൂണിവേഴ്സിറ്റിയിൽനിന്ന് പബ്ലിക് സെക്റ്റർ മാനേജ്മെന്റിലും ഉന്നതപരിശീലനവും നേടിയ കേന്ദ്രഗവൺമെന്റിൽ ഉദ്യോഗസ്ഥനായിരുന്ന ഉണ്ണികൃഷ്ണൻ തിരുവാഴിയോട് പ്രമുഖ മലയാളനോവലിസ്റ്റും നാടകകൃത്തും കഥാകാരനുമാണ്.

ദൃക്സാക്ഷി, ഹിപ്പി, ഒരുധ്വനി ആയിരം പ്രതിദ്ധ്വനി, മരണത്തിന്റെ നിറം, നഖക്ഷതങ്ങൾ, പണം, ചൂതാട്ടം, നീലമലകളിലെ സുവർണ്ണ ഞൊറികൾ, ലയനം, നഖചിത്രങ്ങൾ (നോവലുകൾ) *ശിശിരനിദ്ര* (ലഘു നോവലുകൾ), *തീക്കുടുക്ക, താളം താവളം, ആഹൂതി* (നാടകങ്ങൾ) *ഹാ! പാരീസ്, തിരുവാഴിയോടിന്റെ കഥകൾ* (കഥാസമാഹാരങ്ങൾ) എന്നിവയാണ് കൃതികൾ.

1992 ൽ നോവലിനുള്ള കേരള സാഹിത്യഅക്കാദമി അവാർഡ് (*ദൃക് സാക്ഷി*) കരസ്ഥമാക്കിയിട്ടുണ്ട്.

നോവലിസ്റ്റ്, ചെറുകഥാകൃത്ത്, പ്രഭാഷകൻ, തിരക്കഥാരചയിതാവ്, യാത്രികൻ എന്നീ മേഖലകളിലെല്ലാം കൃതഹസ്തമായ സംഭാവനകൾ നല്കിയ പ്രോവിഡന്റ് ഫണ്ട് ഓഫീസിലെ ഉദ്യോഗസ്ഥൻ പി ആർ നാഥൻ (പട്ടാമ്പി) നിളാതീരത്തെ കീഴായൂരിന്റെ സന്തതിയാണ്. വേദം, ഉപനിഷത്ത്, തന്ത്രവിധികൾ എന്നീ വിഷയങ്ങളിൽ ലോകമെമ്പാടുമായി ഏഴായിരത്തോളം പ്രഭാഷണങ്ങൾ നടത്തിയിട്ടുണ്ട്. *ചാട്ട, കേളി, പൂക്കാലം വരവായി, ധ്വനി, ശുഭയാത്ര, സ്നേഹസാന്നിദ്ധ്യം* തുടങ്ങിയ ചലച്ചിത്രങ്ങളിൽ കഥാകൃത്തായോ തിരക്കഥാരചയിതാവായോ സഹ കരിച്ചിട്ടുണ്ട്.

ചാട്ട, കാശി, ഒറ്റമൈന, കരിമരുന്ന്, ഇന്നലെ വന്ന വഴി, നനഞ്ഞ പക്ഷി, കൂടി, ഇനി ഒരു മോഹംമാത്രം, സ്വപ്നങ്ങൾ വില്ക്കുന്ന കച്ചവട ക്കാരൻ, ശയനപ്രദക്ഷിണം, പവിത്രക്കെട്ട്, സൗന്ദര്യലഹരി, ചന്ദനക്കാവ്, മൺസൂൺ, പശ്ചിമഘട്ടം, മാടമ്പി, ധ്വനി, ഇഷ്ടദാനം, പൂക്കളം വരവായി, സ്കൂട്ടർ (നോവലുകൾ) *കാളിഗംഗ, കൂത്തുപാവകൾ, മഹാമായ, കണ്ണാടിക്കൂട്, ആംഗുലീയം, ഗംഗാപ്രസാദിന്റെ കുതിര, അളകനന്ദ, ഒറ്റക്കൽ മൂക്കുത്തി, പ്രകാശിക്കുന്ന കഥകൾ, നന്മകൾ ചെയ്യാമായിരുന്നു, എത്ര സുന്ദരമീ ജീവിതം, ശരണ്യ* (ചെറുകഥാസമാഹാരങ്ങൾ) *കന്യാ കുമാരി മുതൽ ഹിമാലയം വരെ, ഹിമാലയ യാത്ര* (യാത്രാവിവരണം), *കലികാലവൈഭവം, ശാന്തിവനം* (നാടകങ്ങൾ), *വായിക്കേണ്ട പുസ്തകം, ധന്യമീജീവിതം, ഗുണപാഠകഥകൾ, വിജയമന്ത്രം, ചിരിക്കുന്ന ജീവിതം, കഥപറയും ഗുരുനാഥൻ* (ദാർശനികം) എന്നിവയാണ് പ്രധാനകൃതികൾ.

കേരള സാഹിത്യഅക്കാദമി പുരസ്കാരം, ഡൽഹി സാഹിത്യപരിഷ ത്ത് പുരസ്കാരം, പൊറ്റെക്കാട്ട് പുരസ്കാരം എന്നിവ ലഭിച്ചിട്ടുണ്ട്.

'ജീവിതസംശുദ്ധി ഉപാസിക്കുന്ന കവിയും, ആട്ടക്കഥാകാരനും വാദ്യവിശാരദനും നടനുമായ കലാമണ്ഡലം കേശവന്റെ കവിതകളിൽ ജീവിതസ്നേഹിയായ കവിയുടെ സർഗ്ഗാത്മക ചൈതന്യം തെളിഞ്ഞു കാണുന്നുണ്ട്. നിളയുടെ തീരത്തു ജനിച്ച ഈ കലാകാരൻ *ഹേ ഭൂമികന്യേ, കാർക്കോടകൻ, അമ്മേ കനിയൂ, മേളം, ഇടയ്ക്കയുടെ ദുഃഖം, ശാകുന്തളം, രഘുവിജയം, ഏകലവ്യനും അശ്വത്ഥാമാവും, സതി സുക*

ടി ഡി രാമകൃഷ്ണൻ

ന്യ, വിചിത്ര വിജയം, മൃതസഞ്ജീവനി, രുസ്തവും സോറാബും, ഭീമബന്ധനം, കമലദളം, അരങ്ങത്തെ അത്ഭുതപ്രതിഭാസം, അരങ്ങിനു പിന്നിൽ, തേൻതുള്ളി, ദശപുഷ്പങ്ങൾ, മഹച്ചരിതമാല, സന്യാസിക്കഥകൾ എന്നീ കൃതികൾ കൈരളിക്ക് സമ്മാനിച്ചു.

ആഖ്യാനശൈലികൊണ്ടും പ്രമേയവൈവിദ്ധ്യംകൊണ്ടും രാഷ്ട്രീയ തീവ്രതകൊണ്ടും നോവലിസ്റ്റ്, വിവർത്തകൻ, ചെറുകഥാകൃത്ത് എന്നീ നിലകളിൽ ശ്രദ്ധേയനായ ടി ഡി രാമകൃഷ്ണൻ കർമ്മസംബന്ധമായി 20 വർഷങ്ങൾ നിളാതീരത്ത് ജീവിച്ച് സാഹിത്യരചന നിർവ്വഹിച്ച എഴുത്തുകാരനാണ്. ഔദ്യോഗിക ജീവിതത്തിന്റെ ഏറെ ഭാഗം തമിഴ്നാട്ടിൽ കഴിച്ച രാമകൃഷ്ണൻ തമിഴ് സാഹിത്യവുമായി ഗാഢബന്ധം പുലർത്തുന്നു. അനവധി തമിഴ് സാഹിത്യരചനകളെ പരിഭാഷകളിലൂടെ അദ്ദേഹം മലയാളികൾക്ക് പരിചയപ്പെടുത്തിയിട്ടുണ്ട്.

മനുഷ്യാവസ്ഥയുടെ അടിസ്ഥാനസത്യങ്ങൾ കണ്ടെത്താനുള്ള സാഹസിക അന്വേഷണമായ *ആൽഫ* എന്ന ആദ്യനോവലിൽ സംസ്കാരവും ജനിതകവും തമ്മിലുള്ള ബന്ധത്തിന്റെ പൊരുളാണ് തേടുന്നത്. ആഗോളതലത്തിൽ കച്ചവടമുതലാളിത്തം വിജയക്കൊടിനാട്ടാൻ തുടങ്ങിയ 1990 കളുടെ ആരംഭത്തിൽ മനസ്സിൽ രൂപപ്പെട്ട കഥാബീജത്തെ ആധാരമാക്കി രചിച്ച *ഫ്രാൻസിസ് ഇട്ടിക്കോര* ആഗോളീകരണത്തിന്റെയും വാണിജ്യതന്ത്രത്തിന്റെയും പരിണിതഫലങ്ങൾ ചിത്രീകരിക്കുന്നു. ചരിത്രത്തിന്റെയും ശാസ്ത്രത്തിന്റെയും വിപുലമായ സാദ്ധ്യതകൾ ഇഴചേർത്താണ് ഈ നോവൽ അദ്ദേഹം രചിച്ചത്. സമകാലികതയിൽനിന്ന് ഭൂതകാലത്തേക്കും ചരിത്രത്തിൽനിന്ന് മിത്തുകളിലേക്കും ശരീരങ്ങളിൽനിന്ന് ആത്മാക്കളിലേക്കും ഭൗതികങ്ങളിൽനിന്ന് അതീതങ്ങളിലേക്കും നടത്തുന്ന പരകായപ്രവേശമാണ് ഈ നോവൽ. വർത്തമാനകാല രാഷ്ട്രീയവും ഭൂതകാലമിത്തും കൂട്ടിയിണക്കി മലയാളം ഇതുവരെ കാണാത്ത തീക്ഷ്ണവും മനോഹരവുമായ ഒരു ഭൂപടം തീർക്കുന്ന നോവലാണ് 2014 ൽ പ്രസിദ്ധീകരിച്ച *സുഗന്ധി എന്ന ആണ്ടാൾ ദേവനായകി.* പാണ്ഡ്യസിംഹള യുദ്ധവെറികൾ നിറയ്ക്കുന്ന ദേവനായകീമിത്തിന്റെ മായികതീവ്രത പോലെതന്നെ മനുഷ്യാവകാശങ്ങൾ ഒന്നൊന്നായി ധ്വംസിക്കപ്പെടുന്ന ശ്രീലങ്കൻ രാഷ്ട്രീയത്തിന്റെ സമകാലിക യാഥാർത്ഥ്യങ്ങളും, എൽ ടി ടി ഇ പോലുള്ള സംഘടനകളുടെ അടിമുടി ജനാധിപത്യവിരുദ്ധമായ ഫാസിസ്റ്റ് സ്വഭാവങ്ങൾ ഉള്ളിൽ പേറിയ പുരുഷാധിപത്യ പ്രവണതകളും ഈ നോവലിൽ അടിവരയിട്ടു പറയുന്നുണ്ട്.

ആൽഫ, ഫ്രാൻസിസ് ഇട്ടിക്കോര, സുഗന്ധി എന്ന ആണ്ടാൾദേവ നായകി, മാമ ആഫ്രിക്ക (നോവലുകൾ), *തപ്പുതാളങ്ങൾ* (പരിഭാഷകൾ), *തമിഴ് മൊഴിയഴക്* (അഭിമുഖങ്ങളുടെ സമാഹാരം), *വെറുപ്പിന്റെ വ്യാപാരി* (കഥകൾ) എന്നിവ പ്രധാന കൃതികൾ.

ഇ കെ ദിവാകരൻപോറ്റി അവാർഡ്, നല്ലിദിശൈ എട്ട് അവാർഡ്, കോവിലൻ സ്മാരക നോവൽ പുരസ്കാരം, കെ സുരേന്ദ്രൻ നോവൽ പുരസ്കാരം, എ പി കളയ്ക്കാട് പുരസ്കാരം, വയലാർ പുരസ്കാരം, മുണ്ടൂർകൃഷ്ണൻകുട്ടി പുരസ്കാരം എന്നിവയുടെ ജേതാവാണ്.

പ്രമുഖകവി ഇടശ്ശേരിയുടെ മകനായ ഇ ഹരികുമാർ നോവലിസ്റ്റ്, ചെറുകഥാകൃത്ത് എന്നീ നിലകളിൽ പ്രശസ്തനാണ്. ജീവിതത്തിന്റെ ഭിന്നമുഖങ്ങൾ അതിന്റെ ആഴത്തിൽത്തന്നെ ചിത്രീകരിക്കുകയും സാമൂഹികാനുഭവങ്ങളും പിതാവിൽനിന്നും സ്വായത്തമാക്കിയ ജീവിതബോധവും തന്റെ സാഹിത്യസപര്യയുടെ ദൗത്യമാണെന്നു കരുതുകയും ചെയ്യുന്ന എഴുത്തുകാരനാണദ്ദേഹം. ഒറ്റപ്പെട്ടവന്റെ ദുരിതങ്ങളും ധർമ്മസങ്കടങ്ങളും അനാവരണം ചെയ്യുമ്പോൾത്തന്നെ സമൂഹമനസ്സാക്ഷിയെ ആദരിക്കുകയും വൈകാരികമായ തീക്ഷ്ണതയും മാനവികാവബോധത്തിന്റെ പ്രകാശവും പരത്തുന്നവയാണ് ഹരികുമാറിന്റെ രചനകൾ. *ആസക്തിയുടെ അഗ്നിനാളങ്ങൾ, ഉറങ്ങുന്ന സർപ്പങ്ങൾ, അയനങ്ങൾ, കൊച്ചമ്പ്രാട്ടി* (നോവലുകൾ), *ദിനോസറിന്റെ കുട്ടി, കൂറകൾ, ഋഷഭത്തിന്റെ കണ്ണ്, കുങ്കുമം വിതറിയ വഴികൾ, സൂക്ഷിച്ചുവെച്ച മയിൽപ്പീലി, പച്ചപ്പയ്യിനെ പിടിക്കാൻ, ദൂരെ ഒരു നഗരത്തിൽ, ഇളവെയിലിന്റെ സാന്ത്വനം, ശ്രീപാർവ്വതിയുടെ പാദം* (കഥാ സമാഹാരങ്ങൾ) എന്നിവയാണ് രചിച്ച പുസ്തകങ്ങൾ. കേരള സാഹിത്യഅക്കാദമി പുരസ്കാരജേതാവാണ്.

കാവ്യാത്മകമായ ലഘുവാക്യങ്ങളിൽ, മനുഷ്യ മനസ്സിന്റെ ഭാവവൈരുദ്ധ്യങ്ങൾ രചിക്കുന്ന കഥാകാരനായ ശത്രുഘ്നൻ ഏറെക്കാലം നിളയുടെ തീരത്ത് വീടുവെച്ച് താമസിച്ച എഴുത്തുകാരനാണ്. അസ്വസ്ഥതയുടെ അലയാഴിയിൽ സാന്ത്വനത്തിന്റെ തീരങ്ങൾ തിരയുന്ന ഒട്ടേറെ കഥാപാത്രങ്ങൾക്ക് അദ്ദേഹം ജന്മം നല്കി. നന്മയും തിന്മയും നിറഞ്ഞ സമൂഹത്തിൽ വിധിതീർപ്പുകൾ അന്വേഷിച്ചുകൊണ്ടേയിരിക്കുന്ന ശത്രുഘ്നൻ പ്രണയവും മനോവ്യഥയും മോഹവും മോഹഭംഗവും നന്മയും തിന്മയുമെല്ലാം ഇടകലർന്ന കഥാസന്ദർഭങ്ങളിലൂടെ മനുഷ്യാവസ്ഥയുടെ സമഗ്ര ഭാവങ്ങളെയും ഹൃദയാവർജ്ജകമായി ആവിഷ്കരിക്കുന്നു.

നിഴലും നിഴലും, ആകാശത്തിന്റെ മൗനം, ഈശ്വരനും ഇന്ത്യയും മറ്റും, സീത വരേണ്ടായിരുന്നു, കടൽപോലെ കാമിനി, സമാന്തരങ്ങൾ, പാപ്പാത്തിക്കാലം, യാത്രാവസാനത്തിലും മഴ, സ്വപ്നസൗധം സാക്ഷി (ചെറുകഥാസമാഹാരങ്ങൾ), *ഏതോ ഒരുദിവസം, അനാമിക, പരുന്ത് പറന്നദൂരം, പുഴയുടെ പേരോർമ്മയില്ല, രതജാതകം, അച്യുതൻ കുട്ട്യേട്ടന്റെ മക്കൾ* (നോവൽ) *സത്യഭാമ, ഒരു ജന്മം കൂടി, മായാമുരളി, മഥുരാപുരി* (തർജ്ജമകൾ), *ഈ പുഴയും കടന്ന്, കളിയൂഞ്ഞാൽ, നക്ഷത്ര*

താരാട്ട്, സ്പർശം, നിറം (തിരക്കഥകൾ) എന്നീ കൃതികൾ രചിച്ചിട്ടുണ്ട്. കേരള സാഹിത്യഅക്കാദമി പുരസ്കാരം, കേന്ദ്ര സാഹിത്യഅക്കാദമി പുരസ്കാരം, എസ് കെ പൊറ്റെക്കാട് പുരസ്കാരം എന്നിവ നേടിയിട്ടുണ്ട്.

അദ്ധ്യാപകൻ, നോവലിസ്റ്റ്, ചെറുകഥാകൃത്ത്, ചിത്രനിരൂപകൻ, പ്രഭാഷകൻ എന്നീ നിലകളിൽ പ്രസിദ്ധനായ പി സുരേന്ദ്രനും നിളാതീരത്തിന്റെ സന്തതിയാണ്. പൊള്ളുന്ന ദർശനങ്ങളെ കീഴ്പ്പെടുത്തി കാലത്തിനൊത്ത സാമൂഹ്യ യാഥാർത്ഥ്യങ്ങൾ അന്വേഷിച്ചറിയുന്ന സർഗ്ഗ മനസ്സിന്റെ ഉടമയാണ് അദ്ദേഹം. ആഖ്യാനത്തിന്റെ പതിവുരീതികൾ മുറിച്ചുകടക്കുകയും ആത്മവേദനയുടെ നീർത്തുള്ളികളിൽ പക്വമായ ജീവിതാവബോധം പ്രതിഫലിപ്പിക്കുകയും ചെയ്യുന്ന രീതിയാണ വലംബിക്കുന്നത്. സമഗ്രാധികാരത്തിന്റെ പ്രതീകമായി വിദ്യാലയത്തെ സങ്കല്പിച്ച അദ്ധ്യാപകൻ, രാഷ്ട്രീയാധികാരം തുടങ്ങിയ അധികാര ശ്രേണികളെ ഗ്രഹിച്ചിരിക്കുന്ന വികലവീക്ഷണങ്ങൾ തുറന്നുകാട്ടുന്ന നോവലാണ് *സാമൂഹ്യപാഠം*.

മഹായാനം സായുധവിപ്ലവത്തിന്റെ ആത്മീയദുരന്തം വിശകലനം ചെയ്യുന്നു. വിശ്വാസവും കർമ്മചൈതന്യവും കൈകോർത്തു നില്ക്കുന്ന ഗ്രാമത്തിന്റെ പുരാവൃത്തത്തിൽ കാർഷികസമൃദ്ധിയുടെ ജൈവസാന്ത്വനങ്ങളിലൂടെ സ്വയം കണ്ടെത്തുന്ന മനുഷ്യരുടെ കഥയാണ് അദ്ദേഹം *മായാപുരാണ*ത്തിൽ ഇഴ ചേർത്തുവെച്ചത്. നക്സലിസത്തിന്റെയും തീവ്രവാദത്തിന്റെയും അന്തരീക്ഷവും തുടർന്നുണ്ടായ തിരിച്ചടികളും ചിത്രീകരിക്കുന്ന നോവലാണ് *ജൈവം*. കാവേരിയുടെ പുരുഷൻ യാത്രാനുഭവങ്ങൾ നല്കിയ കാഴ്ചകളിൽ നിന്നുണ്ടായ നോവലാണ്.

ചെറുകഥാകൃത്തെന്ന നിലയിൽ കഥയുടെ ബാഹ്യതലപ്പെരുമയെക്കാളേറെ അതിന്റെ ആന്തരികഘടനയിൽ ഏറെ ശ്രദ്ധിക്കുകയും മനസ്സൂന്നുകയും ചെയ്യുന്ന എഴുത്തുകാരനാണ് അദ്ദേഹം. വിപ്ലവപ്രസ്ഥാനങ്ങൾക്കുണ്ടാവുന്ന പ്രത്യയശാസ്ത്രപരമായ വരൾച്ചയിൽ വഴിതെളിയാതുഴലുന്ന, ഒറ്റപ്പെട്ട മനുഷ്യൻ ഏറ്റുവാങ്ങേണ്ടിവരുന്ന ആത്മപീഡകൾ സുരേന്ദ്രന്റെ കഥകളിലെ മുഖ്യപ്രമേയങ്ങളാവുന്നു. മണ്ണിന്റെ പ്രാക്തനാഭംഗിയും അമ്പരപ്പിക്കുന്ന ഗ്രാമീണജീവിതങ്ങളുടെ ഉൾക്കിടിലങ്ങളും ചതിയുടെ നീരാളിപ്പിടുത്തങ്ങളും മുൻതലമുറയുടെ നിറസാന്നിദ്ധ്യവും കൊണ്ട് സ്നിഗ്ദ്ധമാണ് സുരേന്ദ്രന്റെ കഥകൾ.

മഹായാനം, സാമൂഹ്യപാഠം, മായാപുരാണം, കാവേരിയുടെ പുരുഷൻ, ജൈവം, ജനശലഭങ്ങളുടെ വീട് (നോവലുകൾ), *പിരിയൻ ഗോവണി, ഭൂമിയുടെ നിലവിളി, ഹരിതവിദ്യാലയം, കറുത്ത പ്രാർത്ഥനകൾ, ബർമുഡ, ആഴത്തിന്റെ നിറം, അഭയാർത്ഥികളുടെ പൂന്തോട്ടം, അറുപത്തിനാല് ചെറുകഥകൾ, ജലസന്ധി, എന്റെ ഗ്രാമകഥകൾ* (ചെറുകഥാസമാഹാരങ്ങൾ) *രാസലീല* (ഗീതാ ഗോവിന്ദത്തിന്റെ പരിഭാഷ), *ഗ്രാമപാതകൾ* (യാത്ര) എന്നിവ പ്രധാനകൃതികൾ. മൾബറി പുരസ്കാരം, അങ്കണം അവാർഡ്, എസ് ബി ഐ അവാർഡ്, ശക്തിഅവാർഡ്, കേരള സാഹിത്യഅക്കാദമി അവാർഡ്, ഓടക്കുഴൽ അവാർഡ്, പത്മരാജൻ പുരസ്കാരം എന്നിവ ലഭിച്ചിട്ടുണ്ട്.

നാടകകൃത്ത്, നാടകസംവിധായകൻ, തിരക്കഥാരചയിതാവ്, ചലച്ചിത്രസംവിധായകൻ, ലഘുചിത്രസംവിധായകൻ, പ്രഭാഷകൻ, പത്രാധിപർ എന്നിങ്ങനെ പ്രശസ്തനായ കാളിദാസ്പുതുമന നിളാതീരത്തെ പുലാപ്പറ്റയിൽ ജനിച്ച് ചിറ്റൂരിൽ ജീവിക്കുന്ന സാഹിത്യകാരനാണ്. പാലക്കാടിന്റെ നാടകകൃത്ത് എന്നനിലയിൽ നിരവധി നാടകങ്ങൾ രചിക്കുകയും സംവിധാനം ചെയ്യുകയും ചെയ്തു. ദൂരദർശനും മറ്റു ടെലിവിഷനുകൾക്കും വേണ്ടി ഒട്ടേറെ ലഘുചിത്രങ്ങൾ സാക്ഷാൽക്കരിച്ചിട്ടുണ്ട്. *പ്രവാസം* എന്ന ചലച്ചിത്രം തിരക്കഥയെഴുതി സംവിധാനം ചെയ്തു. *ദി വെബ്ബ്, ഗാഞ്ചലോ, കല്പയുഗ്മം, വിത്തും കൈക്കോട്ടും, ഇതിമനന്തരം ശുഭം, എ ഡി 2500, നാട്ടുവെളിച്ചം, ആട്ടം* (നാടകങ്ങൾ), *കടൽക്കിഴവൻ, ടാജ്മഹൽ* (ഏകാങ്കങ്ങൾ) തുടങ്ങിയവയാണ് കൃതികൾ. കേരള സംഗീതനാടക അക്കാദമിയുടെ നാടകരചനയ്ക്കുള്ള പുരസ്കാരം ലഭിച്ചിട്ടുണ്ട്.

ഇതിവൃത്തത്തിന് വലിയ പ്രാമുഖ്യമൊന്നും നല്കാതെ തീക്ഷ്ണമായ ഭാവത്തിന്റെ മൂർത്തമായ അവതരണത്തിലൂടെ കഥയ്ക്ക് ജീവൻ കൊടുക്കുകയും ഏറെ പൊലിമ നല്കുകയും ചെയ്യുന്നതിൽ ഏറെ മിടുക്കുകാണിച്ച കഥാകൃത്തും മാധ്യമപ്രവർത്തകനും ലഘുചിത്ര സംവിധായകനുമായ പി എ ദിവാകരൻ ഭാരതപ്പുഴയുടെ മറ്റൊരു വിശ്രുത സന്തതിയാണ്. അന്തർമ്മുഖമായ ആഖ്യാനവും ജീവിതത്തിന്റെ സൂക്ഷ്മതലങ്ങൾ കഥാഹൃദയത്തിലേക്ക് സന്നിവേശിപ്പിക്കാനുള്ള സർഗ്ഗാത്മക ശക്തിയും ദിവാകരന്റെ പ്രത്യേകതകളാണ്.

കനൽ, വെളിച്ചങ്ങളുടെ താളം, ദയവായി ഇങ്ങനെ നോക്കാതിരിക്കൂ, പാറൂട്ടി, നേരിൽ അറിയാവുന്നത് എന്നിവയാണ് കൃതികൾ.

പാലക്കാടൻ ഗ്രാമീണതയും മുംബൈയിലെ നാഗരികതയും പങ്കുവെച്ച ജീവിതഭാഷ പ്രസരിക്കുന്ന, കഥാരചനയുടെ സ്ത്രീവിമോചന വിഭവശേഷി ജ്വലിക്കുന്ന കഥാപ്രപഞ്ചത്തിന്റെ ഉടമയായ മാനസി പേരാറിന്റെ മറ്റൊരു മകളാണ്. കലഹത്തിന്റെയും പ്രണയത്തിന്റെയും നിസ്സഹായതയുടെയും വേദനയുടെയും വിഹിതവും അവിഹിതവുമായ ബന്ധങ്ങളുടെയും കഥകൾ മാനസി മലയാളിക്ക് സമ്മാനിച്ചു. പരിമിതമായ തന്റെ അനുഭവലോകത്തിൽ നിന്നുകൊണ്ട് സ്ത്രീയുടെ ലോലമായ മാനസികതലങ്ങൾ മാനസി ചാരുതയോടെ ചിത്രീകരിക്കുന്നു. പിതൃകേന്ദ്രീകൃത സാമൂഹ്യവ്യവസ്ഥയോട് സ്ത്രീപക്ഷത്തു നിന്നുകൊണ്ട് കലഹിക്കുന്ന മാനസിയുടെ കഥകളിൽ സ്ത്രീ മനസ്സിന്റെ സംഘർഷങ്ങളും വിഹ്വലതകളും സന്ത്രാസങ്ങളും കുതറലുകളും പ്രതിഷേധങ്ങളും സൂക്ഷ്മമായി ആവിഷ്കരിക്കപ്പെട്ടിരിക്കുന്നു. ഇടുങ്ങിയ സ്ത്രൈണാനുഭവങ്ങളിൽ നിന്നുള്ള സത്യസന്ധമായ വാതിൽ തുറക്കലുകളാണ് മിക്ക കഥകളും. വായനക്കാരെയും എഴുത്തുകാരെയും ഒരുപോലെ അസൂയാലുക്കളാക്കാൻ പോന്ന, ഒരു സ്വാതന്ത്ര്യാഘോഷത്തിന്റെ തുടികൊട്ട് ഈ കഥകളിൽ മുഴങ്ങുന്നുണ്ട്. മനോവ്യാപാരങ്ങളുടെ ആഖ്യാതാവായ മാനസി മൂർത്തവും ബാഹ്യവുമായവയെ മനക്കണ്ണുകൊണ്ടുമാത്രം കാണുകയും ഭ്രമാത്മകതയുടെയും ബോധ

ധാരയുടെയും ഇമേജറികളുടെ സൗമ്യമായ നടുക്കങ്ങളുടെയും വിസ്മയ പ്രകാശനത്തിലൂടെ കഥയെയും കഥാപാത്രങ്ങളെയും അവതരിപ്പിക്കുകയും ചെയ്യുന്നു. ഇതിവൃത്തവും കഥയും പ്രമേയവും പശ്ചാത്തലവും ഒക്കെ മനസ്സിന്റെ താളത്തിനു വിധേയമാക്കിക്കൊണ്ടുള്ള സൂക്ഷ്മവും സ്ഥൂലവും കൂടിക്കലർന്ന ആഖ്യാനശൈലി മാനസിയുടെ പ്രത്യേകതയാണ്. സ്വന്തമായി ആർക്കും ഒന്നിനും ഇടംതികയാത്ത നാഗരികതയിൽ അകപ്പെട്ടുപോയതിന്റെ വിഭ്രാന്തിയും നഷ്ടബോധവും മറികടക്കാനുള്ള വ്യഗ്രത മഹാനഗരത്തിന്റെ കഥാകാരിയുടെ മറ്റൊരു മുഖമാണ്.

മാനസി

തന്റെ ശരികളെ വിട്ടുവീഴ്ചയില്ലാതെ തുറന്നെഴുതുന്ന എഴുത്തിന്റെ കരുത്താണ് മാനസിയെ മറ്റുള്ളവരിൽനിന്നു വ്യതിരിക്തയാക്കുന്നത്. ഒരു എഴുത്തുകാരിക്ക് എത്രമാത്രം സത്യസന്ധമായും, ധീരതയോടെയും സാഹിത്യരചന നടത്താനാവും എന്നതിന്റെ ഉത്തരമാണ് മാനസിയുടെ കഥാലോകം. സ്ത്രീപുരുഷബന്ധത്തിലെ സങ്കീർണ്ണതകളെ, അവയുടെ ഘടനയും ഭാവവും നിലനിർത്തിക്കൊണ്ടുതന്നെ, സ്വീകാര്യതയെക്കുറിച്ചുള്ള ഭയം തെല്ലുമില്ലാതെ തന്റെ സർഗ്ഗശക്തി ഉപയോഗിച്ചുവെന്നതാണ് മാനസിയുടെ മഹത്ത്വം.

"മാനസിയുടെ ഓരോ കഥയ്ക്കും തനതായ വ്യക്തിത്വമുണ്ട്. പ്രമേയ സമാനതയുള്ളപ്പോഴും ആഖ്യാന ശില്പവൈചിത്ര്യത്താൽ കഥകളോരോന്നിനും തനിമ ആത്മാവണിയുന്ന ഭൂഷണമായി ഭവിക്കുന്നു. ആത്മാവർത്തന വൈരസ്യം ബാധിക്കാത്ത ഒരു കഥാപ്രപഞ്ചം ഉന്നത ശാസ്ത്രീയ വിദ്യാഭ്യാസം നേടിയ ഒരാളുടെ രചനകളിൽ മാത്രം പ്രതീക്ഷിക്കാവുന്ന ചിന്താവ്യാപാരത്തിന്റെ എല്ലുറപ്പ് ഈ കഥകൾക്ക് കാതൽക്കരുത്തേകുന്നു." എന്ന് ഡോക്ടർ എം ലീലാവതി സാക്ഷ്യപ്പെടുത്തുന്നു.

ഇടിവാളിന്റെ തേങ്ങൽ, വെളിച്ചങ്ങളുടെ താളം, മഞ്ഞിലെ പക്ഷി, മാനസിയുടെ കഥകൾ, മാനസിയുടെ തെരഞ്ഞെടുത്ത കഥകൾ, സമ്പൂർണ്ണ കഥകൾ എന്നിവയാണ് കൃതികൾ കേരള സാഹിത്യഅക്കാദമി പുരസ്കാരം, ഗോപാലകൃഷ്ണൻ പുരസ്കാരം, യുണൈറ്റഡ് റൈറ്റേഴ്സ് അസോസിയേഷൻ ഫെല്ലോ അവാർഡ്, മലേഷ്യൻ കേരള സമാജം അവാർഡ് എന്നിവ ലഭിച്ചിട്ടുണ്ട്.

വർത്തമാനകാലത്ത് സംഭവ്യവും സംഭവിക്കാനിടയുള്ളതുമായ വിഷയങ്ങൾ കഥയ്ക്കും നോവലിനും പ്രമേയമാക്കി, ദ്രാവിഡം ഉൾച്ചേർന്ന മലയാളത്തിൽ കേരളീയ ജീവിതത്തിന്റെ പഴയതും പുതിയതു

മായ ഇടങ്ങൾ അനാവൃതമാക്കുന്ന രചനകളുടെ ഉടമയായ ടി കെ ശങ്കര നാരായണൻ നിളയുടെ തീരത്തെ കല്പാത്തിയുടെ സന്തതിയാണ്. അഗ്രഹാരത്തിൽ ജനിച്ചുവളർന്ന ശങ്കരനാരായണൻ സർഗ്ഗാത്മകഭാവ നയാൽ പാരമ്പര്യത്തെയും സാമൂഹ്യ ആധുനികതയെയും തന്റെ വീക്ഷ ണകോണുകളിലൂടെ നോക്കിക്കണ്ട് രചനകൾ നിർവ്വഹിക്കുന്നു. "പാര മ്പര്യവും ആധുനികതയും സമന്വയിക്കുന്നതിന്റെയും സംശ്ലേഷിക്കു ന്നതിന്റെയും ചിലപ്പോൾ വിഘടിക്കുന്നതിന്റെയും ജീവനപരീക്ഷണ ങ്ങൾക്ക് സശ്രദ്ധം സാക്ഷിയായ ശങ്കരനാരായണൻ അഗ്രഹാരമെന്ന അരികുഭൂപടത്തിൽ നിന്നുകൊണ്ടാണ് മലയാള സാഹിത്യത്തിന് മറക്കാനാവാത്ത സംഭാവനകൾ നല്കി"യതെന്ന് ഡോക്ടർ സി ഗണേഷ് സാക്ഷ്യപ്പെടുത്തുന്നു. മദ്ധ്യവർഗ്ഗ ജീവിതത്തിന്റെ ആശങ്കകളും ഉന്നത സമൂഹത്തിന്റെ ആഡംബരങ്ങളും ജീവിതത്തിന്റെ കാണാമേഖലകളും ഗ്രാമത്തിന്റെ ഗൃഹാതുരതയും തീരാത്ത വലിഞ്ഞുമുറുകൽ അനുഭവി ക്കുന്ന കഥാപാത്രങ്ങളും അവരിലൂടെ ഇതൾ വിരിയുന്ന കഥാ സന്ദർഭ ങ്ങളുമൊക്കെയാണ് ശങ്കരനാരായണന്റെ രചനാരീതിയുടെ പ്രത്യേകത കൾ.

സമയസംവിധാനം, നഗരവാരിധി, ഉത്സവഭൂമി, കൃഷ്ണകാലങ്ങൾ, നക്ഷത്രപ്രമാണങ്ങൾ, ലിങ്ക്റോഡിലെ ബൊമ്മക്കാരൻ, സ്നേഹം: ഒരു ഗണിത വീക്ഷണം, എന്റെ വില ഒരുകാറിന്റെ വില, ഓറഞ്ചുതൊലിയുടെ മണം, തെരഞ്ഞെടുത്ത കഥകൾ (കഥകൾ), *ജനീഫർ* (നോവലെറ്റ്), *ശവുണ്ടി, ഇലചക്രം, ഫാർമ മാർക്കറ്റ്, വഴിപോക്കർ* (നോവലുകൾ) എന്നിവ പ്രധാന പുസ്തകങ്ങൾ.

കഥാപീഠം പുരസ്കാരം, മുണ്ടൂർ കൃഷ്ണൻകുട്ടി പുരസ്കാരം എന്നിവ ലഭിച്ചിട്ടുണ്ട്.

ഒടിയൻ, നിച്ചാത്തം, ബഹുരൂപികൾ എന്നീ നോവലുകളിലൂടെയും *അന്യന്റെ മുതൽ* എന്ന ചെറുകഥാസമാഹാരത്തിലൂടെയും ശ്രദ്ധേയനായ പി കണ്ണൻകുട്ടി പേരാറിന്റെ തീരത്തെ മറ്റൊരു വിശ്രുത എഴുത്തു കാരനാണ്. ഏറെനാൾ പ്രവാസിയായിരുന്നിട്ടും സ്വന്തം ജന്മസ്ഥലമായ പരുത്തിപ്പുള്ളി എന്ന പാലക്കാടൻ ഗ്രാമത്തിന്റെ പുരാവൃത്തങ്ങളാണ് അദ്ദേഹത്തിന്റെ രചനയുടെ അടിത്തറ. ആ ഗ്രാമത്തിന്റെ ചരിത്രത്തിൽ വറ്റാതെയും വാടാതെയും നിലനിന്നുപോന്ന ആഭിചാരം, അന്ധവിശ്വാസം, ഇവയുടെ സാക്ഷ്യപ്പെടുത്തലാണ് *ഒടിയൻ*. *ഒടിയ*ന്റെ കർമ്മകാരിയായ പറയൻ കറിമാണ്ടി, അയാളുടെ കെട്ടിയവൾ പാറേക്കാടത്തി, ഏകമകൾ വെള്ളമായൽ എന്നീ മുഖ്യകഥാപാത്രങ്ങളുടെ ദുരന്തങ്ങളിൽ അവസാ നിക്കുന്ന ജീവിതങ്ങളിലൂടെ ഗ്രാമാന്ധതയുടെ ആഴങ്ങൾ കണ്ണൻകുട്ടി കാണിച്ചുതരുന്നു.

ജീവിതത്തിന്റെ അനിശ്ചിതത്വത്തിന്റെയും ആകസ്മികതകളുടെയും കഥപറയുന്ന *നിച്ചാത്തം* ഡിസംബർ 6 എന്ന ദിനം നിമ്മി എന്ന യുവതിക്ക് സമ്മാനിക്കുന്ന ആഗ്രഹങ്ങളുടെയും ആകുലതകളുടെയും കഥ പറയുന്നു. പാലക്കാടൻ ഉൾഗ്രാമമായ പരുത്തിപ്പുള്ളിയിലെ ഗ്രാമീണ വ്യക്തിത്വങ്ങളുടെ ഒരു ദിവസമാണ് ബഹുരൂപികളിൽ ആവിഷ്ക

രിക്കുന്നത്. ടെലിവിഷനും കമ്പ്യൂട്ടറും മൊബൈൽഫോണും ഒന്നും എത്താത്ത കാലത്തെ ഒരു ദിവസം. എത്രമേൽ സജീവമായ ജീവിത വ്യാപാരങ്ങളാണ് ആ ഗ്രാമത്തിൽ നടക്കുന്നതെന്ന് കുറേക്കാലം കഴിഞ്ഞുള്ള അനന്തരകാല ജീവിതത്തിന്റെ അനുബന്ധവുമായി താരതമ്യപ്പെടുത്തുമ്പോൾ വായനക്കാർ വിസ്മയപ്പെടും.

ഇടത്തരക്കാരന്റെ ജീവിതസംഘർഷങ്ങളും പാവപ്പെട്ടവന്റെ ദുരിതങ്ങളും ഇല്ലായ്മകളും സാമൂഹിക വൈരുദ്ധ്യങ്ങളും തുറന്നു കാട്ടുന്ന കഥാകൃത്തായിരുന്നു കെ ടി ഗോപി. അദ്ദേഹത്തിന്റെ കഥകളിൽ നൂതനമായ കഥാസങ്കലനങ്ങൾകൊണ്ട് പുരോഗമനാത്മകമായ ഒരുൾക്കാഴ്ചയുടെ സാന്നിദ്ധ്യം നമുക്കനുഭവപ്പെടുന്നു. ഉദാരമതികളുടെ വരവ്, ചിന്ന ഉരു, ക്ഷേത്രഗണിതം എന്നിവയാണ് കഥാസമാഹാരങ്ങൾ.

മലയാളത്തിലെ യുവസാഹിത്യകാരിൽ പ്രമുഖനായ സുസ്മേഷ് ചന്ത്രോത്ത് ഏറെ വർഷം നിളാതീരത്ത് താമസിച്ച് സർഗ്ഗരചന നിർവ്വഹിച്ച നോവലിസ്റ്റും, ചെറുകഥാകൃത്തും പ്രബന്ധകാരനും തിരക്കഥാകൃത്തുമാണ്. ഡി എന്ന നഗരത്തെ കേന്ദ്രീകരിച്ച് ആഗോളീകരണത്തെ പ്രമേയമാക്കുന്ന *ഡി* എന്ന നോവൽ ആഗോളീകരണത്തിന് എതിരായുള്ള നിശ്ശബ്ദമായ മാനുഷിക പ്രതിഷേധം പ്രതിദ്ധ്വനിക്കുന്ന കൃതിയാണ്. ഹൈറേഞ്ചിനെ പശ്ചാത്തലമാക്കി രചിച്ചതാണ് *9* എന്ന നോവൽ. നഗരജീവിതത്തിൽ നഷ്ടപ്പെട്ടുപോയ തന്നെത്തന്നെ അന്വേഷിക്കുന്ന യുവാവിന്റെ കഥയാണ് വിലപ്പെട്ട ഒരു വായനാനുഭവം എന്ന് എം മുകുന്ദൻ വിശേഷിപ്പിച്ച *പേപ്പർ ലോഡ്ജ്.*

സമൂഹത്തിന്റെ ഭീഷണവും ദാരുണവുമായ ആധുനികാന്തര ജീവിതത്തിന്റെ അനുഭവങ്ങൾ വികാരതീവ്രതയോടെ ആവിഷ്കരിക്കുന്ന കഥകളാണ് സുസ്മേഷിന്റെ പ്രത്യേകത. മനുഷ്യത്വത്തെ കഥാഹൃദയം കൊണ്ടും മൂല്യബോധംകൊണ്ടും ഒപ്പിയെടുത്ത് അവതരിപ്പിക്കപ്പെടുന്ന ഈ കഥകൾ രചനയിലെ മിതത്വവും ഭാവസാന്ദ്രതയുംകൊണ്ട് അനുവാചക പ്രീതി നേടുന്നു.

സുസ്മേഷ് ചന്ത്രോത്ത്

ഡി, 9, പേപ്പർ ലോഡ്ജ് (നോവലുകൾ), മറൈൻ കാന്റീൻ, നായകനും നായികയും (നോവലൈറ്റുകൾ), ഗാന്ധിമാർഗ്ഗം, വെയിൽ ചായുമ്പോൾ നദിയോരം, ആശുപത്രികൾ ആവശ്യപ്പെടുന്ന ലോകം, കോക്ടെയ്ൽ സിറ്റി, മാമ്പഴമഞ്ഞ, സ്വർണ്ണ മഹൾ, മരണവിദ്യാലയം, സങ്കടമോചനം, മാംസഭുക്കുകൾ, ബാർകോഡ്, ഹരിത മോഹനം, നീർന്നായ (കഥാസമാഹാരങ്ങൾ), *പകൽ, മരിച്ചവരുടെ കടൽ, ആശുപത്രികൾ ആവശ്യപ്പെടുന്ന ലോകം, ആതിര 10 സി* (തിരക്കഥകൾ), *അസാധാരണ ഓർമ്മകൾ സാധാരണ അനുഭവങ്ങൾ*

(ലേഖനങ്ങൾ) എന്നിവയാണ് പ്രധാന രചനകൾ.

ഡി സി ബുക്സ് നോവൽ കാർണിവൽ അവാർഡ്, കെ എ കൊടുങ്ങല്ലൂർ കഥാപുരസ്കാരം, ഇടശ്ശേരി അവാർഡ്, അങ്കണം ഇ പി സുഷമ എൻഡോവ്മെന്റ്, ജേസി ഫൗണ്ടേഷൻ അവാർഡ്, പ്രൊഫ. വി രമേഷ് ചന്ദ്രൻ കഥാപുരസ്കാരം, ഗീതാ ഹിരണ്യൻ എൻഡോവ്മെന്റ് പുരസ്കാരം, കേരള സാഹിത്യഅക്കാദമി പുരസ്കാരം, സാഹിത്യശ്രീ പുരസ്കാരം, തോപ്പിൽ രവി അവാർഡ്, കേന്ദ്ര സാഹിത്യഅക്കാദമിയുടെ 2012 ലെ യുവ സാഹിത്യ പുരസ്കാരം, ചെറുകാട് അവാർഡ്, ടി വി കൊച്ചുബാവ കഥാപുരസ്കാരം എന്നീ പുരസ്കാരങ്ങൾ ലഭിച്ചിട്ടുണ്ട്.

കാലത്തിന്റെ ദ്രുതചലനങ്ങളിൽ സാക്ഷിയായി നില്ക്കുമ്പോൾ ഹൃദയത്തിൽക്കൊണ്ട അനുഭവങ്ങൾ ചാരുതയോടെ ആവിഷ്കരിക്കുന്ന കഥകളുടെ രചയിതാവായ ശ്രീകൃഷ്ണപുരം കൃഷ്ണൻകുട്ടി നിളാതീരത്തെ താമസക്കാരനാണ്. സാമൂഹിക ചലനങ്ങൾ സൂക്ഷ്മമായി വീക്ഷിക്കുകയും പ്രതികരിക്കുകയും നാട്ടിൻപുറത്തിന്റെ ചാരുതയും വ്യാകുലതകളും വർത്തമാനകാല ജീർണ്ണതകളും വിഷയമാക്കുകയും ചെയ്യുന്നതിൽ ഏറെ ശ്രദ്ധിക്കുന്ന കഥാകൃത്താണ്. കഥകളുടെ പൊരുളറിയലിന്റെ വിനീതമായൊരു ഭാവം അദ്ദേഹത്തിന്റെ സൃഷ്ടികളുടെ മുഖമുദ്രയാണ്.

ഒരു വെറുംസാക്ഷി മാത്രം, നിലവിളിപോലെ, കണ്ണാടിയിൽ കാണാത്തത്, ദൈവത്തിന്റെ കോമാളി, താവളം (കഥാസമാഹാരങ്ങൾ), *നിരുപദ്രവ ജീവികൾ* (നോവൽ), *കർണ്ണൻ* (ബാലസാഹിത്യം) എന്നിവ കൃതികൾ.

അദ്ധ്യാപക ദേശീയപുരസ്കാര ജേതാവ്.

ചലച്ചിത്രനടനും സംവിധായകനുമായ മധുപാൽ ഏറക്കാലം ഭാരതപ്പുഴയുടെ തീരത്തു പഠിച്ചുവളർന്ന കഥാകാരനാണ്. സമകാലിക ജീവിതാവസ്ഥകളെ സൂക്ഷ്മമായി നിരീക്ഷിച്ച് ഉൾക്കൊണ്ട അനുഭവങ്ങൾ പ്രമേയമാക്കിയാണ് മധുപാൽ കഥാരചന നിർവ്വഹിക്കുന്നത്. കാല്പനികതയുടെ ഭാവതലങ്ങളിൽ ചുവടുറപ്പിച്ച മനുഷ്യ വ്യാകുലതയുടെ പൊരുളന്വേഷിച്ചുള്ള യാത്രയാണ് ഈ കഥകൾ. വിശ്വാസപ്രമാണങ്ങൾക്ക് അടിമപ്പെടാതെ ഓരോരുത്തരും കണ്ടെത്തുന്ന ജീവിതമാർഗ്ഗങ്ങളിൽ കർമ്മനിരതരാവുമ്പോൾ സൃഷ്ടിക്കപ്പെടുന്ന ഏകാന്തത പോലും അർത്ഥവത്താണെന്നു മധുപാൽ വ്യക്തമാക്കുന്നു. *കടൽ ഒരു നടിയുടെ കഥയാണ്, ഹീബ്രുവിലൊരു പ്രേമലേഖനം, പ്രണയിനികളുടെ ഉദ്യാനവും കുമ്പസാരക്കൂടും, മധുപാലിന്റെ കഥകൾ* എന്നിവയാണ് പ്രധാന സമാഹാരങ്ങൾ.

കവിയും, പ്രഭാഷകനും, ചിന്തകനും, പ്രബന്ധകാരനുമായ ആലങ്കോട് ലീലാകൃഷ്ണൻ നിളയെ നെഞ്ചേറ്റിയ നിളയുടെ മറ്റൊരു പുത്രനാണ്. വാക്കുതൊട്ടുപൊള്ളിയ നാൾ മുതൽ കൂടെവന്ന സമസ്ത പൂർവ്വപൈതൃക ഭാരങ്ങളും നെഞ്ചിലേറ്റി, മാറിമാറി വന്ന ഭാവുകത്വപരിണാമങ്ങളുടെ പടിഞ്ഞാറൻ കാറ്റിൽ ആത്മബോദ്ധ്യങ്ങൾ പാറിപ്പോവാനിടവരുത്താതെ രചിക്കപ്പെട്ട കവിതകളാണ് ആലങ്കോടിന്റേത്. തീർത്തും മതേ

തരവും മാനവികവുമായ ഒരു ആദ്ധ്യാത്മികധാര ലീലാകൃഷ്ണന്റെ കവിതകൾക്ക് പശ്ചാത്തലം ഒരുക്കുന്നുണ്ട്.

"ഞങ്ങൾക്ക് രാമനും കാവിചുറ്റും സ്വാർത്ഥ-
*രാമായണ*ത്തിന്റെ രക്തസങ്കീർത്തനം
സൂര്യവംശത്തിൽ തമോമയ വിഗ്രഹം
ആര്യഗോത്രങ്ങൾതൻ അസുരാഹം കൃതി"

എന്നെഴുതുന്നത് (*ദേവഗാന്ധാരി*) ഈ ഭൂമികയിൽനിന്നു കൊണ്ടാണ്.

നാം നിരന്തരം ചവിട്ടിയരച്ചുകൊണ്ടിരിക്കുന്ന സ്വന്തം കാൽച്ചോട്ടിലെ ചെരുപ്പിന്റെ തോലിൽ തിരിച്ചു കടിക്കാനുള്ള പ്രതികാര ദാഹവുമായി ഒരു മൃഗത്തിന്റെ ജീവൻ പല്ലിറുമ്മിക്കിടക്കുന്നുണ്ട് എന്ന തിരിച്ചറിവ് നമ്മിലേക്ക് പകരുന്ന *ചെരുപ്പിന്റെജീവൻ*, ചന്തയിൽനിന്ന് അറവുശാലയിലേക്ക് ആട്ടിത്തെളിക്കപ്പെടുന്ന കാലിക്കൂട്ടങ്ങളിൽനിന്ന് എപ്പോഴെങ്കിലും ഒരൊറ്റപ്പോത്ത് മനുഷ്യന്റെ നേരെ തിരിഞ്ഞുനില്ക്കാതിരിക്കില്ല എന്ന തോന്നൽ നമുക്ക് നല്കുന്ന *ഇടയന്റെ വഴി*, കെട്ടകാലത്തിനാർക്കും ഭ്രാന്തില്ല, മലമോളിൽ കെട്ടുപോയിരിക്കുന്നു ഭ്രാന്തന്റെ ചിരിവെട്ടം എന്ന വസാനിപ്പിക്കുന്ന നാം മറന്നുപോകുന്ന നമ്മുടെ ഭ്രാന്തുള്ള കാലത്തെ ഓർമ്മിപ്പിക്കുന്ന അടയാളങ്ങൾ.

"ഇന്ദ്രചാപം കുലച്ചെത്തുന്ന മേഘങ്ങൾ
പെയ്യാതെ പോവുന്ന വർഷചക്രങ്ങളിൽ
എന്നും മരിക്കാതെ ബാക്കിയുണ്ടാവുമെൻ
സർഗ്ഗദാഹങ്ങൾതൻ തീരാത്തസംഗരം" എന്ന് ഓർമ്മിപ്പിക്കുന്ന *പ്രണയശേഷം* തുടങ്ങി ഒട്ടേറെ മനോഹര കവിതകൾ അദ്ദേഹം രചിച്ചിട്ടുണ്ട്.

നിലാസാധകം, ആലങ്കോട് ലീലാകൃഷ്ണന്റെ കവിതകൾ (കവിതാസമാഹാരങ്ങൾ), *നിളയുടെ തീരങ്ങളിലൂടെ, മനുഷ്യനെ തൊടുന്ന വാക്ക്, പിയുടെ പ്രണയപാപങ്ങൾ, വള്ളുവനാടൻ പൂരക്കാഴ്ചകൾ, എം ടി ദേശം/വിശ്വാസം പുരാവൃത്തങ്ങൾ, താത്രിക്കുട്ടിയുടെ സ്മാർത്തവിചാരം* (പഠനങ്ങൾ), *ഏകാന്തം, കാവ്യം, തിളക്കം* (തിരക്കഥകൾ) എന്നിവയാണ് പ്രസിദ്ധീകരിച്ച പുസ്തകങ്ങൾ.

പ്രേംജി പുരസ്കാരം, കുഞ്ഞുണ്ണിമാഷ് പുരസ്കാരം, കാമ്പിശ്ശേരി പുരസ്കാരം എന്നിവ ലഭിച്ചിട്ടുണ്ട്.

മലബാർ സിമന്റിൽ എഞ്ചിനീയറായി ജോലിചെയ്യുന്ന നോവലിസ്റ്റും, വിവർത്തകനുമായ കെ പി ഉണ്ണി രചനകളിൽ പുതുഭാവുകത്വം പ്രദർശിപ്പിച്ച എഴുത്തുകാരനാണ്. ഒരിക്കലും പുലരാൻ സാദ്ധ്യതയില്ലെന്ന് കരുതപ്പെട്ട നീ രാത്രിയിൽ വികസ്വരമായ ഒരു പ്രഭാതത്തെ അക്ഷരങ്ങളിൽ സാക്ഷാൽക്കരിക്കാനും ദുശ്ശാസനത്തിന്റെ ഇരുട്ടിൽ വെളിച്ചത്തിന്റെ തുരങ്കങ്ങൾ നിർമ്മിക്കാനും ഉണ്ണി ശ്രമിക്കുന്നു. രാഷ്ട്രത്തെ ഞെട്ടിച്ച 1992 ഡിസംബർ 6 ലെ അയോദ്ധ്യയിലെ ബാബറിമസ്ജിദ് പൊളിച്ച ദുരന്തത്തിന്റെ ബാക്കിപത്രമായ *ചരിത്രത്തിൽ ഇടപെടുമ്പോൾ* എന്ന നോവൽ ഇതിവൃത്തംകൊണ്ടും രചനാരീതികൊണ്ടും ഏറെ ശ്രദ്ധിക്കപ്പെട്ടു.

ഫോസിലുകളിൽ ഉണ്ടായിരുന്നത്, കല്പിതകഥയിലേതുമാതിരി, മാതംഗി ഫാം (നോവലുകൾ), കൽച്ചങ്ങാടം, മകൻ, ഈസിന്റെ കാമനകൾ (വിവർത്തനങ്ങൾ) എന്നിവയാണ് മറ്റുകൃതികൾ.

തനതുവിശ്വാസങ്ങളുടെയും ശൈലിയുടെയും പാതയിലൂടെ സഞ്ചരിച്ച്, വാചാലതയല്ല മിതത്വമാണ് കവിതയുടെ സൗന്ദര്യമെന്നും, സ്വാഭാവികതയാണ് അതിന് ചൈതന്യമാകേണ്ടത് എന്നും അമൂർത്തമായ ആശയങ്ങൾ സുപരിചിതങ്ങളിൽക്കൂടി പ്രകാശം ചൊരിയണം എന്നും നമ്മെ ബോദ്ധ്യപ്പെടുത്തുന്ന കവിയാണ് പി രാമൻ. മനുഷ്യസ്വഭാവത്തിന്റെയും ജീവിതബോധത്തിന്റെയും ദ്വന്ദ്വാത്മകതയിലൂടെ കാലത്തിന്റെ പൊരുൾ തേടുന്ന രാമന്റെ കവിതയുടെ പൊതുധാര പ്രകൃതിയോടും സംസ്കാരത്തോടുമുള്ള അടക്കാനാവാത്ത അഭിനിവേശമാണ്.

“നാം നമ്മെ രേഖപ്പെടുത്തുമോ പുഴകളുടെ കൂട്ടമരണം കരയ്ക്കുനിന്നുകണ്ടാസ്വദിച്ച തലമുറയെന്ന്?” എന്ന് അദ്ദേഹം ചോദിക്കുന്നു. പരിസ്ഥിതിയും മനുഷ്യനും തമ്മിലുള്ള തീവ്രബന്ധം പല കവിതകളിലും ശക്തമായ സാന്നിദ്ധ്യമാണ്. ‘മകൻ നട്ട നെല്ലി’, ‘പക്ഷിരാത്രി’, ‘വെറുമൊരിരട്ടി’ എന്നിവ ചില ഉദാഹരണങ്ങൾ. സൂര്യന്റെ പ്രണയം അധികമായാലുള്ള നഷ്ടങ്ങൾ പറയുമ്പോൾ തന്നെ, എല്ലാം നശിക്കുന്ന ലോകത്ത് സൂര്യനെങ്കിലും നിലനില്ക്കട്ടെ എന്ന് കവി ആത്മഗതം നടത്തുന്നുമുണ്ട്.

“ഭൂമി ഇരുളിലാഴും മുമ്പുള്ള അവസാനവെളിച്ചം വീണുകിടക്കുന്നത് വള്ളക്കെട്ടുകളിൽ മാത്രം” എന്ന വരികളിൽ ഭാവനയുടെയും വർണ്ണനയുടെയും ചാരുത വെളിവാകുന്നു. *കനം, തുരുമ്പ്, പാതിരക്കൊരു താരാട്ട്* എന്നിവയാണ് കവിതാസമാഹാരങ്ങൾ.

മലയാളത്തിലെ ഉത്തരാധുനിക കവികളിൽ ഒരാളായ മോഹനകൃഷ്ണൻ കാലടിയും നിളാതീരത്ത് ജനിച്ചുവളർന്ന എഴുത്തുകാരനാണ്. പ്രകൃതിയെ ആവാഹിച്ചെടുത്ത് കുരുന്നുജീവിതങ്ങളുമായി സല്ലപിക്കുന്ന വികാരഭാവങ്ങളോടെ ഒട്ടും ആർഭാടമില്ലാതെ ശാലീനത മുഖമുദ്രയാക്കിക്കൊണ്ട് അദ്ദേഹം രചിക്കുന്ന കവിതകൾ പുതിയ കാലത്തിന്റെ ശബ്ദമാണ്.

പാലൈസ്, മഴപ്പൊട്ടൻ, ഭൂതക്കട്ട, റെയിൻകോട്ട്, മിനുക്കം, പാസഞ്ചർ, ആനമഴ, കാലടിക്കവിതകൾ (കവിതാസമാഹാരങ്ങൾ), *മറ്റാരും കാണാതെ* (ലേഖനങ്ങൾ) എന്നിവ കൃതികൾ.

കേരള സാഹിത്യഅക്കാദമിയുടെ കനകശ്രീ എൻഡോവ്മെന്റ് പുരസ്കാരം, വൈലോപ്പിള്ളി സ്മാരക ശ്രീരേഖാ പുരസ്കാരം, കെ ബി മേനോൻ സ്മാരക പുരസ്കാരം, അറ്റ്ലസ് കൈരളി കവിതാപുരസ്കാരം എന്നിവ ലഭിച്ചിട്ടുണ്ട്.

അദ്ധ്യാപകൻ, രാഷ്ട്രീയനേതാവ്, ദീർഘകാലം നിയമസാമാജികൻ, മന്ത്രി, ഗാന്ധിയൻ എന്നീ തൂവലുകൾക്കൊപ്പം കവി, എഴുത്തുകാരൻ എന്നീ നിലകളിലും അറിയപ്പെടുന്ന നേതാവാണ് വി സി കബീർ. സാധാരണക്കാരന്റെ ദുഃഖവും ധർമ്മസങ്കടങ്ങളും വേവലാതികളുമാണ്

കബീർമാസ്റ്ററുടെ കവിതകളുടെ അടിസ്ഥാനശില. 'പനങ്കാറ്റ്', 'കബീർ കവിതകൾ' (കവിതകൾ), *പാലക്കാട്ട് ചേരിമുതൽ പാലക്കാട് വരെ* (ലേഖനങ്ങൾ), *അണയാത്ത കനൽ* (ജീവചരിത്രം) എന്നിവയാണ് കൃതികൾ.

അദ്ധ്യാപകൻ, നിരൂപകൻ, സാമ്പത്തികവിദഗ്ദ്ധൻ, പ്രഭാഷകൻ, മാധ്യമപ്രവർത്തകൻ എന്നിങ്ങനെ വിവിധ മേഖലകളിൽ അന്യാദൃശമായ സംഭാവനകൾ നല്കിയ പ്രൊഫ. പി എ വാസുദേവൻ കർമ്മംകൊണ്ടും താമസംകൊണ്ടും നിളാതീരവാസിയാണ്. സാമ്പത്തികശാസ്ത്ര വിശകലനായ, രാഷ്ട്രീയചിന്തകനായ, സാഹിത്യവിമർശകൻ എന്ന് അദ്ദേഹത്തെ വിശേഷിപ്പിക്കാം. നമ്മുടെ സാഹിത്യ സാംസ്കാരിക പൈതൃകത്തിന്റെ സദ്വംശങ്ങളെ ആദരിക്കുമ്പോഴും പുരോഗമന വീക്ഷണത്തിൽ നിന്ന് മൗലികമായി അകലാതെയുള്ള ആശയസമന്വയം സാഹിത്യവളർച്ചയ്ക്ക് അനുപേക്ഷണീയമാണെന്നു അദ്ദേഹം കരുതുന്നു. ഒളപ്പമണ്ണ, അക്കിത്തം, മുണ്ടൂർ കൃഷ്ണൻകുട്ടി എന്നിവരുടെ സാഹിത്യ പ്രപഞ്ചത്തെക്കുറിച്ചുള്ള പഠനങ്ങൾ ഏറെ ശ്രദ്ധിക്കപ്പെട്ടവയാണ്. തുച്ഛമായ പ്രതിഫലം നല്കി നമ്മുടെ പ്രകൃതിവിഭവങ്ങൾ കൈയടക്കുന്ന ആഗോള വാണിജ്യകുത്തകകളെക്കുറിച്ചുള്ള ആകുലതകൾ അനാവരണം ചെയ്യുന്ന നിരവധി ലേഖനങ്ങൾ രചിച്ചിട്ടുണ്ട്. *ഒളപ്പമണ്ണ കവിതാപഠനം, ലോകവ്യാപാരസംഘടനയും ഊരാക്കുടുക്കുകളും, അമൂർത്തമായ അമർഷങ്ങൾ, ഇന്ത്യൻ ട്രേഡ് യൂണിയൻ പ്രസ്ഥാനചരിത്രം, ഗാട്ടും കാണാച്ചരടുകളും* (എം പി വീരേന്ദ്രകുമാറിനോടൊപ്പം) എന്നിവയാണ് പ്രധാന കൃതികൾ.

ജന്മംകൊണ്ട് വൈക്കത്തുകാരനാണെങ്കിലും കർമ്മരംഗംകൊണ്ടും താമസംകൊണ്ടും നിളാതീരത്തിന്റെ പ്രിയപുത്രനാണ് കവി, പ്രഭാഷകൻ, നിരൂപകൻ, സംഘാടകൻ തുടങ്ങിയ മണ്ഡലങ്ങളിൽ മായാത്ത മുദ്രകൾ പ്രദർശിപ്പിച്ച എൻ രാധാകൃഷ്ണൻ നായർ. സാങ്കേതികവിദ്യാഭ്യാസവകുപ്പിലെ കൃതഹസ്തനായ ഉദ്യോഗസ്ഥൻ, കേരള കലാമണ്ഡലത്തിന്റെയും കേരള സംഗീത നാടകഅക്കാദമിയുടെയും സെക്രട്ടറി, കേരള എൻ ജി ഓ യൂണിയൻ, കേരള ഗസറ്റഡ് ഓഫിസേഴ്സ് അസോസിയേഷൻ, പുരോഗമന കലാസാഹിത്യസംഘം എന്നിവയുടെ സംസ്ഥാന നേതാവ് ഒക്കെയായിരുന്ന രാധാകൃഷ്ണൻ നായർ പ്രഭാഷണത്തിലൂടെയും എഴുത്തിലൂടെയുമുള്ള നിരന്തരമായ ഇടപെടലുകൾ കൊണ്ടാണ് ശ്രദ്ധേയനായത്. പാലക്കാട് ജില്ലാപബ്ലിക് ലൈബ്രറിയെയും സ്വരലയയെയും ഇന്നത്തെ ഔന്നിത്യയിലേക്ക് എത്തിക്കുന്നതിൽ നിസ്തുലമായ സേവനമാണ് അദ്ദേഹം കാഴ്ചവെച്ചത്. നിരൂപകനെന്നനിലയിൽ ഒരു കൃതിയിൽ അന്തർഭവിച്ചിരിക്കുന്ന കാവ്യാത്മകവും ആശയപുഷ്കലവുമായ ഭാവതീവ്രതയാണ് അദ്ദേഹം അന്വേഷിക്കുന്നത്. വാക്കുകളിൽ ചെന്തീയാളുന്ന മൗലിക പ്രതിഭയോടെ സാഹിത്യത്തിന്റെ സാമൂഹിക ധർമ്മവും സൗന്ദര്യാത്മകതയും അദ്ദേഹം നിർവ്വചിക്കുന്നു. ആശയദാർഢ്യതയും ചിന്താപരമായ ധന്യതയും രാധാകൃഷ്ണൻ നായരുടെ നിരൂപണങ്ങൾക്ക് സവിശേഷ വ്യക്തിത്വം പ്രദാനം ചെയ്യുന്നു.

ഒട്ടേറെ കവിതകളും ഗാനങ്ങളും ലേഖനങ്ങളും രചിച്ചിട്ടുണ്ട്.

ആവിഷ്കാരത്തിന്റെ രാഷ്ട്രീയം, ആരൂഢങ്ങൾ എന്നിവയാണ് പ്രസിദ്ധീകൃതമായ പുസ്തകങ്ങൾ.

സ്വാതന്ത്ര്യസമരസേനാനി, തൊഴിലാളിസംഘാടകൻ, രാഷ്ട്രീയ നേതാവ്, ചെറുകഥാകൃത്ത്, നോവലിസ്റ്റ്, നാടകരചയിതാവ്, മാപ്പിളപ്പാട്ട് രചയിതാവ്, ഗായകൻ, പത്രപ്രവർത്തകൻ, ഗ്രന്ഥകാരൻ എന്നിങ്ങനെ ബഹുമുഖരംഗങ്ങളിൽ വ്യക്തിമുദ്ര പതിപ്പിച്ച പ്രതിഭാശാലിയായ ആലുക്ക അവറാൻകുട്ടി എന്ന എ എ മലയാളി ഭാരതപ്പുഴയുടെ തീര വാസിയത്രേ. മാപ്പിളകലാസാഹിത്യ അക്കാദമിയുടെ സ്ഥാപകപ്രസിഡ ണ്ടായ അദ്ദേഹം മുസ്ലീംസമുദായത്തിലെ ദുരാചാരങ്ങൾക്കും അന്ധ വിശ്വാസങ്ങൾക്കുമെതിരെ നാടകങ്ങളിലൂടെ പ്രതികരിച്ചു. സ്വാതന്ത്ര്യ സമരചരിത്രവും ഇസ്ലാമികതത്ത്വചിന്തയും സാമൂഹ്യവിമർശനവും നിറ ഞ്ഞു നില്ക്കുന്ന മലയാളിയുടെ ഗാനങ്ങളും മാപ്പിളപ്പാട്ടുകളും പദങ്ങളുടെ ഒഴുക്കുകൊണ്ടും ആശയങ്ങളുടെ സമ്പുഷ്ടതകൊണ്ടും മികച്ചുനില്ക്കുന്നു. വിപ്ലവത്തിന്റെ കനലുകൾ മനസ്സിൽ സൂക്ഷിക്കു മ്പോഴും ഭാരതവല്ക്കരിക്കപ്പെടേണ്ട ഒരു മാർക്സിയൻ ചിന്താപദ്ധതി യുടെ രൂപരേഖ ആ മനസ്സിന്റെ വിങ്ങലായി എന്നും കൂടെയുണ്ടായിരുന്നു.

രണാങ്കണം, പടയൊരുക്കം, പുതിയമാർഗ്ഗം, പെരുമ്പറ, പടഹധ്വനി, വിമോചനം (ഗാനസമാഹാരങ്ങൾ) തെമ്മാടിത്തത്തിന്റെ തേർവാഴ്ച, സുന്ദരിയായ ചെകുത്താൻ, കഥാകൃത്തും സുന്ദരിമാരും, ജയിൽഭിത്തി പറഞ്ഞ കഥ (കഥകൾ), *ഇബിലീസിന്റെ മക്കൾ, ഇത് സ്വർഗ്ഗമല്ല, തറ വാടിന്റെ മാനം, തീമഴ* (നാടകങ്ങൾ), *ജലസുന്ദരി, മധുരിക്കുന്ന വേദന, ഭാര്യയും സ്നേഹമുള്ള വേശ്യയും* (നോവലുകൾ), *സ്വാതന്ത്ര്യസമര സേനാനികൾ* (എട്ടു വോള്യങ്ങളിലുള്ള ജീവചരിത്രം) എന്നിവയാണ് പ്രധാനകൃതികൾ.

നിളയുടെ സന്തതിയാണ് ജീവചരിത്ര രചനയിൽ പ്രാഗത്ഭ്യം തെളി യിച്ച പ്രൊഫ. ഞായത്ത് ബാലൻ. *കല്ലുവഴിച്ചിട്ടയിലെ കാവലാൾ, വാഴ ക്കുന്നത്തിന്റെ മന്ത്രികലോകം* എന്നിവ പ്രധാനകൃതികൾ. *ഓർമ്മയിലെ പച്ചകൾ, നാട്യാചാര്യന്റെ ജീവിതമുദ്രകൾ* എന്നീ കൃതികളുടെ സഹ എഴുത്തുകാരനുമായിരുന്നു.

മലയാളത്തിലും ഇംഗ്ലീഷിലും കവിത, ജീവചരിത്രം, ബാല സാഹിത്യം, വിമർശനം എന്നിവ രചിച്ചിട്ടുള്ള ഷൊർണൂർ കാർത്തി കേയൻ നിള സംഭാവന ചെയ്ത മറ്റൊരു പ്രശസ്തനാണ്. ഭാഷാപണ്ഡി തനും സാമൂഹ്യപ്രവർത്തകനും പ്രഭാഷകനും അദ്ധ്യാപകനുമായിരുന്ന അദ്ദേഹം ഒരുപാട് ഗവേഷണങ്ങൾ നടത്തിയ എഴുത്തുകാരനാണ്.

വേട്ടാളൻകൂട്, നവധാര, അക്ഷരപൂജ, അഗ്നിമുഖം, കാവ്യകേളി, ശാന്തിഗീതങ്ങൾ ഗുരുദേവശ്ലോകാവലി, ഗുരുനാരായണീയം, അഷ്ടപദി, കാവ്യശ്രീയെക്കാത്ത്, ഷൊർണൂരിന്റെ കവിതകൾ (കവിതാസമാഹാര ങ്ങൾ), *സുദർശനം, ഉഷപ്പൂജ, അനാവരണം, അനുശീലനം, അവ ലോകനം, ചിറകുവിരിച്ചചിന്തകൾ, ഏഴുചോട്, ആശയചാരുത, അഗ്നി പശ്യാമി, ദർശനദീപ്തി* (വിമർശനകൃതികൾ), *ഉന്മീലനം, വിചിന്തനം,*

സ്വാതന്ത്ര്യംതന്ന സാഹിത്യം (ലേഖനസമാഹാരങ്ങൾ) *ഉള്ളൂരിന്റെ സാഹിത്യസാധന, വള്ളത്തോളിന്റെ സാഹിത്യസാധന, ശ്രീഗുരു, കവിശ്രീയുടെ കവനകാല, ചിന്തയ്ക്കും വേണം ചാവേർ* (പഠനങ്ങൾ), *വനിതാ വിമോചനം, ഇന്ത്യൻ ദേശീയതയും ഗുരുദർശനവും* (ചരിത്രം), *അസ്തമിക്കാത്ത സൂര്യന്മാർ, ഗുരുപ്രഭയിൽ, ഭാഷാപ്രതി സി എൻ ആന്റണി, സഹോദരൻ അയ്യപ്പൻ* (ജീവചരിത്രം) *എന്നിലെ ഞാൻ* (ആത്മകഥ) എന്നിവയാണ് കൃതികൾ.

നിളാതീരത്തെ ആലത്തൂരിൽ ജനിച്ച കെ ഭീമൻ നായർ അദ്ധ്യാപകൻ, കേരള സർവ്വോദയ സംഘം സെക്രട്ടറി, ഖാദി വിദ്യാലയം പ്രിൻസിപ്പൽ, എഴുത്തുകാരൻ എന്നീ നിലകളിൽ പ്രവർത്തിച്ച തികഞ്ഞ ഗാന്ധിയനും സ്വാതന്ത്ര്യ സമരസേനാനിയുമായിരുന്നു. *കുറച്ചു എഴുത്തുകൾ, സേവാഗ്രാമിലേക്ക്, പ്രേമയ്ക്ക് ഏതുടുപ്പു വേണം, മകൾ ഒരു രാമായണം, പുൽത്തൊട്ടിയിൽനിന്ന് മരക്കുരിശിലേക്ക്* (ബാലസാഹിത്യം), *മർദ്ദിതർക്കുവേണ്ടി, ജനാധിപത്യം* (ലേഖനങ്ങൾ) തുടങ്ങിയവയാണ് കൃതികൾ.

ജീവിതത്തിന്റെ നേരനുഭവങ്ങൾ വാങ്മയ ചിത്രങ്ങളായി അവതരിപ്പിക്കുന്ന വി കെ ഭാമയും നിളയുടെ സന്തതി തന്നെ. അദ്ധ്യാപന ജോലിയിൽ തുടർന്നുകൊണ്ട് തന്നെ ചെറുകഥകൾ, നോവലുകൾ, നാടകം, ലേഖനങ്ങൾ എന്നിവ രചിച്ചിട്ടുണ്ട്. *കിരീടം, പഞ്ചമുഖവർത്തികൾ, സന്ധ്യാമേഘമേ വിട, എണ്ണയ്ക്കുണങ്ങുന്ന എള്ള്* എന്നിവയാണ് പ്രധാന കൃതികൾ.

വിജ്ഞാനത്തിന്റെ ചലനാത്മകമായ അന്തരീക്ഷം തന്റെ കാവ്യബോധത്തിലേക്ക് ആവാഹിച്ചെടുത്ത് നിരീക്ഷണങ്ങൾ നടത്തുന്നതിൽ പ്രഗത്ഭനായ പൊന്നാനിക്കാരൻ വിജു നായരങ്ങാടി അദ്ധ്യാപകൻ, ഗവേഷകൻ, പ്രഭാഷകൻ, നിരൂപകൻ എന്നീ നിലകളിൽ പ്രശസ്തനാണ്. ആശയവ്യക്തതയും ഭാഷയുടെ തെളിമയും വ്യത്യസ്ത ആശയങ്ങളുടെ സമന്വയത്തിനു സന്നദ്ധമായ ക്രിയാത്മക മനോഭാവവും അദ്ദേഹത്തെ മറ്റു വിമർശകരിൽനിന്ന് വ്യത്യസ്തനാക്കുന്നു. കാവ്യമൂല്യങ്ങൾ നിർദ്ധാരണം ചെയ്തവതരിപ്പിക്കുന്നതിൽ ഏറെ ജാഗ്രത പുലർത്തുന്ന വിജു ഉപരിപ്ലവചിന്തയുടെ പിന്നാലെ പോകാതെ, സാഹിത്യ കൃതികളുടെ സർഗ്ഗാത്മക അന്തഃശക്തി അന്വേഷിച്ചറിയാൻ ശ്രമിക്കുന്നു. ചിന്താപരമായ ഋജുത്വവും പ്രതിപാദനത്തിലെ സ്വച്ഛന്ദതയും വിജുവിന്റെ രചനകളെ പ്രകാശപൂർണ്ണമാക്കുന്നു. രാമായണവിചാരങ്ങൾ, വൈലോപ്പിള്ളി, ഇടശ്ശേരി, ഒ വി വിജയൻ, ഒളപ്പമണ്ണ, മുണ്ടൂർ സേതുമാധവൻ എന്നിവരുടെ സാഹിത്യപ്രപഞ്ചത്തെക്കുറിച്ചുള്ള പ്രബന്ധങ്ങൾ എന്നിവ ഈ പൊന്നാനിക്കളരിയിലെ വിമർശകനെ ജനകീയമാക്കിയവയാണ്.

നിളാതീരത്തെ ഞാങ്ങാട്ടിരിയിൽ ജനിച്ചു ജീവിച്ച കേരളത്തിലെ പ്രമുഖനായ സാഹിത്യകാരനായിരുന്നു എം എസ് കുമാർ. അദ്ധ്യാപകൻ, പ്രഭാഷകൻ, എഴുത്തുകാരൻ, സാംസ്കാരിക പ്രവർത്തകൻ എന്നിങ്ങനെ പ്രശസ്തനാണ്. ബാലസാഹിത്യ രചനയിൽ ഏറെ പ്രാഗത്ഭ്യം തെളിയിച്ചു. ബാലസാഹിത്യത്തിനുള്ള ദേശീയ ബഹുമതി

കരഗതമാക്കിയിട്ടുള്ള കുമാർ ബാലസാഹിത്യ ഇൻസ്റ്റിറ്റ്യൂട്ടിന്റെ സാഹിത്യവേദി കൺവീനർ ആയും പ്രവർത്തിച്ചിട്ടുണ്ട്. സംസ്ഥാന ബാല സാഹിത്യ പുരസ്കാരം, മാമ്മൻ മാപ്പിള അവാർഡ് എന്നിവ ലഭിച്ചിട്ടുണ്ട്.

പീലിക്കാവടി, ശാരി, കുഞ്ഞൻപക്ഷി, ഘടോൽക്കചൻ, ഗൂഗ്ലി തുടങ്ങി ഇരുപതോളം ബാലസാഹിത്യകൃതികൾ, *സർഗ്ഗ, ഉടുക്ക്, മന്ദാകിനിയുടെ ഗാനം, മിഴിയോരം, വഴിയോരം* തുടങ്ങിയ നോവലുകൾ, *മങ്ങാട്ടച്ചനും മുസ്ലിയാരും* (നാടകം) എന്നിവയാണ് കൃതികൾ.

എഞ്ചിനീയർ, ശാസ്ത്രകാരൻ, കവി, ബാലസാഹിത്യകാരൻ, വിവർത്തകൻ, പരിസ്ഥിതി പ്രവർത്തകൻ, ഛായാഗ്രാഹകൻ, സംഘാടകൻ എന്നിങ്ങനെ നിരവധി മേഖലകളിൽ നിരന്തരമായ സംഭാവന നല്കുന്ന എഴുത്തുകാരനായ കെ കെ കൃഷ്ണകുമാറും ഭാരതപ്പുഴയുടെ സന്താനമാണ്. *പ്രകൃതിക്കായി ഒരപേക്ഷ, മുറിവുണക്കുന്നവർ, ശാസ്ത്രം ജീവിതം, ഒരു സ്നേഹഗാഥ, പ്രകൃതി സമൂഹം ശാസ്ത്രം, പതിയാകാശത്തിനടിമകൾ, ഒരു കഥയുടെ തുടക്കം, വിശ്വമാനവൻ, ആകാശയുദ്ധം, ഓർക്കുമിളക്കഥ, ഹലോഹലോ, മനുഷ്യൻ മനുഷ്യനായ കഥ, കിങ്ങിണിക്കാട്, നമ്മുടെ വാനം,* മഹച്ചരിതമാലയുടെ ഭാഗമായി എഴുതിയ ലെനിൻ, മാവോ, ഐസക് ന്യൂട്ടൻ, ഐൻസ്റ്റീൻ, കാക്കാ കലേക്കർ, ടെൻസിങ്നോർഗേ, ജിദ്ദു കൃഷ്ണമൂർത്തി, എ എൻ ഭാഷാ എന്നിവരുടെ ജീവചരിത്രങ്ങൾ, വിവർത്തനങ്ങളായ *പൂന്തോപ്പിൽ, കറുപ്പിന്റെ ഗർജ്ജനം, മാനവസത്ത, മാന്ത്രികന്റെ അത്താഴം, വിരുന്ന്, അഗ്നിസ്പുലിംഗങ്ങൾ, ഗലീലിയോ, ഒരു ജീവിതകഥ, പുസ്തകങ്ങൾക്കുണ്ട് പറയുവാൻ, ഹോളി, കുഞ്ഞിക്കൂനൻ മുയൽ, കുഴലൂത്തുകാർ, ചൈനയുടെ സുദീർഘവിപ്ലവം, സൂര്യനും അമ്പിളിയും, തത്തമ്മ, കുഞ്ഞുകളിപ്പാട്ടങ്ങൾ, ജീവിതവിദ്യാലയം, നന്മമരം, ടൈലറിലിന്റെ സാഹസങ്ങൾ* എന്നിവയാണ് കൃതികൾ.

സൗന്ദര്യധോരണിയിലുപരി ആക്ഷേപഹാസ്യ സ്വഭാവത്തിലുള്ള കവിതകളുടെ രചയിതാവായ വിജയകുമാർ കുനിശ്ശേരി എഴുത്തുകാരൻ, പത്രപ്രവർത്തകൻ, സംഘാടകൻ, വിവർത്തകൻ എന്നീ നിലകളിൽ പ്രശസ്തനാണ്. സാമൂഹിക പുരോഗതി ലക്ഷ്യമിട്ടുകൊണ്ട് സാഹിത്യ സാംസ്കാരിക രംഗങ്ങളിലെല്ലാം സൂക്ഷ്മപരിശോധന നടത്തി മർമ്മം നോക്കി പരിഹാസശരങ്ങൾ തൊടുക്കാൻ വിജയകുമാർ മിടുക്കനായിരുന്നു. ഹാസ്യലേഖനങ്ങളും ഹാസ്യാനുകരണങ്ങളും രചിച്ചിട്ടുണ്ട്. ഡോ. ടി ഭാസ്കരൻ രചിച്ച *ബ്രഹ്മശ്രീ ശ്രീനാരായണഗുരു* എന്ന കൃതി കേന്ദ്ര സാഹിത്യഅക്കാദമിക്കു വേണ്ടി തുറവിവേന്ദർ *ശ്രീനാരായണഗുരു* എന്ന പേരിൽ തമിഴിലേക്കും പാദചാരിയുടെ *മത്സ്യഗർഭത്തിൽ കടൽ* എന്ന തമിഴ് കവിതാസമാഹാരവും പാമയുടെ *സംഗതി* എന്ന ദളിത് സ്ത്രീപക്ഷ നോവലും മലയാളത്തിലേക്കും വിവർത്തനം ചെയ്തിട്ടുണ്ട്.

ഭൂതാവിഷ്ടരുടെ ഛായാപടങ്ങൾ, കുനിശ്ശേരിക്കവിതകൾ, ഒറ്റക്കണ്ണോക്ക്, കൺവെട്ടത്തിരുട്ട് (കവിതാസമാഹാരങ്ങൾ), *കുന്തപ്പനൈ, സംഗതി, തുറവിവേന്ദർ ശ്രീനാരായണഗുരു, മത്സ്യഗർഭത്തിൽ കടൽ* (വിവർത്തനങ്ങൾ) എന്നിവയാണ് കൃതികൾ.

സി എച്ച് മുഹമ്മദ് കോയ പത്രപ്രവർത്തക പുരസ്കാരം, യൂണിവേഴ്സൽ ബ്രദർഹുഡ് മതസൗഹാർദ്ദ പുരസ്കാരം, പാമയുടെ *സംഗതി* എന്ന ദളിത് സ്ത്രീപക്ഷ നോവൽ മലയാളത്തിലേക്ക് വിവർത്തനം ചെയ്തതിനുള്ള നല്ലിദിസൈ എട്ടും പുരസ്കാരം, കേരള കൾച്ചറൽ സെന്ററിന്റെ സാഹിത്യ പുരസ്കാരം എന്നിവയുൾപ്പെടെ പുരസ്കാരങ്ങൾ നേടിയിട്ടുണ്ട്.

കഥയുടെ വഴികളിൽ ശ്രദ്ധേയമായ നിലപാടുകളുമായി മുന്നേറുന്ന എൻ പ്രദീപ്കുമാറും നിളയുടെ സന്തതിയാണ്. ഭാവുകത്വത്തിന്റെ പുതിയ തലങ്ങൾ ഉണർവ്വോടെ സൃഷ്ടിക്കാൻ പ്രദീപ്കുമാർ നിരന്തരം ശ്രമിക്കുന്നു. കഥയുടെ മുൻവഴക്കങ്ങൾ അതിലംഘിക്കുന്ന സർഗ്ഗാത്മക സ്വാതന്ത്ര്യം വിളംബരം ചെയ്യുന്നവയാണ് അദ്ദേഹത്തിന്റെ കഥകൾ. വർത്തമാനകാലത്തിന്റെ സൂക്ഷ്മാംശങ്ങൾ കതിരിട്ടു നില്ക്കുന്ന ബോധമണ്ഡലത്തോടെ, സിദ്ധാന്തവല്ക്കരണത്തിനു മുതിരാതെ കഥയെ രൂപപ്പെടുത്താൻ പ്രദീപ്കുമാറിന് കഴിയുന്നുവെന്നത് ചെറിയ കാര്യമല്ല. *ഒരു നിരൂപകന്റെ മരണവും അനുബന്ധ സാഹിത്യസമീപനങ്ങളും, പൂച്ച, കടൽ ഒരു കരയെടുക്കുന്നു* എന്നിവയാണ് പ്രസിദ്ധീകൃത കഥാസമാഹാരങ്ങൾ.

കഥാകൃത്ത്, നോവലിസ്റ്റ്, ഉദ്യോഗസ്ഥൻ, ലേഖകൻ എന്നിങ്ങനെ പ്രശസ്തനായ മോഹൻദാസ് ശ്രീകൃഷ്ണപുരം ഈ പുഴയുടെ മറ്റൊരു സന്തതിയാണ്. മൂല്യങ്ങളിൽ വിശ്വസിക്കുകയും അവയുടെ നാശത്തിൽ ആധികൊള്ളുകയും ചെയ്യുന്ന, അനുഭവങ്ങൾക്ക് പുതിയ കാലഘട്ടത്തിന്റെ ജീവിതനിർമ്മിതിയുമായി ബന്ധിപ്പിക്കുമ്പോഴും ഋജുവായ സത്യവാങ്മയങ്ങൾ അനാഗരികമായി അവതരിപ്പിക്കുന്ന കഥകളുടെ രചയിതാവാണ് മോഹൻദാസ്. ഏതോ ഗൃഹാതുരത്വത്തിന്റെ വിളികേട്ട് പിന്നെയും പിന്നെയും പിറകോട്ട് തിരിഞ്ഞുനോക്കിയാണ് ഒരു നാട്ടിന്റെ പ്രതിരൂപമായി മുത്തശ്ശിയെ പ്രതിഷ്ഠിക്കുന്ന കഥകൾ അദ്ദേഹം രചിക്കുന്നത്. നാട്ടുപഴമയുടെ തനിമയൂറുന്ന ഗ്രാമവഴികൾ സൃഷ്ടിച്ചുകൊണ്ട് സാധാരണക്കാരന്റെ മനസ്സ് ചുഴിഞ്ഞുനോക്കുന്ന എഴുത്തുകാരനാണദ്ദേഹം. കഥാംശമുള്ള ആക്ഷേപഹാസ്യശൈലിയിൽ, ചിരിക്കാനും ചിന്തിപ്പിക്കാനും ഉതകുന്ന വിധത്തിൽ, മുഖ്യധാരാപത്രങ്ങളിൽ അദ്ദേഹം എഴുതിയ മിഡിൽ പീസുകൾ അവതരണത്തിലെ സത്യസന്ധതകൊണ്ടും പാരായണക്ഷമതകൊണ്ടും ശ്രദ്ധേയമാണ്.

ജാതകന്റെ വെളിപാട്, പടികടക്കുന്നവർ, കൈച്ചൂണ്ടി, നോക്കുകുത്തിയും ചപ്പിലപ്പൂതങ്ങളും, ഭസ്മാസുരനായ മാമൻ (കഥകൾ), *കഥയില്ലായ്മകൾ* (നർമ്മലേഖനങ്ങൾ), *അടിമക്കാവ്* (നോവൽ) എന്നിവയാണ് പ്രധാന കൃതികൾ.

കലാനിരൂപകൻ, വിവർത്തകൻ, വിമർശകൻ, പത്രാധിപൻ, പ്രസാധകൻ, യാത്രികൻ എന്നീനിലകളിൽ പ്രവർത്തിക്കുന്ന കെ പി രമേഷ് നിളയുടെ മറ്റൊരുസംഭാവനയാണ്. മുപ്പത് വർഷമായി എഴുത്തിന്റെ രംഗത്ത് സജീവം. 2001 ൽ സൊർബ പബ്ലിക്കേഷൻസ് എന്ന പ്രസാധനാലയം ആരംഭിച്ചു. നിത്യചൈതന്യയതി, അഷിത, ആർ പ്രസന്നൻ

തുടങ്ങിയ പ്രശസ്ത എഴുത്തുകാരുടെയും പുതിയ പ്രതിഭകളുടെയും ഉൾപ്പെടെ മുപ്പതോളം പുസ്തകങ്ങൾ പ്രസിദ്ധീകരിച്ചു. ഭാരതപ്പുഴയുടെ തീരത്തെ പൈതൃകകേന്ദ്രങ്ങളെക്കുറിച്ച് ഡി ടി പി സിക്കുവേണ്ടി 'നിളയോരക്കാഴ്ചകൾ' എന്ന പ്രോജക്ട് വർക്ക് ചെയ്തു.

സാഹിത്യം, സംഗീതം, ശില്പകല, ബുദ്ധിസം, സഞ്ചാരം തുടങ്ങിയ മേഖലകളിലായി ആധുനികാനന്തര മലയാളനോവൽ, *ലുംബിനിയിലെ രാജഹംസം, ദിവ്യാത്ഭുതം* (The Miracle - Osho), വിദൂര വടക്കിലേക്കുള്ള നേർത്തവഴി (Narrow Road To The Deep North - Matsuo Basho), *ടി കെ പത്മിനി: കലയും കാലവും, ശില്പത്തിൽ കൊത്തിയ കാലങ്ങൾ. ചെഗുവേര - വിപ്ലവത്തിന്റെ മറുപേര്, ഗൗതമബുദ്ധൻ: ജ്ഞാനവും സൗന്ദര്യജ്ഞാനവും, ഒ വി വിജയൻ: ദൈവസാന്ദ്രമായ കാറ്റ്, ധ്യാന ബുദ്ധൻ* (പരിഷ്കരിച്ച പതിപ്പ് - ബുദ്ധപത്മം), നിലാവിൽ നനയുന്ന മുളമ്പൂക്കൾ (Japanese Poems), നിറങ്ങളുടെ സിംഫണി, ക്രിസ്തു ചിരിച്ചിട്ടുണ്ടോ എന്നീ പുസ്തകങ്ങൾ രചിച്ചിട്ടുണ്ട്.

1993 ൽ കേരള സാഹിത്യഅക്കാദമിയുടെ ട്രാവൽഗ്രാന്റ് പ്രകാരം തമിഴ്നാട്ടിലെ ചോളരാജവംശത്തിന്റെ ക്ഷേത്രശില്പകലയെക്കുറിച്ചും, 2002 ൽ കേന്ദ്രസാഹിത്യ അക്കാദമിയുടെ ട്രാവൽഗ്രാന്റ് അനുസരിച്ച് ബീഹാറിലെ ബുദ്ധപൈതൃക കേന്ദ്രങ്ങളെക്കുറിച്ചും സ്ഥലപഠനാനുഭവത്തിന്റെ വെളിച്ചത്തിൽ എഴുതി. 1995 ൽ കേരള സാഹിത്യഅക്കാദമിയുടെയും 2009 ൽ കേരള ലളിതകലാഅക്കാദമിയുടെയും ഗ്രന്ഥരചനയ്ക്കുള്ള സ്കോളർഷിപ്പ് ലഭിച്ചു. അതിന്റെ ഭാഗമായുള്ള പുസ്തകങ്ങളും പ്രസിദ്ധീകരിച്ചു. *ലുംബിനിയിലെ രാജഹംസം* എന്ന ഗ്രന്ഥത്തിന് മികച്ച യാത്രാവിവരണത്തിനുള്ള സംസ്ഥാന സർക്കാരിന്റെ അവാർഡ് 2012 ൽ ലഭിച്ചു.

നിളാതീരത്തെ പറളിയിൽ ജീവിക്കുന്ന രഘുനാഥൻ പറളി അധ്യാപകൻ, നിരൂപകർ, വിവർത്തകൻ, പ്രഭാഷകൻ, സംഘാടകൻ എന്നീ നിലകളിൽ ശ്രദ്ധേയനായ എഴുത്തുകാരനാണ്. സമസ്തകേരള സാഹിത്യപരിഷത്ത് ജനറൽ സെക്രട്ടറി, നാഷണൽ ബുക്ക് ട്രസ്റ്റ് മലയാളം ഉപദേശകസമിതി അംഗം, ഒ വി വിജയൻ സ്മാരകസമിതി അംഗം എന്നിങ്ങനെ സാഹിത്യരചനയ്ക്ക് പുറമെ പ്രവർത്തനമേഖലകൾ നിരവധിയാണ്. ദാർശനികമായ അന്വേഷണം വിമർശനത്തിന്റെ കാതലാക്കി സിദ്ധാന്തങ്ങളുടെ ചൂട്ടുപിടുത്തം മാത്രമല്ലാതെ സഹജമായ ബോധത്തിന്റെ വെളിച്ചത്തിലുള്ള നിരൂപണരീതിയാണ് രഘുനാഥന്റേത്.

ദർശനങ്ങളുടെ മഹാവിപിനം, ഭാവിയുടെ ഭാവന, ചരിത്രം എന്ന ബലിപീഠം എന്നിവയാണ് നിരൂപണ കൃതികൾ. *ഡ്രീനാ നദിയിലെ പാലം, പെനാൾട്ടി കാക്കുന്ന ഗോളിയുടെ ഉദ്വേഗം, ജീവിതത്തിലെ ഒരു ദിവസം* എന്നീ കൃതികൾ (കെ പി രാജേഷുമൊത്ത്) മലയാളത്തിലേക്ക് പരിഭാഷപ്പെടുത്തിയിട്ടുണ്ട്. *സി പി രാമചന്ദ്രൻ-സംഭാഷണം സ്മരണ ലേഖനം* (മലയാളിയായ പ്രമുഖ ഇംഗ്ലീഷ് പത്രപ്രവർത്തകൻ സി പി രാമചന്ദ്രനെക്കുറിച്ചുള്ള പുസ്തകം), *വിശ്വോത്തര കഥകൾ-രാഷ്ട്രീയ കൊലപാതകങ്ങൾ, അത്രമേൽ പ്രിയപ്പെട്ട കഥകൾ* (ശിഹാബുദ്ദീൻ

പൊയ്ത്തും കടവ്) എന്നീ ഗ്രന്ഥങ്ങളുടെ എഡിറ്റർ ആണ്.

അദ്ധ്യാപകൻ, നിരൂപകൻ, പ്രഭാഷകൻ, ഗവേഷകൻ, സംഘാടകൻ ഒക്കെയായ ഡോക്ടർ പി മുരളിയും ഭാരതപ്പുഴയുടെ പോഷകനദിയായ കല്പാത്തിപ്പുഴയുടെ തീരവാസിയാണ്. സാഹിത്യത്തിന്റെ ധാർമ്മിക മൂല്യങ്ങളോട് ആഭിമുഖ്യം പുലർത്തുന്ന മുരളി സാഹിത്യസംബന്ധമായ പഴയ ആശയങ്ങളും നവീന വീക്ഷണങ്ങളും സമന്വയിപ്പിക്കാൻ ശ്രദ്ധിക്കുന്നു. തെളിഞ്ഞ സഹൃദയത്വത്തിന്റെയും ഉദ്ബുദ്ധമായ നിരൂപണ ബുദ്ധിയുടെയും സാന്നിദ്ധ്യംകൊണ്ട് സമ്പന്നമാണ് അദ്ദേഹത്തിന്റെ ലേഖനങ്ങൾ.

നിരൂപകൻ, അദ്ധ്യാപകൻ, സംഘാടകൻ, ഗവേഷകൻ, പ്രഭാഷകൻ എന്നിങ്ങനെയൊക്കെ അറിയപ്പെടുന്ന ഡോക്ടർ പി ആർ ജയശീലൻ മലയാള നിരൂപണരംഗത്തേക്കു ചിറ്റൂരിൽനിന്ന് നിള സമ്മാനിച്ച എഴുത്തുകാരനാണ്. സാഹിത്യഅക്കാദമിയുടെ പ്രസിദ്ധീകരണമായ *സാഹിത്യചക്രവാള*ത്തിൽ 'കവിതയുടെ വർത്തമാനം' എന്ന പംക്തി കൈകാര്യം ചെയ്ത് ശ്രദ്ധേയനായ ജയശീലൻ പുതിയ എഴുത്തുകാരുടെ രചനകൾ പരിചയപ്പെടുത്താൻ നിരന്തരം ശ്രമിക്കുന്നു. മലയാളത്തിലും ഗണിതശാസ്ത്രത്തിലും ബിരുദാനന്തര ബിരുദമുള്ള ജയശീലൻ സി വ ശ്രീരാമന്റെ ചെറുകഥകളിലെ *ബഹുസ്വരത* എന്ന ഗവേഷണ പ്രബന്ധത്തിലൂടെയാണ് കണ്ണൂർ സർവ്വകലാശാലയിൽനിന്ന് ഡോക്ടറേറ്റ് കരസ്ഥമാക്കിയത്. നിത്യചൈതന്യയതി, എം എൻ വിജയൻ, കുഞ്ഞുണ്ണി മാഷ്, യൂസഫലികേച്ചേരി, വി കെ എൻ എന്നിവരുമായുള്ള അഭിമുഖങ്ങൾ ഏറെ ശ്രദ്ധിക്കപ്പെട്ടവയാണ്. കാല്പനികതയുടെ വൈകാരിക ചാരുത ജയശീലന്റെ നിരൂപണ പ്രബന്ധങ്ങൾക്കു പ്രത്യേക ചാരുത നല്കുന്നു. നവീന അഭിവീക്ഷണത്തിന്റെ പിൻബലത്തോടെ സാഹിത്യത്തിലുണ്ടാവുന്ന ഭാവപരിണാമങ്ങൾ വസ്തുനിഷ്ഠമായി പരിശോധിക്കാനും വിലയിരുത്താനും അദ്ദേഹം സന്നദ്ധമാകുന്നു. കുട്ടികളുടെ രചനാശില്പശാലകൾക്കു നേതൃത്വം കൊടുത്തുകൊണ്ട് കേരളം മുഴുവൻ പ്രവർത്തിച്ചിട്ടുണ്ട്.

കുഞ്ഞുണ്ണി ജീവിത രേഖകൾ, ഹൃദയത്തിൽ ഗാന്ധിയുടെ കൈയൊപ്പ്, വാക്ക് മറുവാക്ക്, മുണ്ടൂർ കൃഷ്ണൻകുട്ടി ഒരു ദൃശ്യ സാന്നിദ്ധ്യം എന്നിവയാണ് പ്രസിദ്ധീകൃത കൃതികൾ.

കവിയും അദ്ധ്യാപികയും യാത്രികയുമായ കെ പി ശൈലജ നിളാത്തീരത്തെ പെരിങ്ങോടിൽ സ്ഥിരവാസമാക്കിയ എഴുത്തുകാരിയാണ്. കവിതയുടെ പാരമ്പര്യ വഴികളിൽനിന്നും വ്യതിചലിക്കാതെ വൃത്തനിബിദ്ധമായും ഛന്ദോബദ്ധമായും കാവ്യരചന നിർവ്വഹിക്കുന്ന ശൈലജ മനുഷ്യബന്ധങ്ങൾ സൂക്ഷ്മമായി ആവിഷ്കരിക്കുന്നതിൽ സമർത്ഥയാണ്. സാന്ദ്രമൗനത്തിന്റെ അകമ്പടിയോടെ പ്രത്യക്ഷപ്പെടുന്ന ശൈലജയുടെ കവിതകൾ മനുഷ്യന്റെ സ്വാഭാവികമായ ഇച്ഛകളുടെ ആവിഷ്കാരമാണ്. സ്നേഹത്തിന്റെയും കാരുണ്യത്തിന്റെയും സ്വരമാണ് ഈ കവിതകളിൽ മുഴങ്ങുന്നത്.

അതുകൊണ്ട് സുഹൃത്തേ, യശോദ (കവിതകൾ), *ഹലോ മഴേ*

(ബാലസാഹിത്യം) *ഡുമെലാങ്മ* (യാത്രാവിവരണം) എന്നിവയാണ് പ്രധാന കൃതികൾ.

വി ടി ഭട്ടതിരിപ്പാടിന്റെ ഭാഗിനേയനായ പി ആർ അരവിന്ദൻ പ്രശസ്തനായ നോവലിസ്റ്റും, കഥാകൃത്തുമാണ്. റവന്യുവകുപ്പിലെ ഉദ്യോഗസ്ഥൻ ആയിരിക്കുമ്പോൾത്തന്നെ സാധാരണ മനുഷ്യരെ നോക്കിക്കാണാനും മനസ്സിലാക്കാനും അവരുടെ ജീവിതത്തിന്റെ പിന്നാമ്പുറ ദുഃഖങ്ങൾ വായിച്ചെടുക്കാനും ശ്രമിച്ച എഴുത്തുകാരനാണ്. പാലക്കാടൻ പശ്ചാത്തലത്തിൽ പാർശ്വവല്ക്കരിക്കപ്പെട്ടവരുടെ കഥകൾ ആർദ്രമായി അവതരിപ്പിക്കുന്നതിൽ അനിതരസാധാരണമായ വൈദഗ്ദ്ധ്യം അദ്ദേഹം തന്റെ നോവലുകളിലൂടെ തെളിയിക്കുന്നു. *കൗണ്ടൻകളം, കെണി, കൂടിയാട്ടം* (നോവലുകൾ), *അമ്മക്കിളി, സർപ്പവീരൻ* (ബാലസാഹിത്യം) എന്നിവയാണ് കൃതികൾ.

ലഘുചിത്ര സംവിധായകൻ, തിരക്കഥാകൃത്ത്, ചലച്ചിത്രസംവിധായകൻ, എഴുത്തുകാരൻ, മാധ്യമപ്രവർത്തകൻ, യാത്രികൻ എന്നിങ്ങനെ വിശ്രുതനായ വിനോദ് മങ്കരയും നിളയുടെ പ്രശസ്ത പുത്രനാണ്. 600 ൽ അധികം ഡോക്യുമെന്ററികൾ സംവിധാനം ചെയ്തു. 8 സ്റ്റേറ്റ് അവാർഡുകളും *Beyond or with in* എന്നതിന് ദേശീയ പുരസ്കാരവും *കരസ്ഥമാക്കിയ വിനോദ്, കരയിലേക്ക് ഒരു കടൽദൂരം, ഒറ്റമന്ദാരം, കാംബോജി* എന്നീ മലയാളചലച്ചിത്രങ്ങളും *പ്രിയമാനസം* എന്ന ഇന്ത്യയിലെ ആദ്യത്തെ സംസ്കൃത ചിത്രവും സംവിധാനം ചെയ്തിട്ടുണ്ട്. വിവിധ ആനുകാലികങ്ങളിൽ ലേഖനങ്ങൾ പ്രസിദ്ധീകരിച്ചിട്ടുണ്ട്.

പ്രപഞ്ചത്തിന്റെ താക്കോൽ, ക്ഷണപ്രഭാചഞ്ചലം, ഒറ്റയിലയിൽ കാറ്റനക്കം, (ലേഖനങ്ങൾ), *കരയിലേക്ക് ഒരു കടൽദൂരം* (നോവൽ), *ഗരുഡപ്പച്ച, ഒ വി വിജയൻ* (അഭിമുഖങ്ങൾ), *നളചരിതം അഞ്ചാംദിവസം, പ്രിയമാനസം* (തിരക്കഥകൾ), *പാലേയസ്മിതം കൈലാസം* (യാത്രാവിവരണം) എന്നിവയാണ് പ്രധാന കൃതികൾ.

പ്രമുഖനായ മലയാളചലച്ചിത്ര നിരൂപകനും പ്രഭാഷകനുമായ ജി പി രാമചന്ദ്രൻ നിളയുടെ കൈവഴിയായ തൂതയുടെ തീരവാസിയാണ്. രണ്ടു പതിറ്റാണ്ടിലധികം കാലമായി ചലച്ചിത്ര നിരൂപണരംഗത്തു പ്രവർത്തിക്കുന്ന ജി പി രാമചന്ദ്രൻ എഴുതിയ നൂറുക്കണക്കിന് ലേഖനങ്ങൾ മലയാളത്തിലെ വലുതും ചെറുതുമായ ആനുകാലികങ്ങളിൽ പ്രസിദ്ധീകരിച്ചിട്ടുണ്ട്. ദേശീയ ചലച്ചിത്രഅവാർഡ് (രചനാവിഭാഗം), അന്താരാഷ്ട്ര ഡോക്യുമെന്ററി/ഹ്രസ്വചിത്രമേള, കേരള സംസ്ഥാന ടെലിവിഷൻ അവാർഡ്, സാഹിത്യഅക്കാദമി അവാർഡ്, സൈൻസ് ഇന്ത്യ കഥേതര ചലച്ചിത്രമേള, വിബ്ജിയോർ ചലച്ചിത്രമേള, ജോൺ ഏബ്രഹാം പുരസ്കാരം, എസ് ബി ടി മാധ്യമ അവാർഡ് എന്നിവയുടെ ജൂറികളിൽ അംഗമായി പ്രവർത്തിച്ചിട്ടുണ്ട്. പുരോഗമന കലാസാഹിത്യ സംഘം സംസ്ഥാന സെക്രട്ടറിയാണ്.

ചലച്ചിത്ര നിരൂപണത്തെ പരമ്പരാഗത വിമർശന സങ്കേതങ്ങളിൽ നിന്ന് മോചിപ്പിച്ച് ആധുനിക സാംസ്കാരിക വഴികളിലേക്ക് തിരിച്ചുവിട്ടതിൽ അദ്ദേഹം വലിയ പങ്കുവഹിച്ചിട്ടുണ്ട്. 1998 ലെ സംസ്ഥാന സർക്കാർ

ചലച്ചിത്ര അവാർഡിന് അർഹമായ *സിനിമയും മലയാളിയുടെ ജീവിതവും*, 2009 ലെ സംസ്ഥാന സർക്കാർ ചലച്ചിത്ര അവാർഡിന് അർഹമായ *മലയാളസിനിമ ദേശം, ഭാഷ, സംസ്കാരം*, 2011 ലെ സംസ്ഥാന സർക്കാർ ചലച്ചിത്ര അവാർഡിന് അർഹമായ *ലോകസിനിമ കാഴ്ചയും സ്ഥലകാലങ്ങളും* എന്നീ പുസ്തകങ്ങൾക്കു പുറമെ, *കളങ്കം പുരളാത്ത ഒരു ഇമേജിനു വേണ്ടി, 25 ലോകസിനിമകൾ, ഇന്ത്യൻ സിനിമയിൽനിന്ന് ഇന്ത്യയെ കണ്ടെത്തുമ്പോൾ, ലോകസിനിമാ യാത്രകൾ, പച്ചബ്ലൗസ്, സിനിമയും മലയാളിയുടെ ജീവിതവും, മലയാള സിനിമയിലെ വർഗ്ഗീയ അധിനിവേശം, ദളിതന്റെ വ്യാജവിജയങ്ങൾ, ഫുട്ബോളും സിനിമയും, ലോകസിനിമ കാഴ്ചയും സ്ഥലകാലങ്ങളും* എന്നീ പുസ്തകങ്ങളും പ്രസിദ്ധീകരിച്ചിട്ടുണ്ട്.

2003 ലെ ഏറ്റവും നല്ല ചലച്ചിത്രസംബന്ധിയായ ലേഖനത്തിനുള്ള സംസ്ഥാന സർക്കാർ പുരസ്കാരം, അമ്പത്തിനാലാമത് ദേശീയ ചലച്ചിത്ര അവാർഡിന്റെ ഭാഗമായി 2006 ലെ ഏറ്റവും നല്ല നിരൂപകനുള്ള രാഷ്ട്രപതിയുടെ സ്വർണ്ണകമലം, കേരളസർക്കാരിന്റെ പ്രഥമ സംസ്കാര കേരളം അവാർഡ് എന്നിവ നേടിയിട്ടുണ്ട്.

അദ്ധ്യാപകൻ, നോവലിസ്റ്റ്, ബാലസാഹിത്യകാരൻ, സാംസ്കാരിക പ്രവർത്തകൻ എന്നൊക്കെ പേരെടുത്ത ടി ആര്യൻ കണ്ണനൂർ പട്ടാമ്പിക്കടുത്ത് കണ്ണന്നൂർ ത്രിക്കഴിപുറത്തിന്റെ സന്തതിയാണ്.

എം പി പോൾ പുരസ്കാരം കരസ്ഥമാക്കിയ *സൂര്യപഥം* എന്ന ആദ്യനോവൽ കൊണ്ടുതന്നെ ഘടനയിൽ നൂതനത്വം സൃഷ്ടിച്ചുകൊണ്ട് കാഴ്ചയ്ക്ക് രൂപംനല്കുന്ന എഴുത്തുകാരനാണെന്നുള്ള വരവ് അറിയിക്കാൻ അദ്ദേഹത്തിന് കഴിഞ്ഞു. സമഷ്ടി ദർശനത്തിന്റെ കൈത്തിരിയുമായി വള്ളുവനാട്ടിലെ ജന്മിക്കോയ്മയ്ക്കെതിരെ പോരാടിക്കൊണ്ട് പുതിയ ലോകദർശനത്തിലേക്ക് നയിച്ച, കൂരിരുട്ടിൽ നടന്ന ആദ്യ പഥികരുടെ കഥയായ *കാലമാപിനി* ഈ നോവലും ഏറെ ശ്രദ്ധിക്കപ്പെട്ട കൃതിയാണ്. പിന്നീട് ബാലസാഹിത്യരചനയിൽ ശ്രദ്ധ കേന്ദ്രീകരിച്ച് കുട്ടികൾക്കായി ഒട്ടേറെ കൃതികൾ രചിച്ചു.

സൂര്യപഥം, ശ്യാമരാധ, കാലമാപിനി, ഇദം ന മമ (നോവലുകൾ), *സംഭവിച്ചുകൊണ്ടിരിക്കുന്നത്* (കഥകൾ), *ജിം തരികിട ധോം, കേളുക്കുറുക്കൻ, ഈ ലോകം അതിലൊരു ഗുണ്ടുമണീസ്, മലമുത്തിയുടെ മക്കൾ, നീർക്കുമിളകളും കാക്കച്ചിയുടെ കുടുംബവും, ഞങ്ങൾ നാട്ടിൻ പുറത്തുകാർ, വനം കാടിന്റെ നടുമദ്ധ്യം, സിംഹവാലൻ ദ ഗ്രേറ്റ് 37, മുൻഷി അമ്മാവന്റെ ചൂരൽ, അന്താപ്പിയുടെ ക്രൂരകൃത്യങ്ങൾ, അറിഞ്ഞതിനുമപ്പുറം* (ബാലസാഹിത്യം) എന്നിവയാണ് കൃതികൾ.

കലാകാരന്മാരുടെ ആത്മകഥാഖ്യാനംകൊണ്ടും കേരളീയ കലാരംഗത്തെക്കുറിച്ച് ഗവേഷണപരമായ ലേഖനങ്ങൾകൊണ്ടും സാഹിത്യ നിരൂപണങ്ങൾകൊണ്ടും ശ്രദ്ധേയനായ ഡോക്ടർ എൻ പി വിജയകൃഷ്ണൻ എഴുത്തുകാരൻ, ഗവേഷകൻ, മാധ്യമ പ്രവർത്തകൻ, പ്രഭാഷകൻ തുടങ്ങിയ നിലകളിൽ പ്രശസ്തനായ മറ്റൊരു നിളാ നദീതീരവാസിയാണ്. സംഭാഷണങ്ങളിലൂടെ, ഓർമ്മകളിലൂടെ, അപഗ്രഥനങ്ങളിലൂടെ

എഴുത്തുകാരന്റെയും കലാകാരന്റെയും ജീവിതവും ചരിത്രവും ചികഞ്ഞെടുക്കാൻ വിജയകൃഷ്ണന് പ്രത്യേക ചാതുര്യമുണ്ട്. പുതിയ സൗന്ദര്യ ശാസ്ത്രസമീപനങ്ങളും കവിതയുടെയും വരയുടെയും കേരളീയ കലകളുടെയും പലതലത്തിൽ നിന്നുള്ള വ്യാഖ്യാനവും ആഖ്യാനവും അദ്ദേഹത്തിന്റെ പ്രത്യേകതകളാണ്. കഥകളിയുടെ ഭിന്ന ഭാവങ്ങളെയും തലങ്ങളെയും സാദ്ധ്യതകളെയുംക്കുറിച്ച് ഒട്ടേറെ ഗവേഷണം നടത്തിയിട്ടുണ്ട്.

വി കെ എൻ, കഥയും കാലവും, അക്കിത്തം ആത്മഭാഷണങ്ങൾ, എം ടി കഥയുടെ പുതുപാഠങ്ങൾ, ആർട്ടിസ്റ്റ് നമ്പൂതിരി വരയും വാക്കും, കളിയച്ഛന്റെ കാവ്യപാഠങ്ങൾ, ചില യാത്രകൾ, നമ്പൂതിരിയുടെ സ്ത്രീകൾ, അരങ്ങേറിയവരുടെ വാക്കുകൾ, ഒരു ഖസാക്കിസ്റ്റിന്റെ ആത്മനൊമ്പരങ്ങൾ, കേരളത്തിലെ കലാഗ്രാമങ്ങൾ, കേരളീയ കലാപഠനങ്ങൾ, തായമ്പകയുടെ രസതന്ത്രം, കലയുടെ ലോകാന്തരങ്ങൾ, വെറുതെയല്ല ഈ ജീവിതം, കലാമണ്ഡലം ഗോപി, താടിവേഷത്തിന്റെ രംഗഭാഷ, ഭാവഗായകൻ വെണ്മണി ഹരിദാസിന്റെ ജീവചരിത്രം, പ്രേംജി, ഞെരളത്ത് രാമപ്പൊതുവാൾ, തിമിലയിലെ വിജയഗാഥ, ഒളപ്പമണ്ണ മന എന്നിവയാണ് പ്രധാന പുസ്തകങ്ങൾ.

നാടകകൃത്ത്, ലഘുചിത്രസംവിധായകൻ, നോവലിസ്റ്റ്, ഗ്രന്ഥശാലാപ്രവർത്തകൻ, സംഘാടകൻ എന്നിങ്ങനെ ഒട്ടേറെ മേഖലകളിൽ വ്യക്തിമുദ്ര പതിപ്പിച്ച എഴുത്തുകാരനാണ് വി കെ ജയപ്രകാശ്. സ്വാതന്ത്ര്യസമരസേനാനിയായിരുന്ന ടി ആർ കൃഷ്ണസ്വാമി അയ്യർ സ്ഥാപിക്കുകയും മഹാത്മാഗാന്ധി മൂന്നുതവണ സന്ദർശിക്കുകയും ചെയ്ത അകത്തേത്തറയിലെ ശബരി ആശ്രമത്തെക്കുറിച്ച് അദ്ദേഹം സാക്ഷാൽക്കരിച്ച ഡോക്യുമെന്ററി ഏറെ പ്രകീർത്തിക്കപ്പെട്ട ലഘുചിത്രമായിരുന്നു. *അത്തം കറുത്തിട്ടും ഓണം വെളുത്തില്ല, അത്താണി അകലെയാണ്* (നോവലുകൾ), *പുലരാൻ ചിലച്ച പക്ഷി, ഷെൽട്ടർ* (നാടകങ്ങൾ), *മായാത്ത മെതിയടിപ്പാടുകൾ, അക്ഷരസ്മൃതിമണ്ഡപം* (ഡോക്യുമെന്ററികൾ), *അലർട്ട്, കോരപ്പത്ത് അപ്പുണ്യമാരുടെ സ്വന്തം നാട്* (ലഘുചിത്രങ്ങൾ) എന്നിവയാണ് കൃതികൾ.

ആകാശവാണിയിൽ ഉദ്യോഗസ്ഥനായ രവി വളരെ ചെറുപ്പത്തിലേ അംഗീകാരം നേടിയ ചെറുകഥാകൃത്തായിരുന്നു. മനുഷ്യനിലെ ഇരുട്ടും വെളിച്ചവും തീവ്രാനുഭൂതികളാക്കി അവതരിപ്പിക്കാൻ രവിക്ക് കഴിയുന്നു. തിരക്കുള്ള ജീവിതത്തിൽ നഷ്ടപ്പെടുന്ന മാനവികതയുടെ അർത്ഥനിഷ്ഠമായ അന്വേഷണമാണ് രവിക്ക് കഥയെഴുത്ത്. *താമരനൂലുപോലെ, രാവിലെ, പക്ഷിപാതാളം, ഉപ്പുകൊറ്റൻ, ഫ്യൂജിയാമ, കുതിരാൻ, പാതിരാമണൽ, അംബാസമുദ്രം, പുഷ്പശയ്യാവലംബി, ഹിബാക്കുഷ്, മഞ്ഞുതൊപ്പി, സ്ഥലജലഭ്രമം, ഗീതോപചാരം, ഉപനിഷത്ത്* എന്നിവയാണ് പ്രസിദ്ധീകരിച്ച പുസ്തകങ്ങൾ.

സമ്പൂർണ്ണമുറവാസിയെന്നു സക്കറിയ വിശേഷിപ്പിച്ച ചെറുകഥാകൃത്തും നോവലിസ്റ്റുമാണ് എഞ്ചിനീയറായ എം നന്ദകുമാർ. മലയാളിയുടെ ആസ്വാദക തലങ്ങളെ അട്ടിമറിക്കുന്ന കാമ്പുള്ള കഥകളിലൂടെ

പുതിയഭാവുകത്വം സൃഷ്ടിച്ച് മലയാളിയെ ഞെട്ടിച്ച എഴുത്തുകാര നാണദ്ദേഹം. ഫാസിസത്തിനെതിരായ പ്രതിരോധം കഥകളിലൂടെ അവ തരിപ്പിച്ചതിന്റെ ബാക്കിപത്രങ്ങളാണ് ശൂന്യാസനം, ബോധിമറ തുടങ്ങിയ മൗലികതയുടെ കരസ്പർശമുള്ള അദ്ദേഹത്തിന്റെ കഥകൾ. മനുഷ്യരുടെ വെറുപ്പും വേദനകളും ആദിയും വേവലാതികളും സൂക്ഷ്മതയോടെ അദ്ദേഹം കഥകളിലൂടെ അനാവരണം ചെയ്യുന്നു. *പ്രണയം 1024 കുറുക്കു വഴികൾ* എന്ന ഭാര്യ ജി എസ് ശുഭയോടൊപ്പം എഴുതിയ നോവൽ മണൽ ഘടികാരത്തിന്റെ സൂക്ഷ്മതയോടൊപ്പം കാലഗണനയുടെ വിചിത്ര സങ്കേതങ്ങളും ചേർന്ന് കാലനിർണ്ണയം അസാദ്ധ്യമാക്കുന്ന ഒരു കാലത്തിന്റെ സങ്കലനങ്ങൾ അവതരിപ്പിക്കുന്നു. മലയാളനോവൽ പുതു സങ്കേതങ്ങളുടെ കാട്ടുപാതകളിലൂടെ പ്രയാണം നടത്തുന്നതിന്റെ നാന്ദി യായിരുന്നു ഈ നോവൽ. ദേശീയ അന്തർദ്ദേശീയ പുരസ്കാരങ്ങൾ കരസ്ഥമാക്കിയ *ചിത്രസൂത്രം* എന്ന ചലച്ചിത്രം നന്ദകുമാറിന്റെ *വാർ ത്താളി: സൈബർസ്പേസിൽ ഒരു പ്രണയനാടകം* എന്ന നീണ്ടകഥ യുടെ ആവിഷ്കാരമാണ്.

കഥകൾ, പ്രണയം 1024 കുറുക്കുവഴികൾ, നിലവിളിക്കുന്നിലേക്കു കയറ്റം, വായില്യാക്കുന്നിലപ്പൻ, കാളിദാസന്റെ മരണം എന്നിവയാണ് കൃതികൾ.

നിളയുടെ വിശുദ്ധ തീരമായ പൊന്നാനിയുടെ വിശേഷങ്ങളും കഥ കളും മലയാളിക്ക് സമ്മാനിച്ച എഴുത്തുകാരനാണ് സി അഷ്റഫ്. ഉപാ സനയുടെ ആഴച്ചുഴികളെ നീന്തിക്കടന്ന് പ്രപഞ്ചത്തിന്റെ മറുകരയിലെ പ്രശാന്ത തീരത്തുവെച്ച് മഹാത്മാഗാന്ധിയെ സങ്കല്പിക്കുന്ന കൂട്ടായി മൂപ്പന്റെ കഥ പറയുന്ന, ഗാന്ധിജി, നെഹ്റു, സർദാർപട്ടേൽ, മുഹമ്മദലി ജിന്ന, മൗണ്ട് ബാറ്റൻ, ഇന്ദിരാഗാന്ധി, കെ കേളപ്പൻ, ബാലകൃഷ്ണ മേനോൻ, കെ വി രാമൻകുട്ടി മേനോൻ, ഇമ്പിച്ചിബാവ എന്നിവരൊക്കെ കഥാപാത്രങ്ങളാവുന്ന *ഭാരത പ്രദർശനശാല* എന്ന അഷ്റഫിന്റെ നോവൽ ഏറെ ചർച്ച ചെയ്യപ്പെട്ട ഒന്നാണ്. പൊന്നാനിയുടെ നദീതട ജീവിതങ്ങൾക്ക് ഉയിര് പകരുന്ന പുസ്തകമായ *നദികൾ മനുഷ്യ കഥാ നുഗായികൾ* ഒരു പുതിയ രചനാസങ്കേതം തീർത്ത കൃതിയാണ്. *ചില വിശുദ്ധജന്മങ്ങളുടെ വിശേഷങ്ങൾ, ദാന്തപ്പുകൾ, അമേരിക്കൻ കാക്ക* എന്നിവയാണ് മറ്റുകൃതികൾ.

മന്ത്രമുഗ്ദ്ധമായ പ്രതിപാദനംകൊണ്ടും പാലക്കാടൻ ഭാഷയുടെ ചാരുതയെ കവിതകളിലേക്ക് ആവാഹിക്കുന്ന കാവ്യരീതികൊണ്ടും ശ്രദ്ധേയയായ ജ്യോതിബായ് പരിയാടത്ത് മലയാള കവിതാരംഗത്ത് സ്വന്തമായ ഒരിടം കണ്ടെത്തിയ എഴുത്തുകാരിയാണ്. ആധുനിക കവി തയുടെ വിമർശന വിധേയമാവുന്ന കുത്തൊഴുക്കിനിടയിൽ തലയു യർത്തി നില്ക്കുന്ന നിരവധി രചനകൾ ജ്യോതിബായ് മലയാളത്തിന് സമ്മാനിച്ചിട്ടുണ്ട്. സ്നേഹാർദ്രമായ മനസ്സിൽ ഇടയ്ക്കിടെ സംഭവിക്കുന്ന ഉരുൾപൊട്ടലാണ് മിക്ക കവിതകളും. താളക്കൊഴുപ്പിൽ വാക്കുകളെ ഹോമിക്കാതെ വാക്കുകളെ ഭാവപൂർണ്ണതയിൽ വിന്യസിക്കാനും വില യിക്കാനുമാണ് ജ്യോതി ശ്രമിക്കുന്നത്. ഇതിൽ അവർ ഏറെ വിജയി

ക്കുകയും ചെയ്യുന്നു.

കാവ്യംസുഗേയം എന്ന സ്വന്തം ബ്ലോഗിലൂടെ പ്രശസ്തരുടെ കവിതകൾ സവിശേഷമായ കാവ്യാലാപനത്തിലൂടെ ജനകീയമാക്കാൻ ജ്യോതിബായ് കാണിച്ച ആർജ്ജവം പ്രശംസാർഹമാണ്. പാലക്കാട്ടെ കവിതാപ്രേമികളുടെയും വിദ്യാർത്ഥികളുടെയും ആലാപനകുതുകികളുടെയും പ്രതിമാസ കൂട്ടായ്മയായ കാവ്യകേളി ജ്യോതിബായിയുടെ ദീർഘവീക്ഷണത്തിന്റെ സന്തതിയാണ്. കവി, വിവർത്തക, പ്രഭാഷക, സംഘാടക എന്നിങ്ങനെ വിശേഷണങ്ങൾ ഏറെ അർഹിക്കുന്ന സാംസ്കാരിക പ്രവർത്തകയാണ്.

2006 ൽ പുറത്തിറങ്ങിയ പ്ലാച്ചിമടസമരനായികയായിരുന്ന മയിലമ്മയുടെ *മയിലമ്മ ഒരു ജീവിതം* എന്ന ആത്മകഥാഖ്യാനം *മയിലമ്മ പോരാട്ടമേ വാഴ്കൈ* എന്ന പേരിൽ ഈ കൃതി തമിഴിലേക്ക് വിവർത്തനം ചെയ്യപ്പെട്ടു. പ്രഥമ കാവ്യസമാഹാരമായ *പേശാമടന്ത* 2009 ൽ പ്രസിദ്ധീകരിച്ചു. *കൊടിച്ചി*യാണ് മറ്റൊരു കവിതാസമാഹാരം. മൈക്കേൽ ആഞ്ജലോ അന്റോണിയോനിയുടെ *ലാനൊട്ടേ*യുടെ തിരക്കഥാ വിവർത്തനം (പി എസ് മനോജ് കുമാറുമൊത്ത്) പ്രസിദ്ധീകരിച്ചിട്ടുണ്ട്. മയസ്കോവിസ്കിയുടെ കവിതകളുടെ വിവർത്തനവും പുസ്തകമായി പ്രസിദ്ധീകരിച്ചിട്ടുണ്ട്.

കാലത്തിന്റെ സ്പന്ദനങ്ങൾ പിടിച്ചെടുക്കാൻ കെല്പുള്ള പുതിയ കഥാകൃത്തുക്കളിൽ പ്രമുഖനായ ഡോക്ടർ സി ഗണേഷ് നിളയുടെ തീരത്തുള്ള മാത്തൂർ എന്ന ഗ്രാമത്തിന്റെ പ്രിയപുത്രനാണ്. അദ്ധ്യാപകൻ, എഴുത്തുകാരൻ, ഗവേഷകൻ, പ്രഭാഷകൻ എന്നിങ്ങനെ നിരവധി മേഖലകളിൽ വ്യാപരിക്കുന്നു. കാലം സൃഷ്ടിക്കുന്ന പ്രകമ്പനങ്ങൾ വ്യക്തിയുടെ ഇമചലനത്തിലും കോരിത്തരിപ്പിലും കൂടി അനുധാവനം ചെയ്യുന്ന സാഹിത്യത്തിലെ സത്യമായ രാഷ്ട്രീയപ്രവർത്തനം പൂർണ്ണ ഉത്തരവാദിത്വത്തോടെ ഗണേഷ് നിർവ്വഹിക്കുന്നു. സാഹിത്യ അക്കാദമിയുടെ സഹായത്തോടെ ആന്ധ്രയിലെയും കേരളത്തിലെയും തോൽപ്പാവക്കൂത്തിനെക്കുറിച്ച് പഠനം നടത്തി. *ക്രിയാത്മക കഥാപാത്രങ്ങൾ, മഴ നനഞ്ഞ വിത്തുകൾ, നനഞ്ഞ പതിവുകൾ, ചെമ്പകം, ഐസ് (കഥാസമാഹാരങ്ങൾ), ആചാര്യ, ഇണ/ജീവിതം എൻട്രോപി* (മഹേന്ദറുമൊത്ത്) (നോവലുകൾ), *ഭൂമിക്കുട്ടിയുടെ ആകാശം, നടൻ, കേരള എക്സ്പ്രസ്* (ലേഖനങ്ങൾ) എന്നിവയാണ് കൃതികൾ. ഭാഷയുടെ അതിജീവനത്തിന് *ഒരു ജനതയുടെ സഞ്ചാരം* എന്ന കൃതി എഡിറ്റ് ചെയ്തു. ഓട്ടോയുടെ 'ഓട്ടോബയോഗ്രഫി' എന്ന ചെറുകഥ ചലച്ചിത്രത്തിന് പ്രേരണയായിട്ടുണ്ട്.

നെഹ്റു യുവകേന്ദ്ര പുരസ്കാരം, ആലോചന സാഹിത്യവേദിയുടെ മുണ്ടൂർ കൃഷ്ണൻകുട്ടി പുരസ്കാരം, അങ്കണം സാംസ്കാരിക വേദിയുടെ കൊച്ചുബാവ പുരസ്കാരം, സൂര്യകാന്തി നോവൽ പുരസ്കാരം എന്നിവ ലഭിച്ചിട്ടുണ്ട്.

യാഥാർത്ഥ്യങ്ങളിലെ അയഥാർത്ഥ്യവും, അയഥാർത്ഥ്യങ്ങളിലെ യാഥാർത്ഥ്യവും കലർന്നത് വേതിരിച്ചറിയാനാവാത്ത വർത്തമാനകാല

വ്യവസ്ഥ നല്കുന്ന നടുക്കത്തെ സ്വന്തം രചനകളിലേക്ക് വിവർത്തനം ചെയ്യുന്ന എഴുത്തുകാരനാണ് പട്ടാമ്പിസ്വദേശിയായ ഉദയശങ്കർ. കാലം തെറ്റി മേഞ്ഞുനടക്കുന്ന സ്മൃതികളുടെ പരമ്പരകളെ ഇരുകാലത്തിലെ മനുഷ്യജീവിതത്തിന്റെ നിസ്സഹായതയുടെ അടിക്കുറിപ്പുകളോടെ വിരൽ ത്തുമ്പിലൊതുക്കുന്ന കഥാമാന്ത്രികത അദ്ദേഹത്തിന്റെ രചനകളുടെ പ്രത്യേകതയാണ്. എഴുത്ത് അദ്ദേഹത്തിന് ഗൗരവതരമായ ഉത്തരവാദി ത്വമാണ്. സാമൂഹികവും രാഷ്ട്രീയവുമായ തന്റെ നിലപാടുകളെ ഒട്ടും പ്രകടനപരതയില്ലാതെ സമർത്ഥമായി രചനകളുടെ അന്തർദ്ധാരകളാക്കി മാറ്റാൻ അദ്ദേഹത്തിന് അനായാസം കഴിയുന്നു.

പച്ചക്കുതിരകളുടെ മഴ, നടപ്പുദീനം, സൂക്ഷിക്കുക അകത്ത് നായ്ക്കളുണ്ട്, വൃത്താകൃതിയുള്ള ഭയങ്ങൾ, ശാപകുലം, ബി സി 1500 ന്റെ അവശിഷ്ടങ്ങൾ, ചുവപ്പിന്റെ ഭൂപടം, ബ്ലീഡിങ് ബൈബിൾ, ഖുമരാൻ ചുവരിലെ നാല്പതാം തിരുവെഴുത്ത്, ഉടലിന്റെ വാക്കുകൾ, ഉടലിന്റെ ലിപികൾ, വിശ്വകവികളുടെ കഥകൾ, വിഷാദ യോഗിയുടെ രാഷ്ട്രീയക്കുറിപ്പുകൾ എന്നിവയാണ് കൃതികൾ.

മനുഷ്യാവസ്ഥയെ അതിന്റെ സങ്കീർണ്ണതയോടെയും അനുഭവ സാന്ദ്രമായ വൈകാരികാനന്ദത്തോടെയും സ്വീകരിക്കുന്ന ജീവിതഗന്ധിയായ കൃതികളുടെ രചയിതാവായ പള്ളിക്കുന്നൻ ശോകനാശിനീ തീരത്തെ നോവലിസ്റ്റും കഥാകൃത്തുമാണ്. പ്രണയത്തിന്റ തീവ്രതയും ദുരന്തത്തിന്റെ ആഴവും അനുവാചകരുടെ അകതാരിൽ തീവ്രമായ അനുഭൂതിയുളവാക്കുന്ന മൃദുലവും ചൈതന്യവത്തും ഹൃദ്യവും സുതാര്യവുമായ ഒരു രചനാശൈലിയുടെ ഉടമയാണ് അദ്ദേഹം. ഉപഭോക്തൃ കോടതി നിരോധിച്ച പുസ്തകമായ *ദാവീദിന്റെ സങ്കീർത്തനം, പതിനൊന്നാമൻ, വേതക്രീയം, യമുനയിലേക്കൊരു തീർത്ഥയാത്ര, മേരി ലാവറന്നോസിന്റെ കുടീരം, നർമ്മദയിലെ പാലം, ശ്രാന്തം, കൂടണയും കുഞ്ഞാറ്റക്കിളികൾ, Psalm of David* എന്നിവയാണ് പ്രധാന കൃതികൾ.

ടി പി കിഷോർ പുരസ്കാരം, അക്ഷരവേദി ഫൗണ്ടേഷൻ പുരസ്കാരം, കലാസരിത് കലാവേദി പുരസ്കാരം എന്നിവയുടെ ജേതാവാണ്.

പാലക്കാട് ഇൻസ്ട്രുമെന്റേഷൻ ലിമിറ്റഡിൽ ഉദ്യോഗസ്ഥനായ പരുത്തിപ്പുള്ളി സ്വദേശി പി വി സുകുമാരൻ ചെറുകഥാകൃത്ത്, നോവലിസ്റ്റ്, ബാലസാഹിത്യകാരൻ, ശാസ്ത്രസാഹിത്യകാരൻ ഈ നിലകളിൽ അറിയപ്പെടുന്ന സാഹിത്യകാരനാണ്. *ഖസാക്കിന്റെ ഇതിഹാസ*ത്തിന്റെ ഭൂമികയായ തസ്രാക്കിൽ അപ്പുക്കിളി എന്ന വീട് നിർമ്മിച്ച് താമസിക്കുന്നു. സാമൂഹ്യജീവിതത്തിന്റെ വ്യതിയാനത്തോടൊപ്പം സഞ്ചരിക്കുകയും സമകാലിക സാമൂഹ്യ ജീവിതരാഷ്ട്രീയത്തെ ശക്തമായ വിമർശനത്തിന് വിധേയമാക്കുകയും ചെയ്യാൻ സുകുമാരൻ ശ്രമിക്കുന്നു. കുട്ടികൾക്ക് വേണ്ടിയുള്ള സാഹിത്യരചനകളിൽ ലാളിത്യവും ശാസ്ത്രബോധവും പ്രതിഫലിക്കുന്നുണ്ട്.

കലാപരാത്രിയിൽ ഒരുഗസൽ (ചെറുകഥകൾ), *മഴക്കാറ്റ്, ദൈവത്തോട് പിണങ്ങിപ്പിരിഞ്ഞവന്റെ സുവിശേഷം, ആകാശപ്പന്തൽ, മഴനിലാവിൽ* (നോവലുകൾ) *നിലാവിന്റെ പൂക്കൾ, കനൽദീപം, ദിയ,*

ഹെലൻകെല്ലർ, ഇരുളിൽ വിരിഞ്ഞ പൂവ് (ബാലസാഹിത്യം), *ആൽബർട്ട് ഐൻസ്റ്റീൻ* (ശാസ്ത്രസാഹിത്യം) എന്നിവയാണ് പ്രധാന കൃതികൾ. ഫാദർ ചിന്നപ്പ നോവൽ പുരസ്കാരം, പായൽ ബുക്സ് പുരസ്കാരം എന്നിവ ലഭിച്ചിട്ടുണ്ട്.

ജോലിസംബന്ധമായി പാലക്കാട്ട് സ്ഥിരതാമസമാക്കിയ ചെറുകഥാകൃത്ത് പ്രദീപ് പുതിയ സംവേദനതലങ്ങൾ സൃഷ്ടിക്കുന്നതിൽ ഏറെ തല്പരനായിരുന്നു. കഥാശൈലിയിലും ആവിഷ്കരണത്തിലും വേറിട്ടു നില്ക്കാൻ പ്രദീപ് ശ്രമിച്ചു. വാക്കുകൾക്ക് വൈചാരികവും വൈകാരികവുമായ പുതിയ അർത്ഥതലങ്ങൾ കണ്ടെത്താനുള്ള പ്രയത്നമായിരുന്നു അദ്ദേഹത്തിന് കഥയെഴുത്ത്. *കോയമ്പത്തൂർ സ്ഫോടനം, കാസ്ട്രേഷൻ* (ചെറുകഥകൾ), *സർപ്പചിത്രങ്ങളും കർണ്ണ ഭൂഷണങ്ങളും* (വിവർത്തനം) എന്നിവയാണ് പുസ്തകങ്ങൾ. അങ്കണം കൊച്ചുബാവ പുരസ്കാരം, ബാലകൃഷ്ണൻ മാങ്ങാട് പുരസ്കാരം എന്നിവയുടെ ജേതാവാണ്.

നാടകകൃത്ത്, ലേഖകൻ, പ്രഭാഷകൻ, സംവിധായകൻ, സംഘാടകൻ ഒക്കെയായ കെ പി എസ് പയ്യനെടം എന്ന കെ പി സെയ്തലവിയും ഭാരതപ്പുഴയുടെ സന്തതിയാണ്. സാമൂഹികപ്രശ്നങ്ങൾ ശക്തമായി അവതരിപ്പിക്കുന്നതിൽ സവിശേഷമായ കഴിവുള്ള എഴുത്തുകാരനാണദ്ദേഹം. പ്രേക്ഷകമനസ്സുകളെ തരളിതമാക്കാനും അതോടൊപ്പം സമകാലിക രാഷ്ട്രീയ പ്രശ്നങ്ങൾ ആവശ്യപ്പെടുന്ന അതിതീക്ഷ്ണതയുടെ അഗ്നിഗോളങ്ങൾ അവരിലേക്ക് സന്നിവേശിപ്പിക്കാനും പുതിയ നാടകസങ്കേതങ്ങളിലൂടെ അദ്ദേഹത്തിന് കഴിഞ്ഞു. *കഴുകപുരാണം, രാമൻദൈവം, ഗതികെട്ടവന്റെ സ്വപ്നം, പൂതവും കുട്ടികളും (നാടകങ്ങൾ), തെരഞ്ഞെടുത്ത ലേഖനങ്ങൾ* (ലേഖനസമാഹാരം), *വന്മരങ്ങൾ പറയുന്നത്* (കഥാസമാഹാരം), *വേട്ടനായ്ക്കളുടെ ലോകം* (നോവൽ) എന്നിവയാണ് പ്രസിദ്ധീകരിച്ച ഗ്രന്ഥങ്ങൾ.

പുതിയ കാലത്ത് മുറുകെ പിടിക്കേണ്ട ധാർമ്മിക മൂല്യങ്ങളെ ഓർമ്മിപ്പിക്കുകയും ലാളിത്യമാർന്ന രചനകൾകൊണ്ട് ശ്രദ്ധേയയാവുകയും ചെയ്ത നോവലിസ്റ്റ് ഇന്ദുബാലയും നിളാതീരവാസിയാണ്. മഞ്ഞുതുള്ളിപോലുള്ള പ്രണയങ്ങളുടെയും ദുഃഖങ്ങളുടെയും ഹൃദ്യമായ ആവിഷ്കാരം ഇന്ദുബാലയുടെ രചനകളുടെ പ്രത്യേകതയാണ്. സത്യാന്വേഷിയായ ഒരു പെൺകുട്ടിയുടെയും അഭിമാനിയും വീരപരാക്രമിയുമായ ഒരു പോരാളിയുടെയും ജീവിതങ്ങൾ തമ്മിൽ സൂക്ഷ്മഭാവങ്ങളുടെ പൊൻനൂലുകൊണ്ട് പാലം പണിയാൻ ശ്രമിക്കുന്ന *ഷഹീദ്*, വയലുകളിലും തണ്ണീർത്തടങ്ങളിലും പൂത്തുലയുന്ന പ്രകൃതിയുടെ പശ്ചാത്തലത്തിൽ പച്ചമണ്ണിന്റെ നൈർമല്യം കാത്തുവച്ച, ഉന്നത വിദ്യാഭ്യാസവും ഉയർന്ന ജോലിയും കൈവരിച്ചിട്ടും കൃഷിയുടെ നാട്ടുനന്മയിലേക്ക് ഇറങ്ങിപ്പുറപ്പെട്ട ശ്യാംസുന്ദറിന്റെ സ്വപ്നങ്ങൾ ചിത്രീകരിക്കുന്ന *വീണ്ടും ഒരു കതിർക്കാലം*, യമനിൽ സ്കൂൾ ടീച്ചറായ ഒരു അറേബ്യൻ യുവതിയുടെയും മലയാളിയായ ബസ്ഡ്രൈവറുടെയും കഥ പറയുന്ന, പ്രവാസത്തെ സാർത്ഥകമായി അവതരിപ്പിക്കുന്ന, *അറേബ്യൻ നാടുകളുടെ*

അവസ്ഥയും ജീവിതത്തിന്റെ ആന്തരികലോകത്തെയും ആവിഷ്കരിക്കുന്ന *മക്തൂബ്* എന്നീ നോവലുകൾ ഏറെ ശ്രദ്ധിക്കപ്പെട്ടവയാണ്.

അതീന്ദ്രിയത്തിനപ്പുറം, മുക്തിപർവ്വം (കഥാസമാഹാരങ്ങൾ). *പകലമ്മ, നാട്ടുവെളിച്ചം, കാവിലെ മനുഷ്യരും വെള്ളെലികളും, മക്തൂബ്, ഒരുകതിർക്കാലം കാത്ത്, തൊഴിൽ കേന്ദ്രത്തിന്റെ വഴിയിൽ, ഷഹീദ്* (നോവലുകൾ) എന്നിവയാണ് പ്രസിദ്ധീകൃതമായ രചനകൾ.

അദ്ധ്യാപകൻ, ചെറുകഥാകൃത്ത്, ഗവേഷകൻ എന്നിങ്ങനെ അറിയപ്പെടുന്ന ഡോക്ടർ ശ്രീവത്സൻ ടി പുതുതലമുറയിലെ ശ്രദ്ധേയനായ കഥാകൃത്താണ്. ആധുനിക ജീവിത വിഹ്വലതകളുടെ നിഴൽപ്പാടുകൾ സ്വകീയമായ ശൈലിയിലൂടെ ആവിഷ്കരിക്കുന്ന കഥകൾ അദ്ദേഹം മലയാളിക്ക് സമ്മാനിച്ചു. സർഗ്ഗാത്മകമായ മൗലികതയും പ്രകടനാത്മകതയുടെ അഭാവവും അദ്ദേഹത്തിന്റെ പ്രത്യേകതകളാണ്. *ആംബുലൻസ്, നിസ്സാരോപദേശ കഥകൾ* (കഥാസമാഹാരങ്ങൾ), *നവമനോവിശ്ലേഷണം* (പഠനം), *മതേതരത്വത്തിന് ശേഷം* (ലേഖനസമാഹാരം) എന്നിവയാണ് രചിച്ച പുസ്തകങ്ങൾ.

നിളാതീരമായ പൊറ്റശ്ശേരിയിൽ ജനിച്ച ഡോക്ടർ എം പി പവിത്ര കവി, കഥാകൃത്ത്, ചിത്രകാരി, അദ്ധ്യാപിക എന്നീനിലകളിൽ പ്രസിദ്ധയാണ്. സൗന്ദര്യവും ചടുലതയും ഒത്തിണങ്ങിയ ഭാഷയിൽ സംവേദനം നിർവ്വഹിക്കുന്നവയാണ് പവിത്രയുടെ കഥകളും കവിതകളും. സഹൃദയന്റെ മനസ്സിന്റെ നീലാകാശങ്ങളിൽ സംസ്കാരത്തിന്റെയും ചിന്തയുടെയും പുതിയമേഘങ്ങളെ പ്രദാനം ചെയ്യാൻ പവിത്ര ശ്രമിക്കുന്നു. കവിതകളിൽ രോഷത്തിന്റെ അഗ്നി വ്യാപരിപ്പിക്കുമ്പോഴും കഥകളിൽ മനുഷ്യമനസ്സിന്റെ തോരാത്ത വ്യഥയുടെയും വ്യാകുലതകളുടെയും ഹൃദയദ്രവീകരണരൂപത്തിലുള്ള ആവിഷ്കാരത്തിനു മുൻതൂക്കം നല്കുന്നു. ഒട്ടേറെ മനോഹര ചിത്രങ്ങൾ ഒരു ചിത്രകാരിയെന്ന നിലയിൽ അവർ മലയാളിക്ക് സമ്മാനിച്ചിട്ടുണ്ട്. 'വിഷ്ണുപ്രിയയ്ക്കും ഒരുദിവസം' എന്ന കഥ ദൂരദർശനു വേണ്ടി ലഘുചിത്രമാക്കിയിട്ടുണ്ട്.

വിശ്വാസങ്ങളിൽ ചില സ്വപ്നദൃശ്യങ്ങൾ (കഥകൾ), *പക്ഷിക്കൺജാലകം* (കവിതകൾ), *സ്ത്രീവാദം ഒരു പഠനം, ഉടച്ചുവാർക്കലിന്റെ തച്ചുശാസ്ത്രം, അവസ്ഥാന്തരങ്ങൾ, തണലിടങ്ങൾ* (പഠനങ്ങൾ) എന്നിവയാണ് പ്രസിദ്ധീകൃത കൃതികൾ. വനിതാ കഥാമത്സരം, പൂന്താനം കഥാമത്സരം, മാതൃഭൂമി കഥാമത്സരം, വി പി ശിവകുമാർ ചെറുകഥാമത്സരം, മലയാളമനോരമ സർഗ്ഗം കഥാമത്സരം എന്നിവയുടെ വിജയിയാണ്. ക്യാമ്പസ് കവിതയ്ക്കുള്ള നിരുപമ പുരസ്കാരം, ഗൃഹലക്ഷ്മി ചെറുകഥാപുരസ്കാരം, ദല കൊച്ചുബാവ കവിതാപുരസ്കാരം, വള്ളത്തോൾ കവിതാപുരസ്കാരം, കാരൂർ സ്മാരക കഥാപുരസ്കാരം, കോയമ്പത്തൂർ മലയാളിസമാജം പുരസ്കാരം എന്നിവ ലഭിച്ചിട്ടുണ്ട്.

സ്വന്തം സ്വത്വത്തോടുള്ള കൂറും ഭാവിയോടുള്ള ഉത്തരവാദിത്വവും സ്വാനുഭവങ്ങളിൽ വരുന്ന പരാധീനതകളോടും സൂക്ഷ്മതകളോടുമുള്ള സത്യസന്ധമായ സമീപനവുംകൊണ്ട് ശ്രദ്ധേയനായ കവിയാണ് റെയിൽവേ ഉദ്യോഗസ്ഥനായ പത്മദാസ്. പുതുമുറക്കവിയായിരിക്കെ

തന്നെ പഴമയിലും ഊന്നിനിന്ന് കവിതാരചന നിർവ്വഹിക്കാൻ അദ്ദേഹം വിരുത് കാണിക്കുന്നു.

നഗരയക്ഷി, ദേവീവിലാസം, ഗുരുവായൂർ (കവിതസമാഹാരങ്ങൾ), *പന്ത്രണ്ട് സോദരരും ഒരു പെങ്ങളും* (ബാലസാഹിത്യം) എന്ന കൃതികളുടെ കർത്താവാണ്.

മലയാളത്തിലും ഇംഗ്ലീഷിലും കവിതകൾ രചിക്കുന്ന ജയകൃഷ്ണൻ വല്ലപ്പുഴ കവി, അദ്ധ്യാപകൻ, ഗവേഷകൻ, പ്രഭാഷകൻ, പ്രബന്ധകാരൻ എന്നീനിലകളിൽ പ്രശസ്തനാണ്. യുജീൻ ഒനീലിന്റെ കൃതികളിലെ ചരിത്രദർശനത്തെക്കുറിച്ചുള്ള ഗവേഷണ പ്രബന്ധം ഏറെ ശ്രദ്ധിക്കപ്പെട്ടു. അന്താരാഷ്ട്ര മാസികകളിൽ ഇംഗ്ലീഷ് കവിതകൾ പ്രസിദ്ധീകരിച്ചിട്ടുണ്ട്. ഫ്രഞ്ച്, സ്പാനിഷ്, ഇറ്റാലിയൻ, ജർമ്മൻ ഭാഷകളിലേക്ക് ഈ കവിതകൾ വിവർത്തനം ചെയ്യപ്പെട്ടിട്ടുണ്ട്.

എന്താണെല്ലാവരുമെന്നെ സൂക്ഷിച്ചു നോക്കുന്നത്, മുൾവേലിക്കെണി, Total Tattoo എന്നിവയാണ് പ്രസിദ്ധീകൃത കവിതകൾ.

ജീവിതത്തെ സംബന്ധിച്ച പ്രതീക്ഷയും ഒപ്പം അല്പം നിരാശയും പ്രസരിപ്പിക്കുന്ന കവിതകൾ കൈരളിക്കു സമ്മാനിച്ച എഴുത്തുകാരനാണ് ഉണ്ണികൃഷ്ണൻ ചാഴിയാട്. കവി, സാംസ്കാരിക പ്രവർത്തകൻ, ഉദ്യോഗസ്ഥൻ, സംഘാടകൻ എന്നിങ്ങനെ സാംസ്കാരിക രംഗത്ത് നിറഞ്ഞുനില്ക്കുമ്പോഴും നിസ്വപക്ഷത്തു നിന്നുകൊണ്ട് സമൂഹത്തിൽ നടമാടുന്ന അനീതികൾക്കും അനാചാരങ്ങൾക്കും എതിരെ തൂലിക ചലിപ്പിക്കാൻ അദ്ദേഹം സമയം കണ്ടെത്തുന്നു.

നിലവിളിക്കുന്ന് എന്ന കവിതാസമാഹാരം പ്രസിദ്ധീകരിച്ചിട്ടുണ്ട്.

വ്യക്തിയുടെയും കുടുംബത്തിന്റെയും സമൂഹത്തിന്റെയും ദുഃഖങ്ങൾ നിറഞ്ഞ മനുഷ്യജീവിതത്തിന്റെ താളങ്ങളും താളപ്പിഴകളും അതീവലളിതമായി അവതരിപ്പിക്കുന്ന ജീവിതഗന്ധിയായ കഥകളുടെ രചയിതാവായ എം എൻ ലതാദേവിയും നിളയുടെ പുത്രിയാണ്. നഷ്ടപ്പെട്ടുകൊണ്ടിരിക്കുന്ന ശാലീനവും സുന്ദരവുമായ ഭാഷയിലൂടെ നമ്മെ അസ്വസ്ഥമാക്കുന്ന അനുഭവങ്ങളുടെ തീവ്രത ലതാദേവി അവതരിപ്പിക്കുന്നു.

നീതുവിന്റെ ചില നേരമ്പോക്കുകൾ, മൂളിക്കാതി എന്നിവയാണ് പ്രസിദ്ധീകൃത കൃതികൾ.

കവിതയെ അപ്രതീക്ഷിത തലങ്ങളിലേക്ക് പറിച്ചുനട്ട് ഉള്ളിലേക്ക് തറച്ചുകയറുന്ന അസ്ത്രങ്ങളാക്കുന്ന പ്രാഗത്ഭ്യം തെളിയിച്ച കവിയും, എഞ്ചിനീയറും, നാവികനും, പരിസ്ഥിതി പ്രവർത്തകനും, സംഘാടകനുമായ ടി ജി നിരഞ്ജൻ നിളാതീരത്തെ അടക്കാപുത്തൂരിൽ ജനിച്ച് ശോകനാശിനീതീരത്ത് താമസമാക്കിയ എഴുത്തുകാരനാണ്.

"നെടുവീർപ്പുകളുടെ ചൂടുള്ള ഈ ചപ്പാത്തികൾ
ഇനിയീമേശമേലിരുന്ന് കഴിക്കാൻ വയ്യ
കൊണ്ടുവരൂ കുടിക്കാൻ തണുത്തതെന്തെങ്കിലും" എന്ന് 'മുണ്ടുടുത്ത ചപ്പാത്തികൾ' എന്ന കവിത നിരഞ്ജൻ അവസാനിപ്പിക്കുമ്പോൾ വർത്തമാനകാലത്തിന്റെ രാഷ്ട്രീയ സമസ്യയായ കർഷകന്റെ വിലാപ

ങ്ങൾ നമ്മെ വിലയം ചെയ്യുന്നു.

"അമ്പതുകളുടെ യൗവ്വനം തൊണ്ടപൊട്ടിച്ച
കീഴ്ത്താടിയനക്കങ്ങളുടെ
വിളറിയ ഓർമ്മ ഞരമ്പുകളിൽ
എൺപതുകളുടെ വെയിലത്ത്
മാനത്തേക്കു ചുരുട്ടിയ വലംകൈയിലെ
റേസർ ചേർന്നുനില്ക്കുമ്പോൾ
പലകാലങ്ങളുടെചുവപ്പിലേക്ക്
ചോരപൊടിയാതെ, മിണ്ടാതെ
തൊട്ടുപോവുന്ന മൂർച്ചകളിൽ
ഒരേസമയം കൊരുക്കുന്നുണ്ട്
ഇരുതലമുറകളുടെ നരകൾ" എന്ന് പറഞ്ഞുകൊണ്ട് 'ട്വിൻ ബ്ലേഡ്' എന്ന കവിതയിലൂടെ ഇരുതലമുറകളുടെ അടയാളങ്ങൾ ആദ്ദേഹം കോറിയിടുന്നു.

"ഓരോ ചെറുവാക്കിന്റെ അടിത്തട്ടിലും ഒരുനാവികൻ
പല നിറങ്ങളിൽ, പലപല ജീവനിൽ, പലപല തിളക്കങ്ങളിൽ
പലപല അനക്കങ്ങളിൽ പലപല കടലുകൾ ഒതുക്കുന്നുണ്ട്
അതിനെ വെറുതെയെന്നു കരുതരുത്,
അവനോട് വെറുംവാക്ക് പറയരുത്" എന്നത് ഒരു ആത്മകഥാക്കുറിപ്പിന്റെ ഭാഗമാവുന്നുണ്ട്.

ചില കവിതകൾ ഇംഗ്ലീഷിലേക്ക് തർജ്ജമ ചെയ്യപ്പെട്ടിട്ടുണ്ട്. ചെലവുകുറഞ്ഞ കവിതകൾ ആണ് പ്രസിദ്ധീകൃത പുസ്തകം.

സുധീരമായ മനുഷ്യത്വത്തിന്റെ വേർപെടുത്താനാവാത്ത ഇതളായ സങ്കടത്തെ നിർവൃതികളാക്കി മാറ്റുന്ന കവിതകളെഴുതുന്ന സുഭദ്ര സതീശൻ അദ്ധ്യാപിക, പ്രഭാഷക, കവി, പ്രബന്ധരചയിതാവ് എന്നൊക്കെ വിശേഷിപ്പിക്കാവുന്ന എഴുത്തുകാരിയാണ്. സമൂഹത്തെ അസ്വസ്ഥമാക്കുന്ന ദാരുണമായ ജീവിതസന്ദർഭങ്ങൾ സുഭദ്ര കാവ്യവിഷയമാക്കുന്നു. പരിസ്ഥിതിബോധം, ലിംഗബോധം തുടങ്ങിയ നവജാഗ്രതകൾ ഈ കവിതകളുടെ ഊർജ്ജമായി വർത്തിക്കുന്നുണ്ട്.

ഇരുമൊഴിച്ചിലമ്പൊലി (തമിഴ് മലയാള തർജ്ജമ കവിതകൾ), *വി ടി ഭട്ടതിരിപ്പാടിന്റെ ജീവചരിത്രം* എന്നിവയാണ് കൃതികൾ.

കവി, നോവലിസ്റ്റ്, ശാസ്ത്രലേഖിക, അദ്ധ്യാപിക എന്നീ നിലകളിൽ പ്രവർത്തിക്കുന്ന സുനിത ഗണേഷ് പെണ്ണിന്റെ രാത്രിവഴി ശില്പികളിലൊരാളാണ്. ഡി സി ബുക്സിനുവേണ്ടി റഫറൻസ് സീരീസിൽ ആണവോർജ്ജത്തെക്കുറിച്ച് പഠനം തയ്യാറാക്കി. *കരിമഷി, പാപ്പമ്മയുടെ പുഞ്ചിരി, കാന്തികത അറിയേണ്ടതെല്ലാം, സൂര്യൻ, ഭംഗാറുകളുടെ ലോകം* തുടങ്ങിയവയാണ് പ്രസിദ്ധീകരിച്ച പുസ്തകങ്ങൾ. ആദ്യ നോവൽ *കരിമഷിക്ക്* പ്രതിച്ഛായ അവാർഡ് ലഭിച്ചു.

കവി, ചലച്ചിത്രനിരൂപകൻ, ലഘുചിത്രസംവിധായകൻ, സംഘാടകൻ, ഉദ്യോഗസ്ഥൻ എന്നീ നിലകളിൽ പ്രശസ്തനായ കെ ആർ ചെത്തല്ലൂർ എന്ന രാജൻ. ഇൻസൈറ്റ് എന്ന ലഘുചിത്രങ്ങളെ പ്രോ

ത്സാഹിപ്പിക്കുകയും മത്സരങ്ങളും ഫെസ്റ്റിവലുകളും സംഘടിപ്പിക്കുകയും ചെയ്യുന്ന സംഘടനയുടെ ജീവാത്മാവും പരമാത്മാവുമാണ്. ഫിലിം സൊസൈറ്റി പ്രസ്ഥാനത്തെ പാലക്കാട് സജീവമാക്കിയ രാജൻ കവിതകളിലൂടെയും ചലച്ചിത്രനിരൂപണത്തിലൂടെയും തന്റെ ഇടം കണ്ടെത്തി. *അകല്ച്ച, ചലച്ചിത്രദർപ്പണം, ചലച്ചിത്രദർശനം, നാട്യ ശാസ്ത്രം മുതൽ ചിഹ്നശാസ്ത്രം വരെ* എന്നിവയാണ് പ്രസിദ്ധീകരിച്ച പുസ്തകങ്ങൾ.

സജീവമായ ഒരുമനസ്സിന്റെ ലോകത്തോടും ജീവിതത്തോടുമുള്ള പ്രതികരണങ്ങൾ ആവിഷ്കരിക്കുന്ന കവിയും കഥാകൃത്തുമായ സുകേതുവും ഭാരതപ്പുഴയുടെ പുത്രനാണ്. ചുറ്റുപാടുകളോടുള്ള ഒടുങ്ങാത്ത കലാപത്തിന്റെ വിളംബരങ്ങളാണ് സുകേതുവിന്റെ കഥകൾ. കലയിലൂടെ എങ്ങനെ പ്രതികരിക്കാമെന്ന് സുകേതു കാട്ടിത്തരുന്നു. ഭാഷയിലും ആഖ്യാനത്തിലുമെല്ലാം അതിന്റെ പ്രതിഫലനങ്ങൾ കാണുന്നുണ്ട്.

കാലത്തിന്റെ കോലം കെട്ട കാഴ്ചയിൽ ജനിക്കുന്ന സുകേതുക്കവിതകൾ പ്രതിരോധത്തിന്റെ അടയാളവും തിന്മകൾക്കുനേരെയുള്ള വിരൽ ചൂണ്ടലുമാകുന്നു. ഇന്നത്തെ കാലത്തിന് ഒരു ആദർശവാദി നല്കുന്ന കുറ്റപത്രം, നാളത്തെ ജീവിതം എങ്ങനെയായിരിക്കണമെന്ന സ്വപ്നം, ഇനിയും നാം മുന്നേറേണ്ടതുണ്ടെന്ന ഓർമ്മപ്പെടുത്തൽ ഇവയെല്ലാം ആ രചനകളിൽ വായിച്ചെടുക്കാം.

ജീവിതത്തിലേക്ക് പോകുന്ന ഒരു വണ്ടി, ഒന്നും അറിയുന്നില്ല, ഇങ്ങനെയും, എന്റെഴുത്ത്, തെരഞ്ഞെടുത്ത കഥകൾ (കഥാസമാഹരങ്ങൾ), *ഉടുമ്പെഴുത്ത്* (കവിതകൾ) എന്നിവയാണ് സുകേതുവിന്റെ പ്രധാന കൃതികൾ.

അദ്ധ്യാപകൻ, കഥാകൃത്ത്, നോവലിസ്റ്റ്, ബാലസാഹിത്യ രചയിതാവ് എന്നിങ്ങനെ അറിയപ്പെടുന്ന കെ കെ പല്ലശ്ശനയും ഭാരതപ്പുഴയുടെ കൈവരിയുടെ പുത്രനായ സാഹിത്യകാരനാണ്. വട്ടംകറക്കാത്ത ഭാഷയും വളച്ചുകെട്ടാത്ത ആഖ്യാന ശൈലിയും അദ്ദേഹത്തിന്റെ രചനകളുടെ മേന്മകളാണ്. ആദ്ദേഹത്തിന്റെ ബാലസാഹിത്യകൃതികൾ ഒരു പ്രൈമറി സ്കൂൾ അദ്ധ്യാപകൻ ബാലമനസ്സുകൾക്ക് നേരെ നീട്ടുന്ന മിഠായിപ്പൊതിയാണ്, ചൂരൽ പ്രഹരമല്ല എന്നതാണ് നന്മ.

ത്രിവിക്രമൻ മാഷ് കഥപറയുന്നു (കഥകൾ), *ആൾദൈവങ്ങൾ മരിക്കുമ്പോൾ* (നോവൽ), *മലയപ്പോതി* (നാടകം), *പൊട്ടനുണ്ണി, ഒരു ഗ്രാമത്തിന്റെ കഥ, പൂജ്യം കൊണ്ടുള്ള ഗുണനം* (ബാലസാഹിത്യം) എന്നിവയാണ് കൃതികൾ.

ഇതിവൃത്തം, രചനാകൗശലം, പാത്രാവിഷ്കാരം, ആഖ്യാനരീതി എന്നിവകൊണ്ട് ശ്രദ്ധേയമായ നോവലുകളിലൂടെ സാഹിത്യത്തിൽ സ്വന്തം ഇടംകണ്ടെത്തിയ ബി സി മോഹനൻ അയിലൂരും ഭാരതപ്പുഴയുടെ കൈവഴിയുടെ സന്തതിയായ എഴുത്തുകാരനാണ്. *മുളങ്കാടുകൾ, നരകയാത്ര* (നോവലെറ്റുകൾ), *മായക്കണ്ണാടി, കൊസത്ത്, മണൽ ശില്പം, മണ്ണ് + ഇര* (നോവലുകൾ) *ഒരു വളഞ്ഞ വര, പദസഞ്ചാരം*

(കഥകൾ) എന്നിവയാണ് രചനകൾ.

കഥാകൃത്ത്, പ്രഭാഷകൻ, ബ്ലോഗർ, സാംസ്കാരിക പ്രവർത്തകൻ, സംഘാടകൻ എന്നിങ്ങനെ ഏറെ മേഖലകളിൽ വ്യതിരിക്തമായ പ്രവർത്തനങ്ങൾ കാഴ്ചവെക്കുന്ന എഴുത്തുകാരനായ രാജേഷ് മേനോനും ഭാരതപ്പുഴയുടെ തീരവാസിയാണ്. എഴുത്തിലും പ്രമേയത്തിലും ശൈലിയിലും പുതുമകൾ ഉണർത്തുന്ന കഥാകാരൻ, മനുഷ്യപ്പറ്റുള്ള സഹൃദയൻ, ഇടപെടൽ ശേഷിയുള്ള സാംസ്കാരിക പ്രവർത്തകൻ, കഠിനാദ്ധ്വാനം ചൊരിയുന്ന സംഘാടകൻ എന്നീ തൂവലുകളൊക്കെ ഇണങ്ങുന്ന സാഹിത്യകാരനാണ് രാജേഷ്. സഹൃദയന്റെ ഹൃദയാകാശത്ത് അരിവാൾ വൃത്തത്തിൽ പ്രതീക്ഷയുടെ നിലാവുദിപ്പിക്കാൻ അദ്ദേഹത്തിന്റെ കഥകൾക്ക് കഴിയുന്നു.

മുണ്ടൂർ കൃഷ്ണൻകുട്ടി നമുക്ക് ചൂണ്ടിക്കാണിച്ചുതന്ന, ദേശമനസ്സ് കമ്യൂണിസ്റ്റ് മനസ്സാകുന്ന ഒരു ഉയർന്ന മാനവികബോധം കഥകളിലും പ്രഭാഷണങ്ങളിലും ബ്ലോഗുകളിലും പകരാൻ രാജേഷ് പ്രത്യേകം ശ്രദ്ധചെലുത്തുന്നു. ഇന്നത്തെ കാലത്ത് ഒരു കമ്യൂണിസ്റ്റുകാരനായും എഴുത്തുകാരനായും ജീവിക്കുന്നതിന്റെ ആധി പേറുന്നവയാണ് രാജേഷിന്റെ കഥകൾ. “ദേശം, കാലം, മനുഷ്യൻ എന്നീ മൂന്നു അവസ്ഥകളെക്കുറിച്ചുള്ള ആധി ഫലപ്രദമായി കഥാചേരുവകളായിമാറുന്നു” വെന്നു ഡോക്ടർ പി ആർ ജയശീലൻ രാജേഷ് കഥകളെക്കുറിച്ച് പറയുന്നത് തീർത്തും യാഥാർത്ഥ്യമാണ്.

മുണ്ടൂരിൽനിന്നും തിരിയുന്ന വളവുകൾ എന്ന കഥാസമാഹാരമാണ് പ്രസിദ്ധീകരിച്ച പുസ്തകം.

ചെറുകഥ, നോവൽ, ബാലസാഹിത്യം എന്നീ സാഹിത്യമേഖലകളിലെ സജീവസാന്നിദ്ധ്യമാണ് അദ്ധ്യാപകനും പ്രഭാഷകനുമായ എം കൃഷ്ണദാസ്. വിദ്യാലയ ജീവിതവുമായി ബന്ധപ്പെട്ട രസകരങ്ങളായ നിരവധി നുറുങ്ങുകൾ കുഞ്ഞുകുഞ്ഞു കഥകളിൽ സന്നിവേശിപ്പിക്കാൻ അദ്ദേഹം ശ്രമിക്കുന്നു. *ഓരോരോ കഥകൾ, സ്കൂൾകഥകൾ, വിരുന്ന്* (കഥകൾ), *മുത്തൻകഥകൾ* (നോവൽ), *സഞ്ജുവിന്റെ സഞ്ചാരകഥകൾ* (ചെറുനോവലുകൾ), *മിന്നാമിനുങ്ങുകൾ* (ചെറുകഥകളും കവിതകളും) എന്നിവയാണ് കൃതികൾ.

നിളയുടെ തീരത്തെ തച്ചമ്പാറ നിവാസിയായ ശരത്ബാബു തച്ചമ്പാറ ബാലസാഹിത്യകാരൻ, കഥാകൃത്ത്, പ്രസാധകൻ, സംഘാടകൻ, കഥാപ്രസംഗകൻ, മാധ്യമപ്രവർത്തകൻ എന്നിങ്ങനെ വിവിധ ശ്രേണികളിൽ അറിയപ്പെടുന്ന എഴുത്തുകാരനാണ്. *ആപ്പിൾ ബുക്സ്* എന്ന പ്രസിദ്ധീകരണ സ്ഥാപനത്തിന്റെ ഉടമയായ ശരത്ബാബു തൃശൂർ അങ്കണം സാഹിത്യവേദിയുടെയും അട്ടപ്പാടിയിലെ തമ്പിന്റെയും സജീവ പ്രവർത്തകനാണ്.

പിറന്നാൾ സമ്മാനം, മരംകൊത്തിയും തിത്തിരിപ്പക്ഷിയും, മഹാന്മാരുടെ കുട്ടിക്കാലം, തൊട്ടാവാടി, മോട്ടു, മഴവില്ല്, കുഞ്ഞാറ്റക്കിളി ചങ്ങാതി (ബാലസാഹിത്യം), *സിലബസിലില്ലാത്തത്* (കഥാസമാഹാരം) എന്നിവയാണ് പ്രസിദ്ധീകൃത രചനകൾ.

നോവലിസ്റ്റ്, ചെറുകഥാകൃത്ത്, അദ്ധ്യാപകൻ, പ്രഭാഷകൻ എന്നൊക്കെ അറിയപ്പെടുന്ന മനോജ് വീട്ടിക്കാട് നിളയുടെ പുത്രനാണ്. മലയാളത്തിലെ ഹരിതാഖ്യാനത്തിന് ലഭിച്ച മികച്ച സംഭാവനയായ, ഒരുപക്ഷേ, ആഖ്യാനത്തേക്കാൾ അധിനിവേശ വിരുദ്ധമായ ആശയത്തിന് പ്രാധാന്യം നല്കപ്പെട്ട നോവലായ *തുക പൂജ്യമാകുന്ന കളികൾ ഏറെ ശ്രദ്ധിക്കപ്പെട്ട കൃതിയാണ്. സിസ്റ്ററോബിയ* (നോവൽ), *ആനപ്പേടി, എലീറ്റ ആഞ്ജലീസന* (കഥാസമാഹാരങ്ങൾ) എന്നിവയാണ് മറ്റു കൃതികൾ.

അദ്ധ്യാപികയും സാംസ്കാരിക പ്രവർത്തകയുമായ മിനി എം ബി നിളാതീരത്തെ പറളി നിവാസിയാണ്. സ്ത്രീ എന്ന അവസ്ഥയെ സ്വീകരിക്കുകയും മാനിക്കുകയും, അതിലൂടെ ലോകത്തെ നോക്കിക്കാണുകയും ചെയ്യുന്ന നയം പ്രഖ്യാപിക്കുന്ന കഥകളുടെ രചയിതാവാണ് മിനി. മുന്നിൽ ഉടലെടുക്കുന്ന പ്രതിസന്ധികളെയും, തന്നിൽത്തന്നെയുണ്ടാവുന്ന അനിശ്ചിതത്വങ്ങളെയും മറികടക്കാൻ ഒരെഴുത്തുകാരി എന്ന നിലയിൽ മിനികാണിക്കുന്ന മിടുക്കു അനിതരസാധാരണമാണ്.

ഭൂമിമാനസം (നോവൽ), *വവ്വാൽവർഷം, വാടാമഞ്ഞ* (കഥാസമാഹാരങ്ങൾ) എന്നിവയാണ് കൃതികൾ.

കവി, അദ്ധ്യാപിക, ഗവേഷക എന്നീ മേഖലകളിൽ പേരെടുത്ത ഡോക്ടർ സുഷമ ബിന്ദു പുതിയകാല കവികളിൽ വേറിട്ട ശബ്ദത്തിന്റെ ഉടമയായ എഴുത്തുകാരിയും ആനുകാലികങ്ങളിലെ സജീവസാന്നിദ്ധ്യവുമാണ്. കവിത കാലത്രയത്തെ ചൂഴ്ന്ന് വളരുകയും പന്തലിക്കുകയും ചെയ്യുന്ന സ്മൃതിയും ഉണർവ്വും ആണെന്ന് നമ്മെ ബോദ്ധ്യപ്പെടുത്തുന്ന രചനകളാണ് സുഷമയുടേത്. ജീവിതത്തിന്റെ രുചിഭേദങ്ങളുടെ കാഴ്ചക്കോണുകളിലൂടെ ആവിഷ്കരിക്കപ്പെട്ട വർത്തമാനകാലത്തിന്റെ വേവലാതികളും പ്രകൃതിയോടുള്ള തന്മയീഭാവവും സുഷമയുടെ പ്രത്യേകതകളാണ്. *ഒരുമ്പെട്ടോൾ* എന്ന കവിതാസമാഹാരമാണ് പ്രസിദ്ധീകരിച്ച കൃതി.

കലാപൂർണ്ണ കവിത പുരസ്കാരം, വിദ്യാരംഗം കവിതാ അവാർഡ്, അദ്ധ്യാപകലോകം അവാർഡ്, വൈലോപ്പിള്ളി കവിതാ പുരസ്കാരം, എന്നിവ ലഭിച്ചിട്ടുണ്ട്.

ലേഖകൻ, ചെറുകഥാകൃത്ത്, സംഘാടകൻ എന്നൊക്കെ അറിയപ്പെടുന്ന ഇ ജയചന്ദ്രൻ കർമ്മംകൊണ്ട് നിളാതീരവാസിയാണ്. ഒടുവിൽ ഉണ്ണികൃഷ്ണൻ എന്ന അമൂല്യ അഭിനയപ്രതിഭയുടെ ജീവിതം, അഭിനയം, അനുഭവങ്ങൾ എന്നിവയുടെ അവതരണത്തിലൂടെ ശ്രദ്ധേയനായ എഴുത്തുകാരനാണ്. *നിളയിലേക്കൊഴുകിയ ഗംഗ, ഒടുവിൽ മായാത്ത ഭാവങ്ങൾ* എന്നിവയാണ് പ്രസിദ്ധീകൃത പുസ്തകങ്ങൾ.

ഉന്നത്തിൽ തറയ്ക്കുന്ന വ്യംഗ്യഭംഗിയുള്ള പ്രയോഗങ്ങളും വായനക്കാരെ ആഴത്തിൽ ചിന്തിപ്പിക്കാൻ പ്രേരിപ്പിക്കുന്ന നുറുങ്ങു പ്രസ്താവനകളുംകൊണ്ട് സമ്പന്നമായ രചനകളിലൂടെ ശ്രദ്ധേയനായ എഴുത്തുകാരനാണ് ജന്മംകൊണ്ട് ഹരിപ്പാട്ടുകാരനാണെങ്കിലും കർമ്മംകൊണ്ട് നിളാതീരവാസിയായ ആർ രാധാകൃഷ്ണൻ സമൂഹത്തിൽ നട

ക്കുന്ന സംഭവങ്ങളെ തന്റെ വീക്ഷണത്തിലൂടെ അപഗ്രഥനം ചെയ്ത് പത്രമാധ്യമങ്ങളിൽ അദ്ദേഹം ഒട്ടേറെ കുറിപ്പുകൾ പ്രസിദ്ധീകരിച്ചിട്ടുണ്ട്. *ഒരു ചെമ്പനീർ പൂവിറുത്ത്, ടൻറ്റി 20 കാക്കിരിപൂക്കിരി, ഖബർദാർ, തിരുക്കുമരന്റെ തിരുവരങ്ങിൽ, പുനത്തിലിനെ ആരും കോപ്പി അടിക്കാത്തതെന്ത്?* എന്നിവയാണ് കൃതികൾ.

മനുഷ്യത്വരഹിതമായ അധികാരനീതിയുടെ ക്രൗര്യമുനകളും അതേറ്റുപിടയുന്ന നിസ്സഹായ ജന്മങ്ങളും പ്രമേയമാക്കി സാഹിത്യരചന നടത്തിയ വിജയൻ മാത്തൂരും നിളയുടെ മകനാണ്. പരിഷ്കൃത ജീവിതത്തിന്റെ അരാജകത്വത്തിന് അനുഭവിക്കേണ്ടിവരുന്ന ഏകാന്തതയുടെ വന്യതയും നാട്യങ്ങളില്ലാത്ത ഗ്രാമീണജീവിതത്തിന്റെ വിശുദ്ധിയും വിജയന്റെ രചനകൾക്ക് ചാരുത പകരുന്നു. *ക്ഷോഭിക്കുന്നവന്റെ ശിരോലിഖിതം* (നോവൽ), *ജലം സാക്ഷി* (തിരക്കഥ), *സമയവൃക്ഷം* (കവിതകൾ) എന്നിവയാണ് കൃതികൾ.

അദ്ധ്യാപികയും കവിയുമായ ഗീത മുന്നൂർക്കോട് മലയാളം, ഹിന്ദി, ഇംഗ്ലീഷ് ഭാഷകളിൽ കവിതയെഴുതുന്ന എഴുത്തുകാരിയാണ്. ജീവിതത്തെ കീറി പരിശോധിക്കുന്ന സ്വപ്നാത്മകവും വൈകാരികവുമായ അവബോധം ഗീതയുടെ രചനകളുടെ പ്രത്യേകതയാണ്.

ജ്വാല, പ്രാന്തുതുണ്ടുകളുടെ കൊളാഷ്, ശരികളുടെ കൂടോത്രം, എന്നെയാരും തീണ്ടിയില്ല, The Reflection എന്നിവയാണ് പ്രസിദ്ധീകൃതകൃതികൾ.

കവിത കനലും കനകനൂലുമാണെന്നു പറയുന്ന കെ എൻ സുരേഷ്കുമാർ കവി, കഥാകൃത്ത്, പത്രപ്രവർത്തകൻ എന്നീ മേഖലകളിൽ അറിയപ്പെടുന്ന എഴുത്തുകാരനാണ്. നഷ്ടപ്പെട്ടുപോയ നിത്യജീവിത സൗകുമാര്യങ്ങളുടെ വീണ്ടെടുപ്പ് അനുഭവിപ്പിക്കുന്നവയാണ് അദ്ദേഹത്തിന്റെ രചനകൾ. *അമ്മ അലാറമാണ്, അവതാരം, വാക്കാണെൻ സമരായുധം* (കവിതകൾ), *ഒരേ വഴി ഒരുപാടു നേരം* (കഥകൾ), *കുഞ്ഞിനെ അറിയുക, മക്കളെ അറിയാൻ അമ്മമാർ എഴുതുന്നു, വിജയത്തിന്റെ ടിക്ക്മാർക്ക്, ലോകധനികരുടെ വിജയകഥകൾ, ജീവിതവിജയത്തിന് ആത്മീയവഴികൾ* (ലേഖനങ്ങൾ), *മഹാനായ ലിങ്കൻ* (ജീവചരിത്രം) എന്നിവയാണ് പ്രസിദ്ധീകൃത കൃതികൾ.

ആർദ്രതയും സൗന്ദര്യവുമുള്ള ഭാഷയിൽ ഓർമ്മകളുടെയും വർത്തമാന കാലത്തിന്റെയും വ്യത്യസ്തമായ ഒരു ലോകത്തെ തന്റെ രചനകളിൽ ചേർത്തെഴുതുന്ന കഥാകൃത്ത് കവിത എസ് കെ, പ്രശസ്ത എഴുത്തുകാരൻ ഇയ്യങ്കോട് ശ്രീധരന്റെ മകളാണ്. ജീവിതത്തിന്റെ പൊരിവെയിലിൽ വാടുകയും അതിജീവനത്തിന്റെ ചാറ്റൽമഴയിൽ തളിർക്കുകയും ചെയ്യുന്ന മനുഷ്യരുടെ മുറിവുകൾ കവിത ഭംഗിയായി അവതരിപ്പിക്കുന്നു. *വാൻഗോഗിന്റെ സൂര്യകാന്തികൾ* എന്ന കഥാസമാഹാരമാണ് പ്രസിദ്ധീകരിച്ച പുസ്തകം.

ചിത്രകലയിലൂടെ പേരും പ്രശസ്തിയുമാർജ്ജിക്കുകയും തങ്ങളുടെ സർഗ്ഗാത്മകതയാൽ ചിത്രലോകത്തിന്റെ നിറുകയിൽ എത്തുകയും ചെയ്ത ഒട്ടേറെ ചിത്രകാരന്മാർക്ക് നിളാതടം ജന്മം നല്കിയിട്ടുണ്ട്.

കെ സി എസ് പണിക്കർ, ടി കെ പത്മിനി, എ എസ്, നമ്പൂതിരി, അക്കിത്തം നാരായണൻ, അക്കിത്തം വാസുദേവൻ, അച്യുതൻ കൂടല്ലൂർ, ആയിരുമന നാരായണൻ നമ്പൂതിരി, ത്രിക്കടെരി വാസുദേവൻ നമ്പൂതിരി, മുരളി വിരിത്തറയിൽ, ഷഡാനനൻ ആനിക്കത്ത്, ബൈജു ദേവ്, രഘുനാഥ് മേനോൻ, മണികണ്ഠൻ പുന്നക്കൽ, എം എ വേണു, ശ്രീജ പള്ളം, ദേവീദാസ് വർമ്മ, ഷീല വിവേകാനന്ദ്, ശ്രീനിവാസൻ, കൃഷ്ണൻ മല്ലിശ്ശേരി, സുഭാഷ് തോടയം, തരുൾദാസ്, ശ്രീവത്സൻ, ഷാജഹാൻ, ദുർഗ്ഗമാലതി, ദീപ, പ്രമോദ് പഴേരി, വിപിൻ, വിനീത്, വേണു, അനീഷ് തൃത്താല എന്നിവരെല്ലാം ഈ രംഗത്ത് അവിസ്മരണീയ സംഭാവനകൾ നല്കിയവരാണ്.

ആത്മകഥയുടെ മേഖലയിൽ ഭാരതപ്പുഴയുടെ തീരത്തുനിന്ന് അതിപ്രശസ്തരായ ഒട്ടേറെ ധന്യാത്മാക്കൾ രചനയുടെ രംഗപ്രവേശം ചെയ്തിട്ടുണ്ട്. കലാമണ്ഡലം രാമൻകുട്ടിനായർ (*തിരനോട്ടം*), കീഴ്പടം കുമാരൻ നായർ (കളിവിളക്ക്), കലാമണ്ഡലം ഗോപി (*ഓർമ്മയിലെ പച്ചകൾ*), കോട്ടക്കൽ ശിവരാമൻ (*സ്ത്രൈണം*), ആലത്തൂർ ആർ കൃഷ്ണൻ (*വീഴുമലയുടെ താഴ്വരയിൽ*), പി ജയപാലമേനോൻ (*ഒളിമങ്ങാത്ത ഓർമ്മകൾ*) എന്നിവരുടെ സംഭാവനകൾ സ്മരണീയമാണ്.

നിളയുടെ നാടക പാരമ്പര്യം വളരെ പ്രസിദ്ധമാണ്. പാഴ്സി നാടകങ്ങളെ അനുകരിച്ചുള്ള നിറപ്പകിട്ടാർന്ന വേഷഭൂഷാദികളോടുകൂടിയ സംഗീത പ്രധാനമായ നാടകങ്ങളായിരുന്നു ആദ്യകാലഘട്ടത്തിൽ അരങ്ങു ഭരിച്ചിരുന്നത്. ചാത്തുക്കുട്ടി മന്നാടിയാരുടെ ഉടമസ്ഥതയിലുള്ള രസികരഞ്ജിനി നാടകസംഘം അക്കാലത്തെ വലിയ ആവേശമായിരുന്നു. സാമൂഹ്യ രാഷ്ട്രീയ നാടകങ്ങൾക്ക് തുടക്കംകുറിച്ചത് വി ടിയുടെ *അടുക്കളയിൽനിന്ന് അരങ്ങത്തേക്ക്*, കെ ദാമോദരന്റെ *പാട്ടബാക്കി* എന്നീ നാടകങ്ങളിലൂടെയായിരുന്നു. അതിനെത്തുടർന്ന് എം ആർ ബിയുടെ *മറക്കുടയ്ക്കുള്ളിലെ മഹാനരകം*, ഇടശ്ശേരിയുടെ *കൂട്ടുകൃഷി*, പ്രേംജിയുടെ *ഋതുമതി*, ചെറുകാടിന്റെ *നമ്മളൊന്ന്, തറവാടിത്തം, കുട്ടിത്തമ്പുരാൻ, മനുഷ്യഹൃദയങ്ങൾ* എന്നിവ ഗ്രാമഹൃദയങ്ങളെ കീഴടക്കി. സുരാസു, ടി ആർ സി, കാളിദാസ് പുതുമന, കാട്ടുമാടം നാരായണൻ, തുപ്പൻ, പ്രൊഫ. പി ഗംഗാധരൻ, എം ജി ശശി, ജി ദിലീപൻ, എൻ പി ആർ ദാസ്, കെ പി എസ് പയ്യനെടം, ഉമ്മർകുട്ടി, റിയാസ്, സുരഭി, ശ്രീജ ആറങ്ങോട്ടുകര, പാർത്ഥസാരഥി, നാരായണൻ, രാജു നരിപ്പറ്റ, കെ എ നന്ദജൻ, രവി തൈക്കാട്, അലിയാർ അബൂബക്കർ, ചേരാമംഗലം ചാമുണ്ണി, കണ്ണൻ പാലക്കാട്, ബീനാ ഗോവിന്ദ്, വി കുഞ്ഞപ്പൻ, ചന്ദ്രൻ നായർ, പി പി കെ പൊതുവാൾ, എന്നിവരുടെ നാടകമേഖലയിലുള്ള സംഭാവനകൾ ഏറെ വിലപ്പെട്ടതാണ്.

സംസ്കൃത സാഹിത്യത്തിന് ഗുണപരമായും ഗണപരമായും ഒട്ടേറെ സംഭാവനകൾ നല്കിയ മഹദ്വ്യക്തികളെ നിളാനദീതീരം കൈരളിക്കു സമ്മാനിച്ചിട്ടുണ്ട്. ബഹുഭാഷാ പണ്ഡിതന്മാരായ ഈ മഹാരഥന്മാർ കാവ്യം, നാടകം, ചമ്പു, അലങ്കാരം, നൃത്തം, ശില്പം, വൈദ്യം, ജ്യോതിശാസ്ത്രം, സംഗീതം, ഗണിതം തുടങ്ങിയ മേഖലകളിൽ അപൂർവ്വ

ചാരുതയോടെ തങ്ങളുടെ രചന വൈവിദ്ധ്യവും വൈദഗ്ദ്ധ്യവും പ്രകടിപ്പിച്ചിട്ടുണ്ട്.

അഷ്ടാംഗഹൃദയം പോലുള്ള വൈദ്യശാസ്ത്രഗ്രന്ഥങ്ങൾ പിഴ തീർത്ത് ശുദ്ധപാഠങ്ങളോടുകൂടി പകർത്തിയെഴുതിയ പണ്ഡിതരാജൻ തൃക്കോവിൽ ഉഴുത്തിരവാരിയർ, *ശ്രീരാമസ്തോത്രം* എന്ന കാവ്യകൃതിയുടെ രചയിതാവും *ജാനകിപരിണയം, ഉത്തരരാമചരിതം, ഹാലാസ്യ മാഹാത്മ്യം* എന്നീ കൃതികളുടെ തർജ്ജമകാരനുമായ ചമ്പത്തിർ ചാത്തുകുട്ടി മന്നാടിയാർ, പെരുമുടിയൂരിലെ സരസ്വതോദ്ദ്യോതിനി സംസ്കൃത പാഠശാലയുടെ സ്ഥാപകനും രാജകീയലേഖമാല, *വിജ്ഞാനചിന്താമണി, രഘുവംശനിരൂപണം, ഭാഷാ വ്യാഖ്യാനങ്ങൾ* എന്നീ പുസ്തകങ്ങളുടെ രചയിതാവുമായിരുന്ന പുന്നശ്ശേരി നീലകണ്ഠശർമ്മ, ലഘുഭാഗവതം, *തിരുവള്ളക്കാവിലെ ഓർമ്മക്കുറിപ്പുകൾ, രാമകഥാസുധ, ഭാഗവത മകരന്ദം, വാല്മീകിയും വ്യാസനും, രുഗ്മിണി, സുഭദ്ര, രാസവിലാസം* എന്നീ കൃതികൾ രചിച്ച വാഴക്കുന്നം വാസുദേവൻ നമ്പൂതിരി, *വിഭാകരൻ, വിഷ്ണുയമാകം, ബദരീശസ്തോത്രം, ഗംഗാസഹസ്രനാമ സ്തോത്രം, ഹിമഗിരിവിഹാരം, കൈലാസയാത്ര* എന്നിവ മലയാളിക്ക് സമ്മാനിച്ച വേദാന്തപണ്ഡിതനായ തപോവന സ്വാമി, *ശാകുന്തളം, അഗണിതം* എന്നീ കൃതികൾ എഴുതിയ നല്ലേപ്പിള്ളി സുബ്രഹ്മണ്യ ശാസ്ത്രികൾ, *വിക്രമാദിത്യ ചരിതം, നീലകണ്ഠസന്ദേശം, പരിവേദന ശതകം, ഭാഗവതസംഗ്രഹം, അഷ്ടകാവലി* എന്നിവയുടെ കർത്താവായിരുന്ന പുന്നശ്ശേരി ശ്രീധരൻ നമ്പി, *കല്ലന്മാർ തൊടിയുടെ കവിതകൾ, ഞാൻ കണ്ട വൈകുണ്ഠം, ഒന്ന് മുകർന്നാലോ* എന്നിവയുടെ രചയിതാവ് കല്ലന്മാർതൊടി രാവുണ്ണിമേനോൻ, *വ്യാകരണം, ജ്യോതിഷം,* സംസ്കൃതം എന്നിവയിൽ അപാര പാണ്ഡിത്യം നേടി സേതുമാഹാത്മ്യം, *വേതാളചരിത്രം, പഞ്ചതന്ത്രം, രാവണോത്സവം* തുടങ്ങിയ കാവ്യങ്ങൾ രചിച്ച കല്ലേകുളങ്ങര രാഘവപ്പിഷാരടി, *വേദാന്തം, മന്ത്രശാസ്ത്രം* എന്നിവയിൽ അസാമാന്യമായ പരിജ്ഞാനമുണ്ടായിരുന്ന കൃഷ്ണ്ണ, *വിവാഹ ശതകം, അത്ഭുതരാമായണം, ജ്ഞാനവാസിഷ്ഠം, ഭാഷാമൃച്ഛകടികം* എന്നിവയുടെ രചയിതാവായ കവിതിലകൻ വരവൂർ ശാമുമേനോൻ, *പ്രദക്ഷിണം, പൂങ്കാവ്, കേരളത്തിലെ കാളിസേവ, സ്മരണാഞ്ജലി, ദേവിദാസൻ, എഴുത്തച്ഛൻ ആന്റ് ഹിസ് ഏജ്* എന്നീ പ്രശസ്ത കൃതികളുടെ രചയിതാവും മദ്രാസ് സർവ്വകലാശാലയിലെ മലയാളം വകുപ്പ് തലവനുമായിരുന്ന ഡോക്ടർ ചേലനാട്ട് അച്യുതമേനോൻ, *ന്യായകർ, രത്നം, വിലാപസപ്തതി* എന്നിവ എഴുതിയ പണ്ഡിതരാജൻ കെ അച്യുതപൊതുവാൾ, *ഭാതമാല, കോമളവല്ലി, ഒരു തീർത്ഥയാത്ര, ശ്രീശങ്കരവിജയം* തുടങ്ങിയവയുടെ കർത്താവ് തരുവത്ത് അമ്മാളുവമ്മ, *ശിവയോഗരഹസ്യം, സിദ്ധാനുഭൂതി, മോക്ഷദീപം* എന്നിവ രചിച്ച നവോത്ഥാന നേതാവ് ബ്രഹ്മാനന്ദശിവയോഗി, *ബ്രഹ്മസൂത്രഭാഷ്യഭാഷാനുഭവം, ശിവഗീത, ദാത്താത്രേയഹരി ഭക്തി സുധോദയം* എന്നിവയിലൂടെ പ്രസിദ്ധനായ പണ്ഡിറ്റ് ഗോപാലൻനായർ, *ശ്രീകൃഷ്ണജയന്തി മാഹാത്മ്യം, നീലാസുരവധം, സിംഹാവതാരം* എന്നിവയിലൂടെയും നിര

വധി സംസ്കൃത സ്തവങ്ങളിലൂടെയും പ്രസിദ്ധനായ വിദ്വാൻ കൊമ്പി യച്ചൻ, *കേരള കൗമുദി* എന്ന വ്യാകരണ ഗ്രന്ഥം രചിക്കുകയും കേക, കാകളി, അന്നനട എന്നീ വൃത്തങ്ങൾക്ക് നാമകരണം ചെയ്യുകയും ചെയ്ത കോവുണ്ണി നെടുങ്ങാടി, നമ്പൂതിരി സമുദായത്തിലെ പരി ഷ്കരണ നടപടികൾക്ക് നേതൃത്വം നല്കുകയും *അഫ്ഫന്റെ മകൾ* എന്ന നോവലും *മറുപുറം* എന്ന ലേഖനസമാഹാരവും രചിക്കുകയും ചെയ്ത മുത്തിരിങ്ങോട് ഭവത്രാതൻ നമ്പൂതിരിപ്പാട്, *നാമാംബിക, ശ്യാമസുന്ദരം, മന്ദാകിനി, നീലചന്ദ്രിക* എന്നീ കാവ്യസമാഹാരങ്ങളും *പൂപ്പാലിക, ത്രിവേണി* എന്നീ ചെറുകഥാസമാഹാരങ്ങളും *സതീർത്ഥ്യന്റെ കാഴ്ച* എന്ന നാടകവും രചിച്ച ഓട്ടൂർ ഉണ്ണിനമ്പൂതിരിപ്പാട്, അദ്ധ്യാപകൻ, സമു ദായ പരിഷ്കർത്താവ്, സംഘാടകൻ എന്നീ നിലകളിൽ പ്രവർത്തി ക്കുകയും *സ്നാപകചരിതം, ഗുരുവായൂരപ്പൻ* എന്നീ ആട്ടക്കഥകളും *കണ്ണീർമൊഴി* എന്ന കവിതാസമാഹാരവും ഋഗ്വേദഭാഷ്യം എന്ന വ്യാഖ്യാന കൃതി രചിക്കുകയും ചെയ്ത ഒ എം സി നമ്പൂതിരിപ്പാട് എന്നി വർ പ്രശസ്തരായ സംസ്കൃത പണ്ഡിതരും ഗ്രന്ഥകർത്താക്കളുമായി ഈ പുഴയുടെ തീരത്തുണ്ടായിരുന്നു.

ഇവരെക്കൂടാതെ നിളയുടെ തീരത്ത് ജനിച്ച് ജീവിച്ച് വിവിധ കാല ഘട്ടങ്ങളിലായി സാഹിത്യസപര്യ നടത്തിയ ഒട്ടേറെ എഴുത്തുകാരെക്കൂടി ഓർമ്മിക്കേണ്ടതുണ്ട്. എലപ്പുള്ളിക്കാരനായ കാരാട്ട് അച്യുതമേനോൻ (*അമ്മായിപഞ്ചതന്ത്രം, വിരുതൻശങ്കു*), ഒറ്റപ്പാലത്തുകാരനായ കാട്ടു കുളത്ത് അച്യുതവാരിയർ (*കേരളംമാഹാത്മ്യം*), ശ്രീകൃഷ്ണപുരത്തെ കിഴക്കേപ്പാട്ട് അച്യുതമേനോൻ (*കഥകളി എന്ന കലാകർമ്മകാഹളം, ഗീതാവിവർത്തനം*), പല്ലാവൂർ സ്വദേശിയായ പി പി അനന്തനാരായണൻ (*തമസ്സും ജ്യോതിസും, മുത്തുമാല, ചീനച്ചെറുകഥകൾ*), വടവന്നൂർ ക്കാരനായ പാറക്കൽ അപ്പുക്കുട്ടി മേനോൻ (മാനസി, വീണ്ടും നാട്ടിന് പുറത്തേക്ക്, എന്റെ പ്രിയതമ), കടമ്പഴിപ്പുറത്തെ സി കെ അപ്പുക്കുട്ടി ഗുപ്തൻ (*നിയതിയുടെ നീർ കാത്ത്, ജയന്റെ ചങ്ങല*) ചിറ്റൂരിലെ അമ്പാട്ട് അംബിക (*ആവിഷമുഖി*), വടക്കന്തറയിലെ തരവത്ത് അമ്മിണി അമ്മ (*വീരപത്നി, മീരാഭായി, ആണ്ടാൾ, ബദരീനാഥ് യാത്ര*), കൊടുവായൂർ ക്കാരനായ അമൃതശാസ്ത്രികൾ (*ലവണാസുരവധം ആട്ടക്കഥ*), അര വിന്ദൻ മുണ്ടൂർ (*അർഘ്യം, കനി*), ഒറ്റപ്പാലത്തുകാരനായ ഒ എം അരവി ന്ദാക്ഷമേനോൻ (*സ്പന്ദനം, ഇരുണ്ട ആഭരണങ്ങൾ, നങ്ങയ്യ*), ഞാങ്ങാ ട്ടിരി സ്വദേശിയായ ടി വി എം അലി (*ചിരി മറന്ന കോമാളി, സൂര്യശയനം, ഈസ്സൽ മൂസ, മുൻദളങ്ങൾ*), ചെർപ്പുളശ്ശേരിയിലെ കെ അരവിന്ദാക്ഷൻ എഴുത്തച്ഛൻ (*കാളിദാസചരിതം*), കൊല്ലങ്കോട്ടെ കാമ്പ്രത്ത് അച്യുത മേനോൻ, സഞ്ചാരി എന്നറിയപ്പെട്ട ഒറ്റപ്പാലത്തെ കെ വി ഈശ്വരവാരിയർ (*കൺമണികൾ, സാക്ഷാൽക്കാരം, ബാഷ്പാഞ്ജലി, മാണിക്കക്കല്ലു കൾ*), എഴുവന്തല സ്വദേശിയായ ഉണ്ണികൃഷ്ണൻ എഴുവന്തല (*സഞ്ചാ രിയുടെ കഥകൾ, അടിയൊഴുക്ക്, അനുഭൂതികൾ, അന്തിവെളിച്ചം, അനു മോദനം*), ഉഷാകുമാരി എന്നും അറിയപ്പെടുന്ന വി കുഞ്ഞപ്പൻ (യക്ഷി യുടെ ലോകം), പെരുമുടിയൂർ സ്വദേശി കണ്ണൻ പെരുമുടിയൂർ (*ചൊല്ലി*

യാട്ടം), വാനം കെ കെ പിള്ള എന്നറിയപ്പെടുന്ന തത്തമംഗലത്തെ കെ കരുണാകരൻപിള്ള (*ആ പ്രകാശം അണഞ്ഞു*), പട്ടാമ്പിയിലെ കെ കരുണാകരപ്പിഷാരടി (*രമണി, നേതാജിയുടെ കൂടെ, ഖവാദീസ്*), ഒറ്റപ്പാലം കാരനായ കാപ്പുകുട്ടി കാവൽപ്പാട് (*മഞ്ജരീമകരന്ദം, സുകൃതാദളം, കിളിക്കൊഞ്ചൽ, കാളി*), ചെർപ്പുളശ്ശേരിയിൽനിന്നുള്ള കയനാട് കുട്ടൻ (*അശ്രുപൂജ, അനുഗ്രഹാശിസ്സുകൾ*) തിരുവില്വാമലയിൽ നിന്നുള്ള കുറ്റിപ്പുറത്ത് കിട്ടുണ്ണിനായർ (*കാവ്യരശ്മി, മഹാകവി വള്ളത്തോൾ*), പാലക്കാട് കാവിൽപ്പാട് സ്വദേശിയായ കുന്നത്ത് കുഞ്ഞിക്കണ്ണമേനോൻ (*വരകവികനകത്ത് പത്മനാഭമേനോൻ, ശബരിഗിരിയിലേക്ക്, സായിമാഹാത്മ്യം, പത്മിനി*), നെല്ലായക്കാരനായ വി പി കുഞ്ഞിരാമൻ നായർ (*കഥാമാല, ബാലദീപം, പുലരിയുടെ സംഗീതം, കളർപെൻസിൽ, കേരളശ്രീ, ലെനിൻ, ടാഗോറിനു കൂപ്പുകൈ*), തൃത്താല സ്വദേശി കുഞ്ഞുകുട്ടൻ കടമാങ്കത്ത് (*ആശാന്തതീരം*), നെല്ലായയിൽ നിന്നുള്ള പി വി കുഞ്ഞുകുട്ടൻ (*യുദ്ധഭീഷണിയും സമാധാന പ്രസ്ഥാനവും, കമ്മ്യൂണിസ്റ്റ് ചൈനയുടെ ആക്രമണം, 1921 ലെ മലബാർ കലാപസ്മരണിക*), കണ്ണമ്പ്രക്കാരനായ കുഞ്ഞുണ്ണി നായർ കണ്ണമ്പ്ര (*കുടിലിൽനിന്നും കൊട്ടാരത്തിലേക്ക്, വിദുരർ, അഹല്യാഭായി, ശ്രീരാമകൃഷ്ണ കഥാമൃതം, ഭീഷ്മർ*), പുലാപ്പറ്റ സ്വദേശി കുട്ടിശ്ശങ്കരൻ (*താവളം തിരഞ്ഞ്, ബലിക്കാക്കകൾ*), ചളവറയിൽ നിന്നുള്ള പി കുമാർ (*മാർക്സിന്റെ മൂലധനം, മാർക്സ്, ഏംഗൽസ് തെരഞ്ഞെടുത്ത കൃതികൾ, ലോകചരിത്രം*), ഒറ്റപ്പാലം സ്വദേശി പി എം കുമാരൻ നായർ (*വിശ്വദർശനങ്ങൾ, റഷ്യ ദർശനം, ഭാരതത്തിന്റെ അന്തരാത്മാവ്, വിഷസൂചി, കർണ്ണൻ, കാദംബരി, രാമചരിതം, അത്ഭുതങ്ങളുടെ നാട്*), കോങ്ങാടുകാരനായ കോങ്ങാട് കൃഷ്ണൻ നായർ (*ദേവീപുരാണം, വീരവർമ്മചക്രവർത്തി, ഋതുമഞ്ജരി, ഭവകൃതുഫലം*), പൈങ്കുളം സ്വദേശി ശിരോമണി പി കൃഷ്ണൻനായർ (*കാവ്യജീവിതവൃത്തി, കാവ്യലോകം, ആട്ടക്കഥ അഥവാ കഥകളി*), ചിറ്റൂർക്കാരനായ മാർക്കോത്ത് കൃഷ്ണമേനോൻ (*ചണ്ഡാല ആശികം, പ്രസന്നതാലവം, വടക്കുന്നാഥക്ഷേത്ര മാഹാത്മ്യം, മരണഭൂതലക്ഷണം, സീതാവിവാഹം, സാവിത്രീചരിതം, ധ്രുവചരിതം*) ചെർപ്പുളശ്ശേരിയിൽനിന്നുള്ള ഓടാട്ടിൽ കേശവമേനോൻ (*ടിപ്പുവും മലയാളരാജ്യവും, കപോതസന്ദേശം, കുമാരാഷ്ടകം*), കോതക്കുറിശ്ശി സ്വദേശി കെ കേശവമേനോൻ (*ഒരു കുറ്റാന്വേഷകന്റെ ഓർമ്മക്കുറിപ്പുകൾ, പാർസൽ കൊലപാതകക്കേസ്, ആ നിർഭാഗ്യവതി*), വടക്കന്തറയിൽ നിന്നുള്ള വി ടി ഗോപാലകൃഷ്ണൻ (*മാംസനിബദ്ധമല്ല രാഗം, പ്രസാദം*), തച്ചങ്കാട്ടുകാരനായ സി എസ് ഗോപാലപ്പണിക്കർ (*മേൽവിലാസം മാറി, നീളംകുറഞ്ഞ കത്ത്, ഒരു മുതലനായാട്ട്, സ്വയം പ്രകാശമുള്ള ചില ജന്തുക്കൾ, പക്ഷികളുടെ ആശുപത്രി*), മാത്തൂർ സ്വദേശി പി ഗോവിന്ദൻ (*അമ്മയുടെ മകൻ, പ്രകാശഗോപുരം, ആനന്ദോപഹാരം, വിജ്ഞാനത്തിന്റെ കൈത്തിരികൾ, ദേവീമാഹാത്മ്യം കഥകൾ, ജി ഡി ബിർള*), നെന്മാറക്കാരനായ രായിരംകത്ത് ഗോവിന്ദമേനോൻ (*കേരളീയകുവലയാനന്ദം, ദത്താത്രേയ തന്ത്രം*), പെരുമുടിയൂർ സ്വദേശി ചന്ദ്രൻ പെരുമുടിയൂർ

(*പ്രവാസി*), ചിറ്റൂർക്കാരനായ ചന്ദ്രൻനായർ (*അച്ഛനും മകനും, ഈഡിപ്പസ്, ആന്റിഗണി*), ഒലവക്കോട് സ്വദേശി ജനാർദ്ദനമേനോൻ കുന്നത്ത് (*വി സി ബാലകൃഷ്ണ പണിക്കർ, മഹാകവി കുമാരനാശാൻ, ആശാഭംഗം, കള്ളന്റെ കള്ളൻ, ശ്രീരാഗം, വീരനൃത്തം*), ചിറ്റൂർ സ്വദേശി സി ചാത്തുമേനോൻ (*ദേവീഭാഗവതം കിളിപ്പാട്ട്*), എലുമ്പിലാശ്ശേരിയിൽ നിന്നുള്ള സി ജനാർദ്ദനമേനോൻ (*കനകവല്ലി, നടക്കുന്ന കഥകൾ*), വിദ്വാൻകുട്ടി എന്നറിയപ്പെട്ടിരുന്ന പാലക്കാട്ടുകാരൻ ജസ്റ്റിസ് ജോസഫ് (*യുയോമതഭാഷാപുസ്തകം, ആത്മീയഗീതങ്ങൾ*), ടി ആർ തിരുവിഴാംകുന്ന് എന്ന പേരിൽ എഴുതിയിരുന്ന ടി രാമൻ (*നമ്പൂതിരിപ്പാട് വിമർശിക്കപ്പെടുന്നു, മാറുന്ന കാലം മാറാത്ത മനുഷ്യർ, കരിയിലകൾ പാദരേണുക്കൾ, ഗ്രാമത്തിന്റെ കഥ എന്റെയും*), മാത്തൂർക്കാരനായ എൻ വി ദാമോദരൻ (*വിജ്ഞാനചുംബനം, ചരിത്രത്തിന്റെ കളിക്കളം*), പാലക്കാട്ടുകാരനായ പിനത്തലത്ത ദാമോദരൻ നമ്പൂതിരി (*ദ്രാവിഡ ഭാഷകൾ, വിനോബാഭാവെ, സി എഫ് ആൻഡ്രൂസ്, മനോഹർലോഹ്യ, ഗോൾവാൾക്കർ*) കിള്ളിക്കുറിശ്ശിമംഗലത്തെ പൂന്തോട്ടം ദാമോദരൻ നമ്പൂതിരി (*അംബരീഷ ചരിതം, കാലകേയവധം, സ്യമന്തകം*), പുത്തൂർ സ്വദേശിയായ എസ് എം ദിവാകരൻ (*കറുത്തപൂത്തുമ്പ*), ചളവറക്കാരനായ കെ എസ് നമ്പൂതിരി (*ബഹിരാകാശത്തുനിന്നുള്ള ഒരു സന്ദർശകൻ, വിപ്ലവവായാടിത്തം*), ചിറ്റൂരിലെ ഏഴുവത്ത് നാണുക്കുട്ടിനായർ (*ഭാഗവതസാര സംക്ഷേപം, സുന്ദരീസ്വയംവരം, ഗോഗ്രഹണം, ശിവകർണ്ണാമൃതം, ശ്രീരാമകൃഷ്ണകർണ്ണാമൃതം*), ചിറ്റൂർ സ്വദേശിയായ സി എ നാണുവയ്യാശാസ്ത്രി (*പ്രബോധനചന്ദ്രോദയം, ജനഗാനമഞ്ജരി, സഹൃദയസമർപ്പണം, വർണ്ണസ്തവമഞ്ജരി, വിനോദപാഠ്യമഞ്ജരി*), കുമരനല്ലൂർ ഗ്രാമവാസിയായ എസ് നാരായണൻ (*പേക്കിനാവുകൾ, വാടകവീട്, അലങ്കാരസംക്ഷേപം*), കൂടല്ലൂർ സ്വദേശിയായ കെ എസ് നാരായണൻ (*രാജസേനൻ*), നെമ്മാറക്കാരനായ എം ടി നാരായണൻ നായർ (*ഭൂപാലമംഗളം, മണിമേഖല, ചിലപ്പതികാരം, ശ്രീസ്തുതി, കാർത്തികമാസ മാഹാത്മ്യം*), കൊല്ലങ്കോട്ടുകാരൻ ടി സി നാരായണൻ (*വീടുമാറ്റം, വികൃതിരാജൻ*) വടവന്നൂർ സ്വദേശി വടക്കേപ്പാട്ട് നാരായണൻ നായർ (*വാല്മീകിഗീത, സുശ്രുതസംഹിത, ആയുർവ്വേദപ്രകാശം*) കാവശ്ശേരിക്കാരനായ എൻ എം നൂലേലി എന്നറിയപ്പെടുന്ന പി എൻ നാരായണമാരാർ (*കുട്ടികളുടെ ശ്രീകൃഷ്ണൻ, ബീർബലിന്റെ കഥകൾ, പുതുനാമ്പുകൾ*) വടവന്നൂർ സ്വദേശി കോരോത്ത് നാരായണമേനോൻ (*വിവേകചൂഢാമണി, സിദ്ധഗീതം, ആത്മപുരാണം*), തോലനൂർക്കാരനായ മനയങ്കത്ത് നാരായണൻകുട്ടി (*പള്ളിപ്പാന*), ഷൊറണ്ണൂർ നിവാസി സി എം നീലകണ്ഠൻ നമ്പൂതിരി (*ഭാവുകന്റെ നിലപാടുകൾ, മനനമഞ്ജരി, ചാമ്പുകാവ്യങ്ങൾ, സംസ്കൃതസാഹിത്യചരിത്രം*), തൃത്താലക്കാരനായ സി നീലകണ്ഠൻ നമ്പൂതിരി (*ഹോമം*), തരൂർ സ്വദേശിയായ ഇ ഐ പങ്ങിയച്ചൻ (*കഥാവലി, ഇംഗ്ലണ്ട് ചരിത്രം*), വടക്കന്തറ നിവാസി കനകത്ത് പത്മനാഭമേനോൻ (*തേനാരി തീർത്ഥയാത്ര, ഭരത്, കവനമാല, കെട്ടുകല്യാണം, സൗദാമിനി*) ഒറ്റപ്പാലംകാരിയായ പത്മിനി ബാലകൃ

ഷ്ണൻ (*സുന്ദരമായ തലമുടി, സുന്ദരിയായ നീയും സുന്ദരമായ കുടുംബവും*), മുടപ്പല്ലൂർ സ്വദേശി വി എൻ പരമേശ്വരൻ നമ്പൂതിരി (*അംബികഗീതി, കാമിനീഹൃദയം, പ്രേമദർശനം*), ഇടനാട്ടുകാരൻ ജെ കെ പിള്ള (*മഷിപ്പച്ച*), മുന്നൂർക്കോട് നിവാസിയായ എം എം പുരുഷോത്തമൻ (*നിർവൃതി*), ചെർപ്ലശ്ശേരി സ്വദേശി പി പി കെ പൊതുവാൾ (*നട്ടുവളർത്തിയ വിഷച്ചെടി, ഞങ്ങളശക്തർ, മരുഭൂമിയിൽ മഴ*), വണ്ടാഴിക്കാരനായ പോൾ ജോസഫ് (*മനുഷ്യപുത്രൻ, അങ്ങാടി, ശ്രീരാമകൃഷ്ണൻ*), പട്ടാമ്പിക്കാരനായ ജി പ്രകാശ് (*ഒന്നാം ഉത്സവം*), മേഘനാദൻ എന്നറിയപ്പെടുന്ന എം പ്രഭാകരൻ നായർ (*അരങ്ങ്, കിളിയാട്ടം*), പാലക്കാട് സ്വദേശി എ പ്രഭാകരമേനോൻ (*വില്ലാളിവീരൻ*), മുണ്ടൂർക്കാരനായ ബാലകൃഷ്ണൻ മണ്ടൂർ (*നിലവും നിഴലും, പന്ത്രണ്ടു കവിതകൾ*), പാലക്കാട് സ്വദേശി കെ പി പ്രഭാകരമേനോൻ (*ആദ്ധ്യാത്മിക ചിന്തകൾ, ലക്ഷ്യവും മാർഗ്ഗവും, അഷ്ടാവക്രഗീതാമൃതം*), മണ്ണാർക്കാട് ജീവിച്ച കെ ബാലാമണിയമ്മ (*വള*), ഒലവക്കോട് സ്വദേശിയായ സലിമൻ എന്ന പേരിൽ എഴുതിയ ടി ബലരാമൻ (*ദുഃഖിതരുടെ സുവർണ്ണഭാവി, രാക്കുയിലും ചെമ്പനീരും, ഒരു ഗെയ്ഷയുടെ ജീവിതകഥ*), കുഴൽമന്ദത്തുനിന്നുള്ള ഇ കെ ബാലചന്ദ്രൻ (*അന്റാർട്ടിക്കയിലെ അത്ഭുതജീവികൾ, തേനും വയമ്പും*) കൊപ്പം സ്വദേശി ബാലചന്ദ്രൻ കുറുവാന്തൊടി (*പിന്നെയും*), ഷൊർണ്ണൂർക്കാരനായ പി ബാലകൃഷ്ണൻ നായർ (*ആടിക്കാറ്റിലെ ആത്മനൊമ്പരങ്ങൾ, പുഴയോരക്കനവുകൾ*), പള്ളിക്കുറുപ്പ് സ്വദേശിയായ ഭാസ്കരൻ പള്ളിക്കുറുപ്പ് (*നിദ്രയിൽ നിന്നുണരാത്തവർ, അലകളടങ്ങാത്ത തീരം, കഥപറയും മാമൻ*), മനോജ് എന്നറിയപ്പെടുന്ന കഞ്ചിക്കോട് സ്വദേശിയായ മനോഹരൻ (*കാട്ടാളൻ, കാലാവധി, ജീവിക്കുന്നവരുടെ ശ്മശാനം, മിന്നാമിനുങ്ങുകൾ, മെഴുകുതിരികൾ*), വടശ്ശേരിക്കാരനായ വി കെ മന്നാടിയാർ (*കമലം, കൊച്ചുണ്ണിനായരുടെ ഒസ്യത്ത്, സ്യമന്തകം*), പെരിങ്ങോട്ടുകുറിശ്ശി സ്വദേശി എൻ മാലതി (*വഴിയറിയാതെ, യാത്രാമൊഴി*), തത്തമംഗലം നിവാസി സി മാധവമേനോൻ (*വീരപ്രതിജ്ഞ, കൊച്ചുനർത്തകി, ശാകുന്തളം* (വിവർത്തനം), *കുമാരസംഭവം* (വിവർത്തനം), *അമരുകശതകം, ഋതുസംഹാരം* വ്യാഖ്യാനം), ചെമ്പ്രസ്വദേശി കെ മുരളീധരൻ (*അർത്ഥത്തിന്റെ അനർത്ഥങ്ങൾ, കുമ്മിണി നാഗൻ*), പാലക്കാട്ടുകാരനായ എം മുകുന്ദൻ നായർ (*മാർക്കണ്ഡേയ പുരാണം, രുഗ്മിണീസ്വയംവരം, സ്നേഹിതർ*), പുത്തൂർ നിവാസി വി ആർ ശ്രീധരൻ ഉണ്ണിത്താൻ (*ഓണനിലാവിൽ, പൂക്കൾ, ഏങ്ങലുകൾ തപ്തനിശ്വാസങ്ങൾ, ഒരു തെണ്ടിയുടെ ജീവിതസമരം, നിഴലുകൾ, ഹരിണ*), പന്താവൂർക്കാരനായ കെ വി മുഹമ്മദ് മുസലിയാർ (കെ വി എം പന്താവൂർ) *കിരണങ്ങൾ, ലൈലയും മൈസും, കണ്ണീരിൽ കുതിർന്ന ഖൽബ്, ഈദ്ഗീതം*), കടമ്പഴിപ്പുറത്തുകാരനായ കൃഷ്ണജീ എന്ന മൃഡാനന്ദസ്വാമി (*ഗീതാമൃതബോധിനി*), ചന്ദ്രനഗറിൽ താമസക്കാരനായ കെ ആർ കെ മേനോൻ (*പ്രഭാതരശ്മികൾ, നിശ്ചലസഞ്ചാരി, സന്ധ്യാരശ്മികൾ, അശോകചക്രവർത്തിയുടെ അന്ത്യം, അകലുന്ന ചക്രവാളം*), തിരുമിറ്റക്കോടുകാരൻ കെ വി മോഹൻദാസ് (*ചെമ്പി, മണി*

മാധവീയം, ഗീതാഞ്ജലിയുടെ കവിതകൾ, തുക്കാറാം പാടുന്നു) ആനക്കര സ്വദേശി പി കെ കെ മേനോൻ (*ഉണ്ടായില്ലാ വെടികൾ*), വാഴിക്കാരൻ കെ രാജൻ (*കൊന്നപ്പൂക്കൾ, പൂത്തിരി*), ഒറ്റപ്പാലത്തു നിന്നുള്ള ജി രാമൻ മേനോൻ (*നളിനിനിരൂപണം, പൗരകൃത്യം. സന്മാർഗ്ഗപാഠങ്ങൾ, എന്റെ സേതു, യുദ്ധഗീതങ്ങൾ, തച്ചോളിക്കഥകൾ*), ഒറ്റപ്പാലം നിവാസി കെ പി രാമപ്പൊതുവാൾ (*ഗാന്ധിജി യന്ത്രങ്ങൾക്കെതിരോ?, കഥയോക്കഥ, ഒരു പോസ്റ്റുമോർട്ടം*), രാമശ്ശേരിക്കാരൻ എം രാധാകൃഷ്ണൻ (*മൺചെരാത്*), പാലക്കാട്ടുകാരനായ കെ പി ആർ മേനോൻ എന്നറിയപ്പെടുന്ന കെ പി രാവുണ്ണിമേനോൻ (*സേതുമാഹാത്മ്യം, വേതാളചരിത്രം, പഞ്ചതന്ത്രം, രാവണോത്ഭവം*), ഒറ്റപ്പാലത്ത് താമസിക്കുന്ന കരിമ്പുഴ രാമചന്ദ്രൻ (*തായമ്പക, അപ്പുവിന്റെ പാട്ടുകൾ, ശ്ലോകക്കച്ചേരികൾ*), കുണ്ടൂർക്കാരൻ ടി കെ രാമൻമേനോൻ (*രാമചരിതമാനസം, മഹാത്മാഗാന്ധി, ഉണ്ണായിവാരിയർ, അർച്ചന, കൈവന്ന കൗതുകം, കാവ്യദീപം, ത്യാഗക്ഷേത്രം, എരേച്ചന്റെ കുസൃതി*), പാലക്കാട്ടു താമസിച്ച സി പി വസന്തകുമാരി (*അഹല്യ, ജലരേഖ, നിങ്ങളറിയാത്ത ചിലർ*) പാലക്കാട്ടുകാരനായ തോട്ടം വാസുദേവൻ നമ്പൂതിരി (*ധ്രുവചരിതം ആട്ടക്കഥ*), കോങ്ങാട് നിവാസി കെ വിശ്വനാഥൻ (*മഴവില്ല്*), നെമ്മാറക്കാരനായ പി വിശ്വനാഥൻ നായർ (*ഭജഗോവിന്ദം, സുഭാഷിതങ്ങൾ, ഭഗവദ്ഗീത, ചാണക്യശതകം, ഗീതാരഹാസ്യരത്നം, ചിലപ്പതികാരം വ്യാഖ്യാനം, അരുണഗിരിനാഥൻ*), തേങ്കുറിശ്ശിയിൽ താമസമാക്കിയ വിജയൻ കുന്നിൽ (*പക്ഷിശാസ്ത്രം, ഗോപിക വരും നേരം, ആര്യവൈഭവം*), നൂറണി ഗ്രാമവാസിയായ ഡോക്ടർ. എൻ ഇ വിശ്വനാഥയ്യർ (*സാഹിത്യപാഠങ്ങൾ, ഗുണ്ടർട്ട് ഒരു പഠനം, പരിഭാഷയുടെ പ്രശ്നങ്ങൾ*), പട്ടാമ്പിക്കാരനായ വിദ്വാൻ സി എസ് നായർ (*സുവർണ്ണപഞ്ജരം, ചമ്പുസാഹിത്യം, വിദ്വാൻ സി എസ് നായരുടെ ഉപന്യാസങ്ങൾ*), വടക്കന്തറയിലെ വി ടി വേലായുധൻ (*ലാടം*), കാവിൽപ്പാട് സ്വദേശി എ ബി വേണുഗോപാൽ (*ചുറ്റുവിളക്ക്, സാരോപദേശക്കഥകൾ, ബീർബൽ കഥകൾ, 1001 പഴമൊഴികൾ*), അരിയൂർക്കാരനായ പി ശിവശങ്കരൻ (*മഹാവൃക്ഷം, തപസ്സ്*), ഒറ്റപ്പാലത്തെ ശങ്കരൻ പാണക്കാട് (*മഴക്കാർ, പിൻനിലാവ്, മാറ്റം, കാമില*), ചുനങ്ങാട് സ്വദേശി ഐ ശങ്കരനാരായണൻ (*ഗ്രന്ഥാലയ വിജ്ഞാനം, ഒരിലയും ഒരുമൊട്ടും, വിശാലഹൃദയം, കൂലി*) പട്ടാമ്പിക്കാരനായ യു ശങ്കരനാരായണൻ (*നിളാനദി, സന്ധ്യാവന്ദനം, ആലിപ്പഴം, നക്ഷത്രവും മുല്ലപ്പൂവും*) എലപ്പുള്ളിവാസിയായ എക്കണത്ത് ശങ്കുണ്ണി കൈമൾ (*സുന്ദരീസ്വയംവരം, ഗോഗ്രഹണം, ബാണയുദ്ധം, ശിവകർണ്ണാമൃതം*), പാലക്കാട് താമസിച്ച പി ശിവരാമൻ (*നിഴലുകൾ നാദങ്ങൾ, സൗരയൂഥത്തിലെ പഥികൻ, സ്വപ്നഹർഷം, അഹംമിഥ്യ, സംഘം ചേർന്നവർ, അടിയൊഴുക്കുകൾ*), തത്തമംഗലം സ്വദേശി സി ശാന്തകുമാർ (*ഉള്ളൂരിന്റെ ഭക്തിദീപിക*), പാലക്കാട്ടുകാരനായ കടിയൻകുളം ശുപ്പു മേനോൻ (*കാവേരിമാഹാത്മ്യം, കേദാരമാഹാത്മ്യം, കൈവല്യനവഗീതം*), പുത്തൂർ സ്വദേശി വി ആർ ശ്രീധരൻ ഉണ്ണിത്താൻ (*ഓണനിലാവിൽ, ഏങ്ങലുകൾ, തപ്തനിശ്വാസങ്ങൾ, ഒരു തെണ്ടിയുടെ ജീവിതസമരം*),

മണ്ണാർക്കാട്ടുകാരനായ ശ്രീധരൻ മണ്ണാർക്കാട് (*ജയിലിലേക്ക്*), ഷൊർണ്ണൂർനിവാസി പി വി ശ്രീവത്സൻ (*കേശഭാരം*), ഷൊർണ്ണൂർനിന്ന് തന്നെയുള്ള ശ്യാംസുധാകർ (*ഈർപ്പം*), ഒറ്റപ്പാലംകാരനായ എം ഷൺ മുഖദാസ് (*സാഹിത്യസദ്യ, ചെഖോവിന്റെ ചിരി, മോഹങ്ങൾ യാഥാർ ത്ഥ്യങ്ങൾ, ഒരു ഭ്രാന്തന്റെ ഡയറി, ഒരിലയും ഒരുമൊട്ടും, രൂപാന്തര പ്രാപ്തി*), ചിറ്റൂർക്കാരനായ വി എം ഷൺമുഖദാസ് (*അപരിചിതരുടെ താവളം, അനിക്കുഞ്ഞിന്റെ വിലാപം*), മണ്ണാർക്കാട് സ്വദേശി വി എസ് സന്തോഷ് (*കരിമ്പുലി, ഡെത്ത്ഡെവിൾ*), പുലാപ്പറ്റക്കാരനായ സലിലൻ (*ദുഃഖിതരുടെ സുവർണ്ണഭാവി*), ഒറ്റപ്പാലം സ്വദേശിയായ സി സാവിത്രി നാരായണൻ (*ജ്ഞാനനികേതനം*), മങ്കരസ്വദേശിയായ കെ സുകുമാരൻ (*സ്നേഹലത*), മുരിങ്ങനാട് സ്വദേശി കെ എച്ച് സുബ്രമണ്യൻ (*സ്മരാമി രാജരാജസ്യ, കാളിദാസനും ഭവഭൂതിയും, പര്യവേക്ഷണം, ആലാപം*), കാവിൽപ്പാട് താമസിച്ച കെ പി സുധാകരൻ (*വഴിത്താര*), കൂടല്ലൂർ സ്വദേശി സി കെ സുലൈമാൻ (*നിയോഗത്തിന്റെ മുറിപ്പാടുകൾ*), പന മണ്ണക്കാരനായ സേതുമാധവൻ ആനപ്പായ (*ഡോക്ടർ കെ എൻ എഴു ത്തച്ഛൻ, സന്ദർശനം*), പാലക്കാട് താമസിക്കുന്ന കെ എം സ്റ്റീഫാനോസ് (*ഓർമ്മകളെ വിട*), മഞ്ഞക്കുളം സ്വദേശി ഹസ്സൻകുട്ടി അറക്കൽ (*നമ്മുടെ ഭവനങ്ങളും വന്യജീവികളും, കാട്ടിൽ പോകാം, ഞങ്ങളും ലോകം ചുറ്റി, ഇസ്ലാമിന്റെ മഹത്വം*), കല്ലടിപ്പറ്റക്കാരനായ കെ കെ എസ് ഓങ്ങല്ലൂർ (*പുലരിത്തുടിപ്പ് ഓർമ്മിക്കാൻ ഒരുപാട്, കനൽച്ചാട്ടം*), കുഴൽമന്ദത്തുനിന്നുള്ള അബ്ദുൾ ഷുക്കൂർ (*സത്യത്തിന്റെ കൊടിക്കൂറ*), ഒറ്റപ്പാലംകാരനായ സി എം അമീർ (*നഗരത്തിന്റെ ജനലുകൾ അടഞ്ഞു കിടക്കുകയാണ്*), ഉഷാകുമാരി എന്ന പേരിലെഴുതുന്ന കൊല്ലങ്കോടു കാരൻ കുഞ്ഞപ്പൻ കൊല്ലങ്കോട് (*യക്ഷികളുടെ ലോകം*), തത്തമംഗലം സ്വദേശി കെ കരുണാകരൻ (*ആ പ്രകാശം അണഞ്ഞു*), തൃത്താലക്കാര നായ കെ കരുണാകരൻ (*അശാന്തിതീരം*), പാലക്കാട് ശേഖരീപുരം സ്വദേശിയായ സന്തോഷ് നെടുങ്ങാടി (*പിച്ചും പേയും നിന്നോട് പറയാൻ*), എളമ്പുലാശ്ശേരിക്കാരൻ സി ജനാർദ്ദനമേനോൻ (*കനകല ക്ഷ്മി, നടുക്കുന്ന കഥകൾ*), പാലക്കാട്ടുകാരൻ എം ജനാർദ്ദനൻ (*വന്ദേ വിക്ടോറിയ*), വടക്കുഞ്ചേരി ആയക്കാട് സ്വദേശിയായ സദാനന്ദൻ ആയ ക്കാട് (*പ്രണയത്തിന്റെ പറമ്പ്*), കൊടുമ്പ് സ്വദേശി പവിത്രൻ ഓലശ്ശേരി (*ബലൂൺ*), നരിപ്പറ്റനിവാസി കുനിശ്ശേരി കണ്ണനുണ്ണി (*നീതിശാസ്ത്രം, തിരുപ്പതിമാഹാത്മ്യം, പുതുശ്ശേരിമാഹാത്മ്യം*), ഒലവക്കോട്ടുകാരി മീരാ മുകുന്ദൻ (സാന്ദ്രമൗനം), കൂട്ടാല സ്വദേശി സുരേഷ് കുനിശ്ശേരി (*പിൻ നിലാവിൽ അലിയുന്ന ഗ്രാമം*), കല്പാത്തി സ്വദേശി വത്സലകൃഷ്ണൻ (*ആത്മാർപ്പണം*), ചളവറ നിവാസി കെ വിനീത (*മയിൽക്കുഞ്ഞിനോട്, വിനീതയുടെ കവിതകൾ*), അട്ടപ്പാടി സ്വദേശി ടിജോ ഇല്ലിക്കൽ (*മണ്ണെ ണ്ണവിളക്ക്*), കഞ്ചിക്കോട് സ്വദേശി രാധിക ആർ എസ് (*തത്തക്കുട്ടി*), കുമരനെല്ലൂർ സ്വദേശിയായ രാമകൃഷ്ണൻ കുമരനെല്ലൂർ (*കൊക്കരക്കോ, ഈച്ചയും പൂച്ചയും, തൂവൽ, സ്നേഹപ്പൂവ്, മുത്തശ്ശിക്കഥകൾ, കൊച്ചുരാജകുമാരൻ*), കല്ലേക്കാട്ടുകാരനായ മജീദ് പുളിയന്തരക്കൽ

(കജ്ജുറ പൂക്കുന്ന തീക്കാറ്റ്). പാലക്കാട് താമസമാക്കിയ ഡോക്ടർ ലതാ നായർ (*മറ്റൊരു മന്ഥര*), മരുതറോഡ് താമസിക്കുന്ന ഡോക്ടർ ആർ രാജ്കുമാർ (*തഥാസ്തു*), തത്തമംഗലം സ്വദേശി ആർ മാധവൻ (*തീപ്പൊരിയുടെചിരി*), വണ്ടിത്താവളം സ്വദേശി നയനൻ നന്ദിയോട് (*യക്ഷഗീതം, പൊന്നോണം, ഗുരുദേവൻ സാക്ഷി*), ചിറ്റൂർക്കാരനായ എം ശിവകുമാർ (*ഗാന്ധി പ്രശ്നോത്തരി*), നെമ്മാറക്കാരനായ സുബേഷ് വേണുഗോപാൽ (*കഥാപാത്രങ്ങൾ സംസാരിക്കുന്നു*), ചിറ്റൂരിൽ താമസിക്കുന്ന എ എം ബി നമ്പൂതിരി (*സമ്മാനിതകഥാപാത്രങ്ങൾ*), പൊൽപ്പുള്ളിക്കാരനായ ബാലു തൈക്കാട്ടുശ്ശേരി (*മടക്കയാത്ര*) പറളി സ്വദേശി അച്ചു മാടമ്പത്ത് എന്ന അച്യുതൻകുട്ടി (*ആഘാതം*), പാലക്കാട് നിവാസി ശനി എം മാപ്പിള (*സഞ്ചാരി*), ഡോക്ടർ സി എം നീലകണ്ഠൻ (*ശ്രുതിസൗരഭം, ഭാവുകന്റെ നിലപാടുകൾ, വേദങ്ങളും അന്തര വൈജ്ഞാനിക പഠനങ്ങളും*), ജയന്തൻ നമ്പൂതിരി (*നാരായണീയത്തിന്റെ പദാനുപദ തർജ്ജുമ*) പി എം നാരായണൻ, താമറ്റാറ്റ് ഗോവിന്ദൻകുട്ടി, ഇ നാരായണൻ (*ഇടയന്റെ നിക്ഷേപം*), സി വി ഗോവിന്ദൻ, വട്ടംകുളം ശങ്കുണ്ണി, വി വാസുദേവൻ നമ്പൂതിരി, പി വി നാരായണൻ, പി എം ഗോവിന്ദനുണ്ണി, നോവലിസ്റ്റ് മനോജ്, കോടമ്പിയെ റഹ്മാൻ, ടി കെ പൊന്നാനി, നാലുവീട്ടിൽ അബ്ദുൾ റഹിമാൻ, പി എൻ വിജയൻ, കെ ടി സതീശൻ, എം പി രമേഷ് എന്നിവരെല്ലാം വിവിധ കാലഘട്ടങ്ങളിലായി സാഹിത്യസപര്യ നടത്തിയ നിളയുടെ സന്തതികളാണ്.

കവിതയിലും കഥയിലും മറ്റു സാഹിത്യ ശാഖകളിലും ഒട്ടേറെ പ്രതീക്ഷകൾ നല്കുന്ന പുതിയ തലമുറക്കാരായ യുവസാഹിത്യ പ്രതിഭകൾ ആനുകാലികങ്ങളിലൂടെയും ബ്ലോഗുകളിലൂടെയും ഫേസ്ബുക്കിലൂടെയും പ്രസിദ്ധീകൃത കൃതികളിലൂടെയും ശ്രദ്ധേയരാവുന്നുണ്ട്.

എം എസ് സുനിൽകുമാർ, സീന ശ്രീവത്സൻ, സി പി രമേഷ്, രാഗേഷ് ദീപു, നരേൻ പുലാപ്പറ്റ, എ വി ദേവൻ, രവീന്ദ്രൻ മലയങ്കാവ്, രാജഗോപാൽ നാട്ടുകൽ, വത്സൻ മംഗലം, പി സി ഏലിയാമ്മ, തുളസി കേരളശ്ശേരി, ഉണ്ണി വിശ്വനാഥ്, ശിവപ്രസാദ് പാലോട്, എം ഗോപകുമാർ, ദേവീപ്രസാദ് പീടിയേക്കൽ, വി കെ ഷാജി, ഇന്ദുജൻ, ടി എൻ ഹരി, മുരളി മങ്കര, രമേഷ് മങ്കര, കെ പി റോമില, സിറാജ് കൊടുവായൂർ, കവിത പി കെ, ഗുരുജി, മധു അലനല്ലൂർ, രാധാമണി അയ്യങ്കലത്ത്, ടി വി ശൂലപാണി, സ്നേഹ, സുധീഷ്കുമാർ, കാദംബരി, എ വി വാസുദേവൻ പോറ്റി, അനുമോൾ, മുരളി എസ് കുമാർ, അജ്മൽ, അഷിത ബേബി, അശ്വിൻ, അഭിലാഷ് എടപ്പാൾ, അഭിലാഷ് കെ എസ്, ഹരിയാനന്ദ കുമാർ, ഇ എം സുരജ, മീര രമേശ്, ബിനു ആനമങ്ങാട്, കാദംബരി, ഹരി കൊടുന്തരപ്പിള്ളി, ശാന്തി പാട്ടത്തിൽ (കവികൾ) സി ആർ രവി, ദീപ ഗംഗാധരൻ, ആർച്ച, ശിവൻ പുതുനഗരം, സ്നേഹ, സിബിൻ ഹരിദാസ്, പുണ്യ സി ആർ, ആർദ്ര കെ എസ്, ബിനോയ് ബാലൻ, ശ്രുതി എസ്, രജിത, രാമൻ മങ്കര, ഭാസി കെ പുനലൂർ, അജീഷ് കുമാർ, ശ്രീപ്രകാശ് ഒറ്റപ്പാലം, കെ എൻ കെ കടമ്പഴിപ്പുറം, രാധാകൃഷ്ണൻ രാമ

ശ്ശേരി, എം കെ ഹരിദാസ്, ജയൻ ശിവപുരം, കണ്ണൻ ഇമേജ്, എൻ സുമംഗല (കഥാകൃത്തുക്കൾ) ജഗതി റെജീന നൂർജഹാൻ (ബാല സാഹിത്യം) എന്നിവരുടെ രചനകൾ നിളയുടെ സാംസ്കാരിക പ്രഭാവ ത്തിനു ആക്കം കൂട്ടിയിട്ടുണ്ട്.

നിളയുടെയും തീരത്തിന്റെയും അവിടെയുണ്ടായ പ്രശസ്ത രചന കളെയും ഓർക്കുമ്പോൾ പി പി രാമചന്ദ്രന്റെ ലളിതമാണ് മുന്നോട്ടു വരിക

"ഇവിടെയുണ്ട് ഞാനെന്നറിയിക്കുവാൻ
മധുരമായൊരു കൂവൽ മാത്രം മതി
ഇവിടെയുണ്ടായിരുന്നു ഞാനെന്നതി
ന്നൊരു വെറും തൂവൽ താഴെയിട്ടാൽ
ഇനിയുമുണ്ടാവും എന്നതിൻ സാക്ഷ്യമായ്
അടയിരുന്നതിൻ ചൂട് മാത്രം മതി
ഇതിലുമെത്ര ലളിതമായെങ്ങനെ
കിളികൾ ആവിഷ്കരിക്കുന്നു ജീവനെ."

നിളാതീരത്തെ സാഹിത്യ സംസ്കാരധാരകൾക്കെല്ലാം ഈ മണ്ണിന്റെ സവിശേഷമായ ഭൂമിശാസ്ത്രവുമായും നാടോടിത്തനിമയു മായും നേരിട്ട് ബന്ധമുണ്ട്. സ്വന്തം മണ്ണിൽ വേരൂന്നി നിന്ന ഇവിടത്തെ എഴുത്തുകാർ ആകാശങ്ങളെ മണ്ണിലേക്ക് അടുപ്പിക്കുകയായിരുന്നു.

സ്വന്തം മണ്ണിൽനിന്ന് വെള്ളവും വളവും വലിച്ചെടുത്തു നവീനമാ യൊരു സർഗ്ഗപാരമ്പര്യം ഇവിടെ പുലരുന്നു. ഈ പ്രക്രിയ അനവരതം തുടരുമെന്നും മലയാള സാഹിത്യ ലോകത്തിനു മേന്മയേറിയ സംഭാവ നകൾ ലഭിക്കുമെന്നും നമുക്ക് പ്രത്യാശിക്കാം.

അവലംബസൂചിക

കവിതാധ്വനി - ഡോ. എം ലീലാവതി
മലയാള കവിതാസാഹിത്യചരിത്രം - ഡോ. എം ലീലാവതി
ചെറുകഥ ഇന്നലെ ഇന്ന് - എം അച്യുതൻ
മലയാളസാഹിത്യം കാലഘട്ടങ്ങളിലൂടെ - എരുമേലി പരമേശ്വരൻ പിള്ള
നിളയുടെ തീരങ്ങളിലൂടെ - ആലങ്കോട് ലീലാകൃഷ്ണൻ
പാലക്കാട് - സ്ഥലം കാലം ചരിത്രം
നഗരം പിന്നിട്ട വഴികൾ
വർണ്ണരാജി - ഡോ. എം ലീലാവതി
കഥാപഠനങ്ങൾ - ഡോ. പി കെ തിലക്
കവിതാപഠനങ്ങൾ - ഡോ. പി കെ തിലക്
സർഗ്ഗസമീക്ഷ - അക്ബർ കക്കട്ടിൽ

പിന്നുര

നിളാതീരത്തെ സാഹിത്യം

ഡോ. ജയശീലൻ പി ആർ

പുഴ സംസ്കാര വാഹിനിയാണ്. ഒഴുകുന്നിടങ്ങളിലെല്ലാം അതൊരു ചരിത്രപഥവും ഭൂമിശാസ്ത്രവും തീർക്കുന്നു. ചരിത്രവും ഭൂപ്രദേശവും സാഹിത്യവും സംസ്കാരവും അഭേദ്യമായി ബന്ധപ്പെട്ടുകിടക്കുന്നു.

പുഴയുടെ തീരത്തെ സാഹിത്യത്തെ അടയാളപ്പെടുത്തുക എന്നത് മനുഷ്യജീവിതത്തേയും മനുഷ്യബന്ധങ്ങളേയും മനുഷ്യഭാഗധേയത്തേയും അടയാളപ്പെടുത്തുക എന്നതുതന്നെയാണ്. അവിടെ വലുപ്പചെറുപ്പങ്ങളില്ല. മനുഷ്യൻ എന്നതിനോടും അവന്റെ നന്മ നിറഞ്ഞ പ്രവൃത്തികളോടുമുള്ള അവസാനിക്കാത്ത സ്നേഹമാണ് ഇത്തരം ഒരു കൃത്യത്തിനു പിന്നിൽ എന്ന് ആമുഖമായി പറഞ്ഞുകൊള്ളട്ടെ.

സാഹിത്യം ഒരു സംസ്കൃതപദമാണ്. സഹിതയോർഭാവമാണ് സാഹിത്യം. സാഹിത്യത്തിൽ സഹൃദയത്വവും സഹജാവബോധവും അടങ്ങിയിരിക്കുന്നു.

നിളയുടെ പ്രവാഹം ത്രികാലസംബന്ധിയാണ്. അതുപോലെ സാഹിത്യവും ത്രികാലസംബന്ധിയാണ്. വർത്തമാനകാലത്തിലൂടെ പ്രവഹിച്ച് നഷ്ടപ്പെട്ടതിനെ വീണ്ടെടുക്കുകയും ഭാവിയിലേക്കുള്ള കാഴ്ച രൂപപ്പെടുത്തുകയും ചെയ്യുന്ന ഒന്നാണത്. നിളാതീരത്തെ സാഹിത്യ സംഭാവനകളെ അടയാളപ്പെടുത്തുന്നതിനു പിന്നിലും ഈ ഒരു ദൗത്യമുണ്ട്. വാഗർത്ഥങ്ങളെ ഒന്നിച്ചുചേർക്കുന്ന മാന്ത്രികഭാവമാണത്. വാഗർത്ഥങ്ങളുടെ കൂടിച്ചേരലിന്റെ രസതന്ത്രവും വൈവിദ്ധ്യവും സാഹിത്യത്തെ ബഹുസ്വരമാക്കുന്നു.

ആദിമകാലം മുതൽക്കുള്ള നദീതടസംസ്കാരങ്ങൾ ചരിത്രവും ഭൂമിശാസ്ത്രവും മനുഷ്യജീവിതവും ഒപ്പം അവന്റെ സാഹിത്യപരവും

കലാപരവുമായ കാഴ്ചകളും ഒന്നിച്ചുചേരുന്ന പരസ്പരബന്ധിതമായ ഒരവസ്ഥയെയാണ് നമുക്ക് പകർന്നുതരുന്നത്. മനുഷ്യവർഗ്ഗത്തിന്റെ പ്രയാണത്തെക്കുറിച്ച് 'ഓണപ്പാട്ടുകാർ' എന്ന കവിതയിൽ വൈലോപ്പിള്ളി ഇങ്ങനെ പറയുന്നു.

നഷ്ടവസന്ത സ്ഥലികളിൽ നിന്നുസ-
മൃദ്ധവസന്തതടങ്ങളിലേ, ക്കിള-
വറ്റു പറക്കും പക്ഷികൾ പോലിരു-
സന്ധ്യതൊടുക്കും താരകൾ പോലെ
പോയതിൽ നിന്നിനിയെന്നോ വിരിയു-
ന്നായതിലേക്കു കുതിക്കുകയാണി-
ന്നായത വിശ്വാസത്തൊടു ഞങ്ങടെ
ഭാസുര ചിന്താസങ്കല്പങ്ങൾ
(ഓണപ്പാട്ടുകാർ)

പറഞ്ഞറിയിക്കാനാവാത്ത ചില നിയോഗങ്ങളാണ് ഉത്ഭവം മുതൽ ഒടുക്കംവരെ ഈ പുഴയെ ഊട്ടിവളർത്തുന്നത്. അത് വാഗാർത്ഥങ്ങളുടേതുതന്നെയാണ്. തമിഴകത്തിന്റെ ആനമലയിൽനിന്ന് ഉറവ തേടുന്ന ഇവൾ ആദിമ ദ്രാവിഡത്തിന്റെ ഭാഷാപരമായ ഓർമ്മ നിലനിർത്തുന്നു.

ഉത്ഭവത്തിൽനിന്ന് അധികം ദൂരെയല്ലാതെ ചിറ്റൂരിൽ മലയാള ഭാഷയുടെ പിതാവിന്റെ സമാധിസ്ഥലത്തിലൂടെ ഒഴുകിപ്പരക്കുമ്പോൾ *അദ്ധ്യാത്മരാമായണ*ത്തിലെ അയോദ്ധ്യാകാണ്ഡത്തിലെ ലക്ഷ്മണോപദേശം മുഴങ്ങുന്നു.

ഭോഗങ്ങളെല്ലാം ക്ഷണപ്രഭാചഞ്ചലം
വേഗേന നഷ്ടമാമായുസ്സുമോർക്ക നീ
വഹ്നിസന്തപ്ത ലോഹസ്ഥാംബു ബിന്ദുനാ-
സന്നിഭം മർത്ത്യജന്മം ക്ഷണഭംഗുരം
ചക്ഷു ശ്രവണഗളസ്ഥമാം ദർദ്ദുരം
ഭക്ഷണത്തിന്നപേക്ഷിക്കുന്നതുപോലെ
കാലാഹിനാ പരിഗ്രസ്തമാം ലോകവു-
മാലോല ചേതസാഭോഗങ്ങൾ തേടുന്നു.
പുത്രമിത്രാർത്ഥകളത്രാദിസംഗമ-
മെത്രയുമല്പകാലസ്ഥിതമോർക്ക നീ
പാന്ഥർ പെരുവഴിയമ്പലം തന്നിലേ
താന്തരായ് കൂടിവിയോഗം വരുമ്പോലെ
നദ്യാമൊഴുകുന്ന കാഷ്ടങ്ങൾ പോലെയു-
മെത്രയും ചഞ്ചലമാലയസംഗമം.

പതിനഞ്ച്, പതിനാറ് നൂറ്റാണ്ടുകളിൽനിന്ന് ഇരുപതാം നൂറ്റാണ്ടിലെത്തുമ്പോൾ മറ്റൊരു ഇതിഹാസവും ഈ വഴിയമ്പലം തേടി എത്തിച്ചേരുന്നു. മലയാളഭാഷയ്ക്ക് പുതിയ മാനങ്ങൾ നല്കിയ ഒ വി വിജയന്റെ *ഖസാക്കിന്റെ ഇതിഹാസ*വും പിറന്നുവീണത് ഈ പുഴയുടെ

കരയിൽത്തന്നെ. വിജയൻ സൃഷ്ടിച്ചത് പാർശ്വവല്കൃതന്റെ മണിപ്രവാളം തന്നെ. പിന്നെ പറയാനുള്ളത് കുഞ്ചനെക്കുറിച്ചാണ്. സാധാരണക്കാരനിൽ സാധാരണക്കാരന്റെ ഭാഷയായിരുന്നു കുഞ്ചന്റേതും.

ഭടജനങ്ങളുടെ നടുവിലുള്ളൊരു
പടയണിക്കിഹ ചേരുവാൻ
വടിവിയന്നൊരു ചാരുകേരള
ഭാഷതന്ന ചിതംവരൂ.

സാഹിത്യത്തിന്റെ ആചാരമര്യാദകളെയെല്ലാം ലംഘിച്ച രണ്ടുപേർ ഈ പുഴയുടെതന്നെ ഇരുകരകളിൽ പദങ്ങൾകൊണ്ട് അമ്മാനമാടി ഹാസ്യരസമാടി നിലകൊള്ളുന്നു. കുഞ്ചനും വി കെ എന്നും. കിരാതത്തിലെ പരമശിവനിൽനിന്ന്, ദക്ഷയാഗത്തിലെ ദക്ഷനിൽനിന്ന്, ബാലിവിജയത്തിലെ രാവണനിൽനിന്ന്, വി കെ എന്നിന്റെ നാണ്വായരിലേക്കും പയ്യനിലേക്കും ചാത്തനിലേക്കുമുള്ള ദൂരം ഭാഷാചരിത്രത്തിന്റേയും സാഹിത്യ ചരിത്രത്തിന്റേയുമാണ്.

ഈ പുഴയുടെ സഞ്ചാരപഥങ്ങളിൽ വാക്കുകളെ കാലത്തിനപ്പുറം പ്രതിഷ്ഠിച്ച ഒരു എഴുത്തുകാരൻ നമ്മളെ പിടിച്ചുനിർത്തുന്നു. ജനതയുടെ മനസ്സിൽ ഇടം നേടുക എന്നത് അത്ര എളുപ്പമല്ല. എം ടി വാസുദേവൻ നായർ എന്ന എഴുത്തുകാരൻ ഈ പുഴയെ തന്റെ ജീവിതത്തിൽ പ്രതിഷ്ഠിച്ചിരിക്കുന്നത് എങ്ങനെയാണ് എന്നതിന് അദ്ദേഹത്തിന്റെ തന്നെ വാക്കുകളുണ്ട്: “അറിയാത്ത അത്ഭുതങ്ങൾ ഉള്ളിൽ വഹിക്കുന്ന മഹാസമുദ്രങ്ങളേക്കാൾ അറിയുന്ന നിളാനദിയാണ് എനിക്കിഷ്ടം.”

ഭാഷാപിതാവിൽനിന്ന് തുടങ്ങി കിഴക്കിന്റെ ഭാഷാസ്വരൂപങ്ങളിലൂടെ വള്ളുവനാടെത്തി പൊന്നാനിപ്പെരുമയിലെത്തുമ്പോൾ പുത്തരിച്ചുണ്ടയായ് ഗോവിന്ദചിന്തകൾ പുസ്തകം വിട്ട് തഴച്ചുവളർന്നു നില്ക്കുന്നു. അപ്പുറത്ത് ഇടശ്ശേരിയുമുണ്ട്. ഈ പുഴയ്ക്കുമുകളിൽ തീർത്ത ആധുനികതയുടെ പാലത്തിനും മുകളിൽ നിന്നുകൊണ്ട് ഒരു ഗ്രാമീണന്റെ ദുഃഖം നിറഞ്ഞ സംശയം ഇടശ്ശേരി ഉരുക്കഴിക്കുന്നു.

എങ്കിലും മർത്ത്യവിജയത്തിൻമേ-
ലെൻകഴലൂന്നി നിവർന്നു നില്ക്കെ,
ഉറവാർന്നിടുന്നുണ്ടെൻ ചേതസ്സിങ്ക-
ലറിയാത്ത വേദനയൊന്നുമെല്ലേ.
ഉണ്മയിൽപ്പൂതുലോകത്തിന്നുതീർത്തോ-
രുമ്മറപ്പടിയാമിപ്പാലത്തിന്മേൽ
അനുദിനം മങ്ങുമാഗ്രാമചിത്രം
മനസ്സാ ഞാനൊന്നുമുകർന്നു നിന്നു.
പിറവി തൊട്ടെൻ കൂട്ടുകാരിയാ-
മ്മധുരിമതൂകിടും ഗ്രാമലക്ഷ്മി
അകലേക്കകലേക്കകലുകയാം
അവസാനയാത്ര പറയുകയാം.

വടക്കുനിന്ന് ഇവിടെയെത്തി. നിത്യകന്യകയെത്തേടി നടന്ന അവധൂതകവി പി കുഞ്ഞിരാമൻനായർ നിളയുടെ തീരങ്ങളിലൂടെ നടന്ന് നമ്മുടെയൊക്കെ നിത്യസാന്നിദ്ധ്യമായി മാറി. ഈ പുഴയുടെ തീരത്തു കൂടിയാണ് വള്ളത്തോൾ എന്ന മഹാകവി തലയിൽ പുസ്തകമേറ്റി വിറ്റു നടന്നതും ഒപ്പം കഥകളിയെ വിശ്വോത്തരമാക്കിമാറ്റിയ കലാമണ്ഡലം എന്ന സ്ഥാപനത്തിന് അരങ്ങുകുറിച്ചതും. പറഞ്ഞുവരുമ്പോൾ ഒന്നു മായിട്ടില്ല. പാടാനും പറയാനുമാവാത്തവിധം നിള മനസ്സിലൂടെ ഒഴുകു കയാണ്. അനവധി സാഹിത്യനഭസ്സുകൾ ഈ നിളാനദിയെ സംസ്കാര സമ്പന്നയാക്കുന്നു.

ശ്രീ. ടി ആർ അജയന്റെ *നിളയും മലയാളസാഹിത്യവും* എന്ന പുസ് തകം വായിച്ചതിന്റെ ഊർജ്ജം വഹിച്ചുകൊണ്ടാണ് ഞാനിത്രയൊക്കെ പറഞ്ഞത്. പുസ്തകം അതീവ സൂക്ഷ്മതയോടെ സംവിധാനം ചെയ്യപ്പെട്ട ഒന്നാണ്. കാരണം സാഹിത്യത്തിലെ ഈ മഹാരഥന്മാർക്ക് നല്കിയ പ്രാധാന്യത്തോടൊപ്പംതന്നെ നിളാതീരത്തെ അനന്തരതലമുറകളിൽ ആരേയും വിട്ടുകളയാത്ത രീതിയിലുള്ള ഒരു ചിത്രീകരണമാണ് ഇവിടെ നിർവ്വഹിച്ചിരിക്കുന്നത്. അതൊരു വിവരശേഖരണം മാത്രമല്ല. സാഹി ത്യകാരനും സംഘാടകനും ഒന്നിച്ചുചേരുന്ന അപൂർവ്വ നിയോഗമാണത്. -കർമ്മകാണ്ഡവും സുന്ദരകാണ്ഡവും ഒന്നിക്കുന്ന അപൂർവ്വത.

പുസ്തകത്തിന്റെ താളുകളിലൂടെ കടന്നുപോകുമ്പോൾ നമ്മുടെ ഈ കൊച്ചുകേരളത്തിന്റെ അകത്ത് ഇരുന്നൂറിലധികം കിലോമീറ്റർ മാത്രംഒഴുകുന്ന ഈ നദിയുടെ ഇരുകരകളിലും അത്രയേറെ ഉർവ്വരമായ സാഹിത്യജീവിതമാണ് വേരോടിയിട്ടുള്ളത് എന്ന് മനസ്സിലാക്കാൻ കഴി യുന്നു. അതുകൊണ്ടുതന്നെ ഇതിനകത്ത് പ്രതിപാദിച്ചിരിക്കുന്ന സാഹി ത്യവ്യക്തിത്വങ്ങളെ ഈ ഒരു കുറിപ്പിൽ ഒതുക്കാനാവുന്നതല്ല. മറിച്ച് മറ്റൊരു ബോദ്ധ്യം കൈവരുന്നു. നിളാതീരത്തെ സാഹിത്യസംസ്കാര വിശേഷങ്ങൾ തികച്ചും അനന്യമായ അനുഭവമാണ് പ്രദാനം ചെയ്യു ന്നത്. ലോകത്തിലെ മറ്റേതൊരു പ്രദേശത്തെ സാഹിത്യാനുഭവങ്ങളോട് കിടപിടിക്കുന്നതോ അതിനെ അതിവർത്തിക്കുന്നതോ ആയ ഒന്നിനെ യാണ് അത് നമുക്ക് നല്കുന്നത്.

പുസ്തകത്തിൽത്തന്നെ പലയിടത്തും ചരിത്രത്തെക്കുറിച്ചും രാഷ് ട്രീയത്തെക്കുറിച്ചുമുള്ള ഓർമ്മപ്പെടുത്തലുകളുണ്ട്. അതാകട്ടെ തികഞ്ഞ ലോകാവബോധത്തോടെ കടന്നുവരികയും ചെയ്യുന്നു. ചരിത്രവല് ക്കരിക്കുക, എല്ലായ്പ്പോഴും ചരിത്രവല്ക്കരിക്കുക! ഫ്രഡറിക്ക് ജെയിം സൺ തന്റെ *പൊളിറ്റിക്കൽ അൺകോൺഷ്യസ്* എന്ന ഗ്രന്ഥം തുട ങ്ങുന്നത് ഈ മുദ്രാവാക്യത്തോടെയാണ്. ഈ മുദ്രാവാക്യത്തോട് അവ ഗാഢമായ കൂറ് പുലർത്തിപ്പോന്ന ഏതെങ്കിലും സാഹിത്യവിമർശകനു ണ്ടെങ്കിൽ അത് കേരള സാംസ്കാരിക നവോത്ഥാനത്തിന്റെ ഉത്തമപാര മ്പര്യം പിന്തുടരുന്ന സാമൂഹ്യവിമർശകനും കമ്യൂണിസ്റ്റ് ആചാര്യനുമായ ഇ എം എസ് നമ്പൂതിരിപ്പാടാണ് എന്ന സച്ചിദാനന്ദന്റെ വാക്യം ഉദ്ധരിച്ചു

ചേർത്തിട്ടുണ്ട്.

മാനത്തെ അമ്പിളിയെ കൈരളിയുടെ നെൽക്കതിർ നിറഞ്ഞ പാടങ്ങൾ കൊയ്യുന്ന കൊയ്ത്തരിവാളായിക്കണ്ട ഒ എൻ വിയും, എന്റെ മുരിങ്ങച്ചോട്ടിൽ നിന്നാണ് ഞാൻ ലോകത്തെ കാണുന്നതെന്നു പറഞ്ഞ ചെറുകാടും, ലോകം മുഴുവൻ എനിക്ക് മലയാളത്തിലെഴുതിയ കവിതയാണ് എന്നെഴുതിയ കുഞ്ഞുണ്ണിമാഷും മലയാളിയുടെ നന്മ നിറഞ്ഞ മാനസികഭാവത്തെ തന്നെയാണ് വ്യക്തമാക്കിയത്. അവർക്ക് മനുഷ്യനെ ചൊല്ലി വലുപ്പചെറുപ്പങ്ങളുണ്ടായിരുന്നില്ല. മനുഷ്യൻ എന്ന അവസ്ഥയിലും അതിന്റെ അവസാനിക്കാത്ത സ്നേഹ വിശ്വാസങ്ങളിലും കർമ്മപരമ്പരകളിലും അവർ ആഴത്തിൽ വിശ്വസിച്ചു.

വലിപ്പച്ചെറുപ്പങ്ങളില്ലാതെ നിളാതീരത്തെ സാഹിത്യവ്യക്തിത്വങ്ങളെ അടയാളപ്പെടുത്തുമ്പോൾ ഗ്രന്ഥകർത്താവിന് ഈ മേഖലയിലുള്ള അനുഭവങ്ങൾ മുതൽക്കൂട്ടാവുന്നുണ്ട്. പിതാവിലൂടെ ലഭിച്ച ഇടതുപക്ഷ രാഷ്ട്രീയ ജീവിതാനുഭവങ്ങൾ, ഉറച്ച സഹോദരബന്ധങ്ങൾ, വ്യക്തിബന്ധങ്ങൾ, കുടുംബജീവിതം നല്കിയ ആത്മവിശ്വാസം, കേരളത്തിനകത്തും പുറത്തുമുള്ള കലാസാഹിത്യ സാംസ്കാരിക പ്രവർത്തനങ്ങളുടെ സംഘാടനം, എന്നിവയെല്ലാം എടുത്തുപറയേണ്ടതാണ്. ഒളപ്പമണ്ണ തൊട്ടിങ്ങോട്ടുള്ള മൂന്ന് നാലു തലമുറയിലെ എഴുത്തുകാരെ, സാംസ്കാരിക പ്രവർത്തകരെ, രാഷ്ട്രീയ പ്രവർത്തകരെ വൈവിദ്ധ്യമുള്ള പരിപാടികളുമായി ബന്ധപ്പെടുത്തി ക്ഷണിക്കാനും ആതിഥ്യമരുളാനും സംവദിക്കാനും കഴിഞ്ഞതിന്റെ വർഷങ്ങളായുള്ള പരിചയവും ഈ പുസ്തകം തയ്യാറാക്കുന്നതിൽ സഹായിച്ചിട്ടുണ്ട്. ഇതിൽ രേഖപ്പെടുത്തിയിട്ടുള്ള ഒട്ടേറെ പേരുമായുള്ള നേരിട്ടുള്ള സൗഹൃദം എഴുത്തിനെ സഹായിച്ചിട്ടുണ്ട്.

അധികം ദീർഘിപ്പിക്കുന്നില്ല. ടി ആർ അജയന്റെ *നിളയും മലയാള സാഹിത്യവും* അനവധി അനുഭവങ്ങളാൽ ജൈവസമ്പുഷ്ടത കൈവരിക്കുന്നു.

ഗുരുതുല്യനും പിതൃതുല്യനുമായ ഗ്രന്ഥകാരന് അഭിവാദ്യങ്ങൾ.

www.ingramcontent.com/pod-product-compliance
Lightning Source LLC
LaVergne TN
LVHW060114051026
849517LV00007B/2301
9789389410310